MMEZA FUPA

Ali Hilal Ali

MKUKI NA NYOTA

DAR – ES – SALAAM

Kimechapishwa na

Mkuki na Nyota Publishers Ltd
S.L.P. 4246, Dar es Salaam, Tanzania
www.mkukinanyota.com

©Ali Hilal Ali, 2019

ISBN 978-9987-083-79-4

Tembelea tovuti yetu www.mkukinanyota.com kujua zaidi kuhusu vitabu vyetu na jinsi pa kuvipata. Vilevile utaweza kusoma habari na mahojiano ya waandishi pamoja na taarifa za matukio yote yanayohusu vitabu kwa ujumla. Unaweza pia kujiunga na jarida pepe letu ili uwe wa kwanza kupata taarifa za matoleo mapya zitakazotumwa moja kwa moja kwenye sanduku la barua pepe yako.
Vitabu vya Mkuki na Nyota vinasambazwa nje ya Afrika na African Books Collective.
www.africanbookscollective.com

Yaliyomo

Sura ya Kwanza

SIKU, miezi na miaka ilifuatana na kupishana. Ikapokeana na kusukumana. Ikakatika kama zilivyokatika kamba za *vishada*. Ikaenda *arijojo*. Mchana ulimezwa na usiku. Siku ya pili ilipofika, mchana ukatemwa mzima mzima. Siku nyengine mchana ulitemwa ukiwa umeroana chapachapa – manyunyu ya mvua yakapukutika. Na siku nyengine ulitemwa mkavu. Usiku nao uliposimama, ukaja na mbwembwe zake. Ukatua na maringo yake. Ukaongoka na mapambo yake – Nyota na mwezi. Zikajitawanya na kujipanga katika safu juu ya mgongo wa samawati. Zikatiririka na kukatizana. Moja kule na moja huku. Nyengine zikakaa vishunguvishungu. Zikajikusanya kama zilizomo kwenye vikao vya siri. Vikao vizito vilivyowafanya wazungumzaji wasisikike kwa udogo wa sauti zao. Usiku na majambo yake na vijimambo vyake. Kiza. Mwangaza. Mzizimo. Baridi! Vyote wakati mwengine vilikwenda mtawalia.

Basi tu, kwato za mbwa waliofukuzana zikasikika zikiitwanga ardhi kwa nguvu na vishindo. Wakabweka na sauti zao kusikika mji wa nane. Zikagonga huku na kule ndani ya viambo na viunga vyake. Zikaakisika na kurejesha miangwi ya sauti yake kwa nguvu zote. Zikawaamsha waliolala majumbani mwao na kuwatisha walio macho. Giza totoro likajishindilia na kujijaza angani hadi penuni mwa majumba. Mitaa kwa mitaa. Miji kwa miji hadi mabondeni. Humo mote likajitawanya – waaa! Hofu ikawahofisha walio ndani ya majumba yao wakati mwengine.

Pengine walidhani nguvu za giza zimeanza kutimiza utumwa wake. Utumwa! Utumwa wa nani tena? Si ule wa watu. Labda watu wale wale wenye mioyo ya chuma. Mioyo yenye ganzi. Mioyo iliyopoteza hisia. Ndani ya misukumo ya kimazingara. Aliyeongoka kibiashara, akasukumiwa zigo la husda. Aliyefaulu masomo akabebeshwa shehena ya ndwele kusudi akome. A-aaa! Siku zikaendelea kuyashuhudia haya. Siku hizo hizo zikatafunwa na meno ya matendo ya watu na kurowa damu. Yalaitani! Zikaondoka na mshangao wake. Zikapotea kwenye anga la masikitiko. Zikayoyoma na upepo wa mashariki na magharibi. Hazikurudi tena kamwe. Milele na milele. Siku hazigandi, wala hazirudi. Tangu haya ni mageni, sasa haya ni mazowea.

Watoto walisikika wakilia. Ishara zao za kudai wanachokidai kila uchao. Ishara za kuyapapatikia madai yao; *nyonyo. Mma. Nyaam.* Ikawa kama oda za hotelini. Akipewa nyonyo, anadai mma. Akipewa mma anaisukuma huko. Sasa apewe nyaam. Mradi hakuna kitoshacho kwenye uwanja huu wa dunia. Hakuna kikinaishacho. Roho na pupa yake zinawashughulisha waja. Roho na *thakala* zake zinawapelekesha. Unaijua desturi ya roho? Haishi kuhangaika. Haishi kutapatapa. Haishi kujila nyamnyamu na kuwala wenzake. Iko wapi roho yenye kukinai? Kukinai ni utajiri. Ila wapi! Ni wangapi? Niambie, ni wangapi wenye kukinai? Ni wangapi? Nadra kumkuta mtu aliyekinai. Si kama hawapo. Wapo. Ukweli ni kuwa wapo. Ila kwa idadi yao, unaweza kuwaingiza kwenye kibiriti na kibiriti kikafungika.

Si mtoto, si mtu mzima. Roho zimo katika kundi. Zinauparamia ukuta wa siku na majuma. Ukuta wa miaka na miongo. Zinaubebenya. Zinameza chumvi madonge kwa madonge bila kisisi wala *ajizi*. Kibaya zaidi, hazihisi tena ladha, ingawa zinadhani zinahisi. Zinajisahaulisha kuwa ukuta hauchelewi kuporomoka. Lakini roho nazo hazilichelei hilo. Hazichelei kuwa siku zake zinahesabika. Zinaringia pumzi za kupimwa. Pumzi zinazokwenda sambamba na mapigo ya moyo. Zikitimiza idadi yake zinazima. Zinazima ziii. Roho! Roho! Roho inapotea!

Kivuli kinazaliwa na mti mkubwa. Mti uliosimama ardhini zama na zama. Karne na karne. Mti upo. Shina lake limechichipaa ardhini. Haliyumbi. Matawi yake yamenyooka na kujitawanya. Yanakiamuru kivuli chake kiifunike sehemu ya ardhi iliyojitolea kulibeba shina lake. Mti unalipa jaza na ihsani. Umepewa hifadhi, nao unatoa kivuli. Unadondosha matunda. Hayasahauliki mengine. Kama tulivyosomeshwa skuli juu ya miti na wema wake kwa binadamu. Hewa ya oksijini inavyozaliwa na kung'ang'aniwa na binadamu. Pumzi zikaingia na kutoka. Kabondaioksaidi ikatolewa nje kwa kuwa haihitajiki mwilini. Miti ikaibadilisha hewa hii ili isitudhuru. Miti na ihsani. Wema wa kupigiwa mfano kwa kila mtu.

Sisi tunakupeni nini nyinyi miti? Labda shoka. Tunakukateni. Tunakuchomeni moto kwa ghadhabu. Hatujui kuwa nyinyi ni pumzi zetu. Sijui hatujui au pumbao la nafsi linatufanya tusijali! Hatujali wala hatubali. Dawa mujarabu zinatoka kwenu pia. Si wapumbavu wao. Kamwe hawakuwa wapumbavu. Kwa juhudi zao za kuipanda miti si wapumbavu. Wameipanda miti uzeeni! Wakaiacha ikiwa imeshachuchuka. Inaendelea kupanda hewani. Inasogea mbinguni. Na mengine utadhani inaelekea kuzigusa mbingu, lakini haizikaribii wala haizigusi abadani asilani. Mimea nayo inatambaa. Inanyooka juu ya vigogo vya miti mengine. Au pengine ardhini. Wao wako wapi? Wameshakufa, lakini miti ipo. Ipo inawatumikia wengine. Mbegu walioipanda ardhini waliijengea imani. Waliamini kuwa ipo siku itawahifadhi wajukuu na kuwafadhili. Itaikamilisha ndoto yao. Wajao wafaidike na nguvu zao. Huku ndiko kuishi kwa kivuli hai. *Sadakatun-jaariya* - Sadaka yenye kuendelea.

Vijana watatu wameongozana. Wameshiba ari kwenye nafsi zao. Ari inawaongoza. Pumzi zilizojazana mapafuni mwao ziliwasukuma. Zikatoka puani na kukutana hewani. Zi moto. Zikapotea. Lakini kiukweli, pumzi hazikupotea. Ziligeuka sauti na kuwageukia. Zikawaongeza ari. Zikawataka wende, wasirudi nyuma. Wende polepole huku wakihema. Mbele wanakuona ndani ya macho yao na ndani ya nafsi zao. Kunawavuta kwa kani iliyokithiri. Au tuseme kwa kani ya ziada. Na wao hawakubaki nyuma, wanakufuata. Nako kunawasubiri. Naam, kunawasubiri.

Nguvu za mwendo wao zinatiririsha jasho. Linajaa maungoni mwao na kuzirowesha nguo zao. Wamo safarini wanakwenda. Wako juu ya baiskeli zao.

Katika zama za sasa si rahisi kuyakuta yaliyotokea. Pia kwa mwenye kusikia ingekuwa vigumu kuamini. Anayeamini angehitaji kuona ushahidi ili aridhike kuwa kweli mtu wa aina hii yupo. Bibi aliyegubia na kumung'unya chumvi magunia kwa magunia. Miaka mia mbili imempitia juu ya utosi wake. Imemzaa. Ameishuhudia na kuchuchuka nayo. Akakua nayo. Akagombana nayo na hata kupongezana nayo. Akaonja nayo asali ya dunia. Pia, ndani ya miaka hiyo hiyo, akairamba shubiri yake. Ukali na ukakasi ukauchochota ulimi wake. Aliyajua mengi yaliyotiwa kapuni kwa makusudi ili kizazi kijacho kisiyapambanue. Mazingira yake kwa wakati huo yalikuwa zaidi ya chuo kikuu. Yalimpa mwanya alioweza kuutumia kupenya na kuyashuhudia mengi. Yeye aliweza kumaizi mbovu na mbivu na mbichi na pevu. Huyu hasa ndiye aliyekusudiwa na vijana hawa, Bi. Msiri.

Miftaha alikuwa na kiu iliyomkereketa kooni tangu kusikia taarifa za uwepo wa bibi huyu. Kila alipojiangalia alijiona bado ni mtoto mchanga mbele ya umri wa bibi huyu. Hata thumni ya umri haijaufika umri wake. Damu yake ilichanganyika na maji ya ujasiri yaliyompa ushupavu wa kuitafuta na kuisimamia haki kwa gharama yoyote. Umbile lake halikufanana na ujasiri wake. Wembamba wake uliirefusha miguu yake. Asimamapo kwenye kundi la watu mara nyingi hutokeza juu kama kilele cha mti mrefu. Ngozi yake *ililabisiwa* rangi nyeusi ya uchotara. Ikaibainisha asili yake kuwa ni ile ya mseto *uliotaalaki* silisili ya kizazi chake. Dalili nyengine inayoipambanua asili yake ni nywele zake laini *zilizoihajiri* sehemu ya utosi wake na kuzalisha upara.

Uso wake ulichanua furaha muda mwingi. Hasira zake ziliinywa furaha yake na kukausha kila kitu usoni. Ungedhani hajawahi kucheka pindi akasirikapo. Labda kwa sababu ya ule mwinuko uliofinyika mashavuni mwake. Milima miwili ya mashavu haikukaa mbali na pua na midomo yake. Ikatoa mwanya mdogo wa mwonekano wao.

Mwanya wa kuipisha furaha na huzuni. Udogo wa pua yake ulichongeka na kuchungulia mbele. Ukazikurubisha tundu za pua karibu ya kuonana na kukutanisha pumzi zao. Paji lake la uso lilisakafiwa vyema na ufundi wa Muumba wake. Halikuruhusu mikunjo hadi pale anunapo. Siku hiyo watu wote hujua kuwa leo wingu la hasira limetanda usoni mwa bwana huyu. Maneno yote aliyoruzukiwa na Mungu hupotea siku hiyo. Kigugumizi cha msimu *kilivinginywa* midomoni. Maneno yakawaniana kutoka kinywani. Likatoka lililopata nguvu na *kutaahari* lililodhaifu. Hatimaye yote yakatoka.

Ajabu – siku zote ukitaka umkorofishe Miftaha umtajie suala la ndoa. Halikuwepo katika akili yake. Aliyatazama maisha kwa sura zote; Sura kunjufu. Aliyaona maisha kuwa ni njia iliyokunjuka kuwapeleka wale wenye dhamira ya dhati kule wanakokukusudia. Kwa upande mwengine aliyapa sura ya jongoo. Yapo mambo ambayo huwekwa kwenye mwendo wa jongoo - Mwendapole. Aendaye na kugonga. Hwenda akafika na hwenda asifike. Lakini alikwenda kwa kadiri ya nguvu na dhamira yake. Kwake hakuyatazama maisha katika sura ya *basi* wala *mwisho*. Alikisimamia kile alichokiamini. Akakikasimu katika namna tofauti. Alikikasimu kwenye bahari ya matumaini. Akakijaza pumzi za tamaa. Tamaa iliyozingirwa na mipango lukuki. Hivyo, alihisi wakati wa kutafuta mwenza upo mashariki ya kitovu cha moyo wake kwa sasa. Sijui kwa baadaye.

Machano alipenda sana kuwa karibu na Miftaha katika safari zake. Hii ilisababishwa na uaminifu wao ulioulinda urafiki wao wa muda mrefu. Kimo chake kilimnyima urefu wa kuyafika hata mabega ya Miftaha, lakini angalau aliweza kumfika kifuani. Yeye alikuwa kipande cha mtu. Mzito na mwingi. Utadhani bondia. Kifua kipana kilichoshikana vyema na mabega yake. Kikashikana pia na mikono yake mifupi. Hakupenda kuacha nywele kichwani mwake. Hakuzipa uhuru hata mdogo kuota. Muda wote kipara chake kiling'ara. Kikaruhusu kila kilichotokea kukutana moja kwa moja na ngozi ya kipara chake. Iliponyesha mvua, nacho kiliosheka murua kabisa. Lilipotoka jua kiling'arishwa kikang'ara pasi na hiana. Upepo ukakiondoshea joto na kuimimina furaha ileile aliyoiwinda na kuitega – Furaha ya kupata upepo. Kero la nywele, kama alivyodai mwenyewe, lingemkosesha yote haya. Nywele kwake zingezuia kila kitu. Au zingeruhusu, lakini baada ya kutosheka nywele kwanza. *Akili ni nywele?* Hapana, kwake yeye haikuwa hivyo. Yeye alibishana na msemo huu. Wangapi wenye *rasta* na matendo yao hayana mwelekeo? Hayana mbele wala nyuma. Nywele kamwe haziwi kipimo cha akili. Na wale wanaofuga nywele zikasimama kama matawi ya mti je! Zikakosa mashirikiano kwa kugawika mafungu! Mbona wengine ni haohao wanaowasahau hata wazee wao? Au wanaowarudi wazee wao, kisa wamekatazwa jambo. Jambo la utashi wao. Jambo lisilo na maslahi kwao na kwa wengine. Si wengine hutumia kichaka cha nywele kufichia madhambi yao! Wengine matendo yao yakawageuka hapahapa duniani.

Nywele ni pambo si akili – Yeye aliamini hivyo. Pia wakati mwengine akajikaidi mwenyewe kuwa nywele si pambo. Akakaidiana na wale waliodai hivyo. Pambo! Nywele aliziona mzigo. Mzigo uliomjazia mwasho na kuishughulisha nafsi yake. Mara kuzichana. Mara kuzilisha mafuta. Mradi kuzihudumia kama mtoto mchanga. Hivyo ndivyo alivyokuwa Machano. Kujipinga na kujiunga mkono. Kujikosoa na kujirekebisha. Kusema na kufanya alichokiamini kuwa kilikuwa sahihi. Hata kama wakati mwengine alikwenda mchomo na mitazamo yake.

Lakini pia ukaribu wake na Miftaha ulimjengea chuo cha kujifunza maisha. Pia kuyakabili katika sura tofauti kwa mujibu wa nyakati zake na umbile lake. Ulipopita wakati nao waliufuata. Wakaendana nao. Ila hawakupotea nao. Ulipobadilika wakati nao wakajibadilisha. Lakini hawakuuzidishia wala kuupunguzia maji. Waliuchanganya na viungwa vyake. Wakaukoroga kwa mafuta yake. Kilichoiva kikaliwa. Hawakukila wao tu, bali waliwalisha waliostahili kulishwa. Waliwalisha walioshikwa na njaa. Wakawakumbusha waliovimbiwa wapunguze matonge. Kila mmoja ale usoni pake. Ale pasi na kuuvuka mstari wa mpaka wake.

Kuna mchezo zamani, ukichezwa na watoto. Ukaimbiwa wimbo wake pale watoto walipokusanya mchanga. Nakumbuka siku zile – Tumelizunguka shungu la mchanga.

Katikati tumeusimamisha ujiti wa njukuti. Tunaufyekuza kidogokidogo na kuushusha mlima wa mchanga kwa vidole vyetu huku tukiimba; *Kula mbakishiye baba, kula mbakishiye baba.* Wimbo wetu ulijengwa na kiitikio pekee na kujazwa beti za matendo. Kadiri mchanga ulivyoporomoshwa na ujiti uliyumba. Mwisho ulikosa nguvu na kuanguka. Aliyeuangusha alifukuzwa hadi kwenye *shobe.* Lau aliwahi kuigusa shobe aliweza kusalimika. Kinyume chake, aliangushiwa mvua ya makofi na wenzake. Nusura yake ni kuishika shobe. Ndipo sunami ya makofi husimama.

Haisahauliki ile siku iliyoifungua milango ya urafiki wao njiani. Kila mmoja na hamsini zake kichwa tele. Wapita njia, wafanyabiashara, waombaji, wanyang'anyi, walevi, masheke, mapadri na walimu. Wanafunzi nao hawasahauliki. Wote walilifuata jia kuu.

Magari ya fahari, magari mengine, gari za ng'ombe, pikipiki na baiskeli zikaandama njia kwa amri za mabwana wao. Kumekucha. Mzunguko wa dunia unazidisha kasi na kani yake. Jua linawaka shiba yake. Miti ya pembeni mwa barabara inapukutisha majani kama yenye kichaa. Majani makavu yalikaliana na kulaliana chini. Hakuna aliyeyauliza. Uvundo sehemu nyengine ulizagaa. Mataka yakazalisha mbu. Mara moja moja, labda, upepo ulisema nayo. Ukaondoka nayo na kwenda kuyatembeza maeneo mengine. Huko tena hutoweka. Yakanyeshewa na mvua na kumezwa na udongo. Tishio la kipindupindu lilivamia kila upenu. Mataka mengine hubahatika kuchomwa moto kama adhabu ya kukaa mbele ya majumba ya watu, ila nafuu kwa afya za watu kidogo ilipatikana. Mbuzi na wanyama wengine wakajizolea chakula pia. Yote hayo yalipita na kuijenga sura ya mji wa Chaleo. Mji uliohamwa na vijana wengi sasa.

Si mji huu tu uliohamwa. Miji mingi sasa imehamwa na vijana. Anayekuwa anaamua kusogea nchi nyengine. Wanatafuta nini? Wanadai kuna mambo ni shida kupatikana kwao. Wanafunzi wanadai wameachwa nyuma katika masomo. Ufaulu wao unazoroteshwa na vitendeakazi. Safari – Kila kukicha makundi kwa makundi yanazunguka ulimwengu. Nchi za janibu au ughaibuni zimejaa watu wetu. Wanasoma kwa bidii. Kwa ari na shauku.

Wengi wanaotoka Kisiwani wana msemo wao. Husema wao wametumwa na kijiji. Wanayatafuta maisha kila kipembe cha dunia hii. Ajabu – Huna utakapokwenda ukawakosa watu hawa. Yapo makundi yaliyoondoka kutarazaki. Wamechoshwa na kukaa majumbani na wazee. Wanatazamana hadi roho zinawasuta. Wameamua kuhama na kuhangaika mbali na nyumbani kwao.

Chaleo ni katika miji mikongwe Kisiwani. Miji inayosemwa kuwa haiba na utukufu wake ilikuwa ya watu waliojiita watu wa mjini. Walioweza kusema na kujigamba, wakapiga vifua vyao kwa nguvu kuwa *sisi ni watu wa mjini*. Si leo tena. Uko wapi mji uliokuwa ukinukia nyudi na asumini? Harufu za vilua na mlangilangi. Chai za michaichai na harufu za vikarangishwa; harufu za vitunguu, tungule na uzile - Vyote vilijenga ucheshi wa mji. Mji ulipokuwa mji. Sasa mji jina tu. Wako wapi wazee waliokuwa na majina makubwa? Walioshiba hekima na kuuvaa ustaarabu wa watu wa pwani. Wazee wa mjini. Waliojali kutembeleana. Hakuna la mtu pweke. Kwa harusi na kwa matanga. Walikutana. Wakapanga na kupangua. Wakashauriana. Wakapeana ujima. Furaha zao zote zikawa pale lilipotimia jambo lao. Sasa je? Kila mtu na lake. Watu wamejitwika ulimwengu. Hawana muda wa kujuliana hali. Hawana muda wa kusalimiana. Ustaarabu ule uliopambika katika silka za *umoja ni nguvu na utengano ni udhaifu* haupo tena.

Ziko wapi zile starehe zilizowaweka pamoja watu wa mji huu! Ziliwakutanisha wakiwa wameshiba. Wakacheza michezo yao. Wakapiga soga zao; Siasa, uchumi, mapenzi. Vikombe vya kahawa vikasogezwa midomoni. Chubuo. Mazungumzo. Vicheko. Kimya. Kashata zikasagwasagwa mdomoni pale baraza kahawa, kwa mzee Khamis kahawa. Anatazamwa usoni mtoa mada na mzungumzaji mkuu anaitawala baraza. Siku za huzuni pia. Waliketi na kulalama. Wakapanga na kupangua pamoja. Leo yako wapi haya! Ugeni umeyatawala haya na kuwatawala watu. Kiza cha umagharibi kimewavaa waliokimbia na kuwafunika waliobaki.

Wenye mji wamekuwa wageni. Ardhi zimepoteza rutuba. Mimea imegoma kuota na kuzaa kwa ushindani. Kipindi kile, enzi za mababu, palilimwa na kuvunwa.

Waliodhoofika kiafya wakapewa ujima. Wasiokuwa nacho, nao kikawafika. Mradi neema iliutapakaa mji. Ikazagaa kwa marefu na mapana. Ikaanjazika mashambani na mijini. Wala choyo hakikuwepo kama ilivyo sasa. Matunda kapu kwa kapu, magunia kwa magunia yalipukutika hadi yakaozeana. Watu wakayachagua, lipi la kula na lipi limetitigika, halifai kuliwa. Jeuri hizi, wapi na wapi leo!

Mji kweli huu! Vijana wanakula nguvu za wazee. Wananeemeka na faida za nguvu za wazee wao. Waliolima na kukiacha kipando chao kikavuuka miaka. Kikazaa na kujukuu nao. Wajukuu walipokuja wakazikuta ishara za mababu zao. Vivuli vilivyo hai. Ndio hii miembe unayoiona. Minazi imekaliana na kupanga safu. Inayumba na kuziimba zile sauti zao. Nyimbo za umoja na mshikamano. Nyimbo za furaha.

Minazi inavuma na kudondosha kokochi na makuti yashayochoka kustahamili mikiki ya upepo hewani. Bado mnazi haujapoteza kumbukumbu za bwana wake wa enzi. Aliyeilimia na kuipalilia. Akaitilia maji wakati ingali michanga. Mwisho imekua, imezaa na kuwalisha wana na wajukuu.

Mji wao. Ni nani anayethubutu kusema mji wetu? Si kama hawakuwepo waliojimilikisha nchi hii na kujifanya wenye hatimiliki, la hasha. Walikuwepo na kujinadi, lakini sasa wamezidi. Wamezidi kujimilikisha. Wamezidi kuugawa utajiri wa nchi hii kama njugu. Na wao pia wanaitwa wazawa. Wanaugawa kwa nani? Kwa kila mwenye maslahi kwao. Wachache katika wengi. Nafasi ya kuvuta pumzi imekuwa ndogo kwa watu wa mijini na vijijini. Mishelisheli na mistafeli iliangusha matunda yake bila ya kuangushwa wakati mwengine katika zama hizo. Sasa inaota. Inazaa kidogo. Na wakati mwengine hicho kinachozaliwa mafunza hukishambulia. Watoto nao hawachelewi kukipura kwa magongo na mawe. Wakayaangusha matunda machanga na baadaye kuyatupa. Hakuna aheshimuye kitu cha mwenzake. Na apataye hamkumbuki mwengine.

Miftaha alichelewa kwenda kazini siku moja. Alikwenda mazikoni asubuhi na kisha kuelekea kazini. Huzuni zilijaa moyoni mwake. Kifo cha watoto wawili wa nyumba moja kililleta msiba mkubwa kwenye familia ya jirani yao.

Watoto hawa wamekufa kwa kipindupindu. Imekuwa hatari mji huu kipindi hiki. Matumbo haya yameenea. Kila mmoja alikuwa na hadhari. Maji yalichemshwa. Chakula hakikununuliwa ovyoovyo majiani.

Vyakula vilikatazwa kuuzwa kiholela. Hususa vyakula vya majimaji. Aliyeonekana akiuza vyakula ovyo alichukuliwa hatua za kisheria.

Macho ya Miftaha yalikuwa yakimshangaa mama mmoja aliyekuwa akikimbizana na askari. *Lete, sileti. Nipe, sikupi.* Nini? Akasimama kuyatia mwishoni mambo yale yaliyomzukia mara moja machoni mwake. Kikundi cha maafisa wa baraza la mji, hawakupungua watatu walimzunguka mama huyu. Askari akawa anajibizana na yule mama na kumpiga virungu vya mikono. Bakuli kubwa lililojaa maandazi amelikamata mama yule. Pumzi zimeitunisha pua yake. Hasira zimeubadilisha rangi uso wake.

Anapuma kama aliyefukuzwa na mbwa mkali. Mikono iliposhika adabu kwa virungu ililiacha bakuli. Askari alilichukuwa bakuli pasi kumtazama usoni. Wakaondoka nalo na kuingia nalo garini. Mama akabaki kulia na kulisindikiza gari kwa macho. Mdomoni yalipukutika maapizo na masikitiko.

"Nile wapi? Nile nini mimi? Wale watoto waliofiwa na baba yao niwalishe nini? Mnataka nife njaa, nife na wanangu! Ndio madhumuni yenu nyinyi. Kulinda wananchi na mali zao. Mnalinda au mnapora? Mnasahau wajibu wenu. Lakini sawa. Mwenye nguvu mpishe, ila haki haipotei. M'metwambia tusiache wazi chakula, mimi nimefunika, lakini bado mnanionea." Malalamiko haya yalimtoka mama kinywani. Kipovu cha mdomo kikafufurika. Machozi yakamwanguka. Alilia kama mtoto mdogo.

Kijana mwenye mwili mpana, mfupi kidogo, alimsogelea mama. Bado Miftaha anaendelea kulishuhudia tukio lile. Huruma imemjaa tele usoni. Baadhi ya watu walilalama na kuendelea kulenga maneno. Kila mmoja alisema kwa namna alivyoguswa na tukio lile.

"Adhabu gani hii tuipatayo sisi. Hawa badala ya kupambana na umaskini wanapambana na maskini.

Mama huyu ndio wamemtendea unyama gani huu!" Sauti ya babu mmoja aliyebeba mkoba wake wa ukili ililalama na kulaani.

Yule kijana aliyemsogelea mama alikuwa Machano. Alimwita yule mama pembeni.

"Mama, pole sana." Machano alizipoza huzuni za mama. Alimfumbatisha noti ya shilingi elfu tano. Kisha akaondoka.

Yote yale yalipita machoni mwa Miftaha aliyekuwa akiitazama sinema ile iliyoibuka machoni mwake ghafla. Kisha akamkimbilia Machano aliyekuwa akigura eneo lile. Si mgeni machoni mwake. Alimjua kwa kumwona tu – Labda kwa kuwa waliishi mji mmoja. Na umaarufu wake kwa kutengeneza baiskeli. Akamsalimia. Akampongeza kwa kuionesha imani yake kwa mama aliyepoteza sababu ya kipato chake. Mama aliyekuwa *akibangaiza* kupata vipesa viwili vitatu kuiendesha familia. Kutoka siku hiyo urafiki wao ulizaliwa. Ukaketi. Ukasota na kusimama. Kila uchao na sasa unaendelea kukua.

Shughuli yake kubwa iliyomwingizia kipato Machano ni utengenezaji wa baiskeli. Alijenga kibanda chake cha nguzo tano. Nne pembeni na moja katikati. Bawa moja la makuti lililalia mashariki na kulipokea moja kwa moja jua la asubuhi. Bawa la pili likaagana na jua kila lilipoelekea mafichoni jioni. Pembezoni vilipangwa vigogo vya mnazi na kuvilaza chini. Hivi ndivyo vilivyokuwa viti, watu walikuja na kukaa. Waliokuja kwa mazungumzo walifika hapo kumfuata Machano – Kazi na dawa. Na wengine walizisubiri baiskeli zao zilizokuwa zikitibiwa kwa maradhi tofauti yaliyozikumba. Nyengine zimepasuka mipira. Huku nyengine zikibadilishwa vifaa vilivyopoteza uwezo wake wa kutenda kazi. Almuradi kila mmoja na mashaka yake. Mkono umeshughulika kutengeneza baiskeli zilizopinduliwa juu chini, chini juu. Au zilizosimamishwa wima. Huku mdomo uliendelea kutatalika kama bisi. Machano hakuwa na dogo katika mazungumzo. Sauti yake ilizitawala sauti zote pindi akisema. Hapo alishinda mchana kutwa baada ya kurudi kondeni. Baiskeli ziliingia na kutoka kama hospitali ya taifa ilivyomeza na kutema wagonjwa.

Upande mwengine Machano alimiliki shamba kubwa la miwa. Yeye husema mwangaza mbili ana akili nyingi. Kama ilivyo desturi yake, huzuka na mitazamo ya kukinzana na mitazamo mengine. Huwa *mbishi* pale asikiapo kuwa *mwangaza mbili, moja humpona.* Yeye hudai kuwa ni kuvunjana moyo kusema hivi. Lakini Machano ameiangalia kauli hii katika mtazamo mmoja tu.

Kila asubuhi alilikagua shamba lake. Alilikagua na kuvuna miwa iliyo tayari. Aliipeleka sokoni na kumwachia mtu aliyemwamini amuuzie. Alifanya juhudi na kuutumia mwili aliojaaliwa ipasavyo. Alifanya kazi wakati wote. Na humu ndimo *alimotarazakia.*

Siku zote Miftaha na Machano walikiri kuwa hawajapata kumwona mwanamke dumedume kama Mafunda. Mwanamke aliyesimama na kupaza sauti yake popote pale palipomkalia vibaya. Asiloliridhi hakulifuga moyoni kulisemea. Yeye alisimama kidedea. Nafsi yake ya kike ikaungana na nafsi yake dume kuyasema, kuyashtaki na kuyapiga vita mabaya. Hasa kwa mwanamke mwenzake. Nafsi dume? Ipi lakini? Angavu na shupavu. Pia ongofu. Hii ilijengwa ndani ya himaya ya mikono ya mama yake, Bi. Hadia. Mama yake aliyemhurumia. Alipata kuusikia mkasa wa mama yake miaka ya nyuma alipomzaa Miftaha, ambaye ni kaka yake Mafunda. Talaka haikukaa mbali naye.

Tangu siku aliyopewa talaka, akasukumwa kwa mateke kuliacha jumba la Kitwana, nafuu ilimsogelea Bi. Hadia baada ya siku hiyo. Kwake jumba lile lilikuwa *jahannamu.* Licha ya viyoyozi lukuki vilivyoijenga fakhari yake, joto lilimwakia. Likambambua ngozi. Majipu yakaota na kutumbukiana mwilini mwake. Akatoka na *kimalaika* chake. Amekikumbatia. Kinalia kama kilichokuwa kikiyafahamu yale. Sitaki kuamini kuwa hakikufahamu kitu. Damu nzito kuliko maji. Hisia za kibinadamu na za kimaumbile zilimpa *ilhamu* mtoto. Akajua kuwa mama yake anakabiliana na masaibu ya kidunia yanayosababishwa na wanaume. Wanajipa mamlaka na utawala. Tena utawala wa mabavu.

Uombezi wa mtoto ni kuliangusha *lio.* Maskini kitoto kikachagiza. Mikono ikarukaruka. Hakinyamazi. Kinasaidiana na mama yake kuzianika huzuni zao.

Kila matone ya machozi yalipomwanguka mama yake, nacho kilizidi kuyamwaga machozi yake. Mama yake aliliacha jumba na kuelekea kwao. Bado anaendelea kumsubu mtaliki wake.

Alijikokota na kimwanache hadi nyumbani kwao. Huyu ndiye Miftaha. Aliyezaliwa na kufarikiana na baba yake yungali ujusi.

Maisha ya ujane yalimchosha. Hata hivyo, hakuitamani ndoa. Ndoa ndoana kama ile ya Kitwana. Kamwe hawezi kuikubali tena. Kitwana alimfanya ngoma. Akampiga asubuhi na jioni. Majeraha aliyomwachia yalitosha kumwekea historia. Akaweza kuwahadithia wengine kwa ushahidi. Nyumba yake iliangushwa siku moja tu. Siku iliyokuja kuifuja roho yake. Mlipoingiliwa ndani mwa Kitwana. Bibi mpya. Hina na nyudi za Omani. Mwanamwali wa mjini. Akaja na uheke wake. Akataka kumwonesha Bi. Hadia kuwa yeye ni yeye. Mpya. Kwani hajui kuwa kipya kinyemi! Uso umemwagiwa kilo nzima ya podari. Macho yakaelea kwenye wanja iliyokoza kama masizi ya sufuria la karamuni. Hapo sasa, mpya akajifanya paka. Akamgeuza mwenzake panya. Akatembea kwa mapana na marefu kwenye jumba lile lililojaa kila kitu. Akadeka mbele ya mke mwenziwe. Akaitikisa nyumba ikatikisika.

Bwana mkubwa akawekwa kiganjani. Hafurukuti. Hali, hanywi kwa bibiye. Mke mpya hakuwa na kosa. Akiagiza anachotaka tena anavyotaka. Na yote akatimiziwa. Bi. Hadia akakonda. Akabaki mifupa mitupu. Huku ana mtoto mchanga. Huku kelele na udhia wa jitu zima zinamsulubu. Akayabeba yake na ya mwenzake. Nusura yamvunje mgongo. Au pengine yangemtoa roho kabisa. Hadi siku alipoamua kuidai talaka. Alitarajia kuwa hii ndio nusura yake. Kitwana aliitoa kwa jeuri na kejeli. Akaindika na kumpa. Tangu siku hiyo hakumkumbuka mwanawe. Alimwacha Hadia akiondoka na mtoto wake. Si haba, hakupokonywa mtoto. Hili ndilo kubwa alililolihofia.

Naam, hakuweza kuimiliki nafsi yake. Hangeweza pia kufanya hivyo. Umri wake ulimruhusu kuolewa. Alichoka kukaa na wazee. Japo wazee hawakuchoka kukaa na mwana wao. Tangu kuachwa na Kitwana ana mtoto wa kwenda sasa.

Anatembea japo hatua mbili mbili. Moja....anaanguka.... Ananyanyuka tena na kuusukuma mguu wake mmoja. Kwa harakaharaka, mguu wake wa pili unajipinza. Anaanguka. Analia. Anaamua kukaa chini. Miguu inapochanganya anaanza kupiga mbio. Anamkimbilia mamake. Miftaha akakulia katika mikono ya mamake, Bi. Hadia.

Shaali, mchunga ng'ombe maarufu alileta posa kwao Bi. Hadia. Ridhaa ya Bi. Hadia ilipotoka akapokewa mikono miwili Shaali. Harusi ikafanywa na Bi. Hadia akaolewa. Wakabahatika mtoto mmoja. Bi. Hadia akampa jina la mama yake, Mafunda. Miftaha alijitahidi, licha ya umri na uwezo wake, kumsaidia mama yake kazi ndogondogo. Shaali alikuwa mfugaji maarufu wa ng'ombe wa maziwa. Yeye alijali kazi zake zaidi kuliko familia yake. Suala la kusoma kwa mwanae wa kike hakulipa uzito. Hata baada ya Miftaha kuchukuliwa na Kitwana siku za usoni hakuacha kumshughulikia mama yake. Alipopewa pesa mbili hakuridhika hadi imfike mama yake. Pamoja na vikwazo vingi alivyokabiliana navyo nyumbani kwao, alikwenda kumwona mama yake.

Akamsaidia ilipobidi. Alipomaliza kidato cha nne alipelekwa nje ya nchi kwenda kusomea utawala. Huu ulikuwa ni mkakati maalumu wa Kitwana.

Siku moja Shaali alikuwa kondeni, kushughulikia mifugo yake. Bi. Hadia alikwenda kwa jirani kuomba chumvi. Mazungumzo yalimchukua na kumwekesha kidogo. Kitambo hikihiki, ndicho kilichomtenganisha na mwanae kwa muda wa miaka mingi. Watu wawili walishuka kwenye gari iliyofungwa vioo vyeusi. Wakanyatianyatia na kusogea uwanjani ambapo Miftaha alikuwa akicheza. Alikwishapata umri wa miaka saba sasa. Wakambeba na kumwingiza garini. Kisha mmoja akasogea mlangoni na kuacha kikaratasi kilichoandikwa. Bi. Hadia aliporudi alipata wasiwasi. Mwanae hamuoni. Akazunguka nyuma, lakini hakumwona. Akaita zaidi ya mara kumi. Akaingia ndani na kumsaka vyumba vyote – Hakumwona mwana wala kivuli cha mwana. Alipotoka chumbani akaona kikaratasi. Alikidharau lakini kama aliyevutwa, aliinama na kukichukua.

Usihangaike kumtafuta mwanao. Yuko kwa baba yake. Pumzika roho yako. Huku atakula. Atasoma na kila atakacho atakipata. Kitwana, baba mtiifu.

Alipoyasoma maneno haya miguu hakuiweza. Alijikuta chini na machozi yanamtoka. Vipi angeliweza kuishi mbali na mwanawe! Uchungu ulimpanda kichwani pale alipomkumbuka shetani aliyeivamia nyumba ya Kitwana. Mwanamke aliyekuja kuuwasha moto na kutoa cheche za mdomo hadi yeye akaifisidi ndoa yake! Vipi mwanamke yule angeliishi na mtoto asiyekuwa na uchungu naye! Alipoyawaza haya alilia kama aliyefiwa. Kwake hakubagua baina ya kutoweka mwanawe na kufa mwanawe. Kitendo kile alikihesabu kuwa ni kifo kilichomkumba mwanawe. Nyumba ya Kitwana kwake ilikuwa zaidi ya gereza.

* * *

Mafunda aliungana na mama yake. Akaitunza furaha ya Bi. Hadia. Alimfuata baba yake bondeni. Akamsaidia kufagia banda la ng'ombe. Alipokamua maziwa na yeye alishika kibuyu. Akakama pia. Akafanya bidii kumpelekea mama yake maziwa.

Alipouza akampatia vijisenti mama yake. Aliingia mabondeni kipindi cha msimu wa neema. Akaichangamkia naye. Walipookota *mpeta* wa karafuu alikuwemo. Pesa zote akampelekea mama yake. Maisha yalimjenga. Yakamsimamisha aweze kujitambua. Uzito wa Shaali ni kumsomesha Mafunda. Hadi pale alipovuka miaka minane bado alikuwa nyumbani – Hajapelekwa skuli. Shaali alidai kuwa mwanamke na kusoma ni sawa na paka na muwa – havina uhusiano. Ajabu ni kuwa mke wake amesoma japo vyumba vinne. Yeye mwenyewe hakusoma hata banda moja. Ila Miftaha aliwakera sana wazee wake wampeleke skuli Mafunda. Kila alipobahatika kumtembelea mama yake, kwa kificho, aliwakera kuhusu jambo hili. Hatimaye, miaka ilimwacha nyuma Mafunda. Akapelekwa masomo mbadala ajue kusoma na kuandika. Hili pia lilimsaidia kutanua fikra zake.

Mafunda wakati mwengine alikuwa zaidi ya hao wanaume. Woga ulimkalia mbali. Wala hakukubali kuacha kuungana au kumsaidia yeyote aliyemwona yupo kwenye haki kadiri ya uwezo wake.

Hilo hakulipa ajizi. Yeye na Miftaha walikuwa ni ndugu wa toka n'toke. Baba mbalimbali.

Ugomvi wa kuwaniana mtoto, ukawa mkubwa. Nguvu za mama yake Miftaha zilikuwa ndogo. Kitwana alikitumia cheo chake, kumtisha na kumnyang'anya mtoto. Mama yake Miftaha alibaki kumshtakia Mungu.

Alizikumbuka juhudi zake za kumkuza mwanawe hadi umri wa miaka saba sasa. Kitwana akajikumbuka na kukubali kuwa yeye ndiye baba damu damu wa Miftaha. Loh! Alimwacha akiwa *ujusi* na kumtafuta akiwa mtu kamili. Mtu wa kulengewa matarajio.

Kitwana alibahatika kuwamo katika mfumo wa uongozi wa nchi hii ya Kisiwani miaka mingi. Ameondoka katika umeneja hadi ukurugenzi. Ameshika nafasi kadhaa. Hadi sasa ni Afisa Mdhamini wa wizara fulani. Kwake alivibadilisha vyeo kama suruali.

Waliomo wangalimo, hawakupenda kutoka
Wanabaki humo humo, ngazi hawataki shuka
Ni vivuli vya mvumo, wa chini *hanufaika*
Hawatoki hawashuki, juu wanakung'ang'ani

Sura ya Pili

MOYO wa Bi. Msiri uliyabeba mengi. Mambo makubwa mithili ya dunia. Akajitwika mengine yaliyowiana na umri wake. Pia aliyafahamu mengi, madogo mithili ya mdudu chungu. Akaufahamu ukorofi wake pia. Miaka midhalilifu na miongofu. Mifaafu na mipotofu. Anayeishi miaka mia mbili kwa ulimwengu wa sasa ni mtu wa maajabu. Vyombo vya habari vingemuandika na kumtangaza. Watafiti wangemzukia mara kwa mara. Wangemdadisi kutaka kuyajua yaliyopita. Watalii wangekuja kumuona na kumfanya maonesho. Picha na kamera zingemwesa. Huu ndio umri wa bibi huyu aliyeishi katika kiijiji cha Maukio.

Pamoja na umri wake mrefu, uzio wa meno yake thelathini na mbili *ulitamalaki* barabara kwenye pango la mdomo wake. Nguvu ya macho yake *ilishanakisiwa* na mahangaiko ya karne mbili alizoishi kwenye sayari ya dunia. Nguvu ya masikio yake haijawahi kupungua wala kupotea kwenye miliki ya unasaji sauti. Mikunjo ya uso wake iliionesha huzuni iliyofichikana. Ikaidhihirisha alama ya furaha iliyoyeyushwa na jua. Kanga yake begani muda wote. Nywele nyeupe kichwa tele. Moja moja, nyeusi za kutafuta kwa darubini.

Bi. Msiri sasa amepungua nguvu za kutembea masafa marefu. Mkongojo wake ulishirikiana na miguu yake kumsaidia kumfikisha pale alipotaka kwenda – huohuo mwendo wake wa jongoo aliouzoea sasa. Ende kidogo, apate sehemu avute pumzi na kuzikusanya pumzi mpya kuvuka hatua nyengine. Mwendo wa kujizoazoa. Mkongojo wake ulichorwa nakshi za misumeno. Hivi ndivyo ilivyojikokota ile miaka. Watu waliihesabu na kuiona mingi. Mwenyewe, Bi. Msiri, aliona kama jana tu. Amezaliwa. Amekua na sasa anasogea kwenye kituo cha kuelekea hatua ya mwisho ya uhai wake. Yupo katika baina ya utomvu wa uhai na ukavu wa umauti.

Aliwastaajabu watu waliomstaajabia yeye. Miaka ya nakama, furaha, huzuni, yote ilimpitia. Kipi cha ajabu? Kuishi kwingi ni kuona mengi! Ila si kila yanayoonekana ni ya kusifiwa ama kustaajibiwa. Tungelipata nafasi tukawauliza wanaostaajabu. Kipi kinachowastaajabisha? Umri mrefu, au yaliyomo ndani yake? Hapana. Mtaka nyingi nasaba, hupata mingi misiba. Na ulimwengu huu, ukistaajabu ya Musa, utayaona ya Firauni. Mengi ni ya Firauni kuliko ya Musa. Wanaostaajabu wana yao ya kustaajabiwa. Wana yao ya kustaajabisha.

Moja ya neema za Maukio ni mto uliorithiwa na vizazi kwa vizazi. Vizazi vilivyozaliwa na kuzaliana. Kibanda cha Bi. Msiri kilitazamana na mto. Kikayashuhudia yaliyokuja pale. Yaliyofichwa na watu. Yaliyofanywa kwa *ghaibu*. Yote kikayasitiri. Mchana, usiku. Kutwa, kucha.

Mto ukamshuhudia Bi. Msiri akisogea na bakuli lake la vyombo vichafu. Bahasha ya nguo chafu. Mfuko wa sabuni ya unga. Hapo alitulia na kufanya shughuli zake taratibu. Alipomaliza aliingia mwenyewe mtoni. Mzizimo wa maji ukaiamsha damu yake. Ukazisimamisha wima fikra zake. Kama *aliyelemwa*. Halafu zikagusana nyuzi za hisia. Ngozi ikarowekwa na kurowana. Akahisi ule ukavu wa ngozi yake umezidi kukaza kama mti mkavu. Akajifananisha na dunia. Kwa aliyepata kuisoma hadihi ya Profesa Said Ahmed anaujua ukavu wa dunia. *Dunia mti mkavu.*

Humu kwenye maji alikaa kwa muda. Labda alidhani ngozi *itahuika* upya. Msinyao wa ngozi yake ungetoweka.

Siyo ile ya Msiri alipokuwa Msiri. Ngozi nyororo. Ilipotiwa maji ilinyorora. Na ilipopata mchanganyiko wa mafuta ikameremeta na kuzidi kunyorora. Akaiona dunia inavyoyabirua mambo. Dunia inayasanifu mambo. Inayapa maumbile tofauti. Inavibadilisha majina vitu. Isisahaulike kuwa dunia inaghariki na kugharikisha. Hakuna la kudumu. Amekuwa mzito wa kila jambo sasa. Kuunyanyua mguu. Kugeuka. Kuufungua mdomo wake. Amekuwa mzito. Amekuwa mzito hata *kustanji* afanyapo haja zake. Afadhali. Amebakishiwa fahamu yake. Amebaki na akili yake. Hii haijapotea. Anaweza kupambanua. Anaweza kuugusa ulimwengu wake wa zamani. Akauweka kiganjani. Ukajaa tele. Akaukamata pia ulimwengu wa sasa. Kisha akailinganisha milimwengu hii miwili. Lau angeliweza, angelizirudisha nyuma siku. Akili haikumwacha burebure. Ikamwambia. Kisha ikamsukuma nyuma na kumshangaa.

Zikirudi zitarudi na mambo yake. Zitarudi na adha na ghasia zake. Zikirudi hazirudi pweke. Zitarudi na kila kitu chake, hata chembe za mchanga. Zitakukumbusha machungu pengine. Lakini usisahau. Siku haziwezi kurudi. Labda hii ni ndoto ya mchana. Na uhai wa maji unakuvusha mbali kiakili.

Bi. Msiri akaisogeza mbele miguu yake. Akayaangalia maji. Alipouzamisha uso wake kutazama chini, aliuona mchanga mweupe. Akalipitisha dole gumba la mguu. Likachopea. Likachuana na mchanga. Likakwaruzana nao. Akatamani ajue umri wa mchanga ule. Kwani mchanga una umri! Unakufa kwani huu? Mbona Bi. Msiri anatamani vitu visivyotamanika? Anatamani vitu visivyofikirika? Lakini yeye amevifikiri. Kwa hiyo, vinafikirika. Akaingia ndani ya upepo wa simulizi ya Bwana Shaaban Robert. Akamtafuta kwenye kitabu cha *Adili na Nduguze*. Ikamjia kauli iliyofungwa. Hii aliibua ndani ya kitabu hiki. *"Wakati umefika, wa mawe kusema, miti kujibu, na wanyama kuwa watu"*

Lini wakati utafika? Lini mawe yatasema? Miti itajibu nini? Wanyama kweli wawe watu! Hiyo lini? Wakati huo Bi. Msiri aliutamani. Akatamani ukifika naye aushuhudie. Yasingekuwa maneno ya vitabuni tu. Ni maneno halisi. Ipo siku itakuwa kweli chambilecho Bwana Ali Nabwa.

Bi. Msiri hapo hushituliwa na usiyahi wa hodi. Hapo hujua kuwa kuna mtu anasogea mtoni. Usiyahi huu humpa mtu muda wa kujiandaa. Kama hana nguo ajitupie nguo. Hapo huzinduka. Hutoka mtoni. Akaifunga kanga yake kifuani. Nayo ikamkaza kisawasawa. Inatota maji. Matone ya maji yanafyonzwa na ardhi na kupotea. Hata athari baadaye hutoweka. Akarudi kwake na upweke wake. Hukumbuka ukatili waliofanyiwa wazee wake. Huyakumbuka maisha ya Jendele. Aliwahi kuishi. Akafurahi na watu. Akaenda nao harusini. Akaomboleza nao. Sasa yupo Maukio. Alikoamua kujipwekesha na watu.

Kama historia ya wakati ule uliyobeba vituko na zahama iliwekwa kwenye vitabu vya kumbukumbu, Bi. Msiri angepaswa kuwemo vitabuni. Akasomwa na wasomi. Si kwa sababu tu ya kula chumvi nyingi, bali ni kule kuwa kwake mvumbuzi. Aliibuka kwenye kitongoji hiki. *Ghamidha* ikamsimamisha na kujenga maskani yake ya kudumu peke yake. Kabla Maukio haijazungukwa na nyumba, alihamia yeye. Aliuhajiri mji wa Chaleo miaka na kaka. Akahamia Jendele kutafuta maficho. Mwisho akaishia Maukio. Amekosa nini? Waliomzamisha kwenye dimbwi la huzuni walikuwa wakimsaka. Iwe nini wakimpata? Sasa nyumba yake ipo katikati. Wote waliomzunguka hawakuujua vyema undani wa maisha ya Bi. Msiri. Pia hawakuujua ukongwe wake. Mtu pekee aliyekuwa chanda chake ni Bi. Tausi, mkulima aliyezoeana naye muda mrefu. Wao walikuwa chanda na pete. Yeye alijua mambo yaliyomhusu Bi Msiri kwa uchache. Pia alitambua kuwa Bi. Msiri amelishuhudia jua la karne mbili utosini pake.

Yote yaliyopita kuhusu Bi. Msiri, wakati wote huu, hayakuwemo katika kumbukumbu za mtu yoyote. Labda wachache wa karibu yake. Si kumbukumbu za vitabuni. Kujitenga kwake kulimtenga na mengi. Kukamweka mbali na watu *waliochokonoa* mambo. Akapambana na mambo yaliyo usoni pake tu ambayo uzito wake ulipasua mapande ya ardhi.

Bi. Msiri angeweza kuwa mlinganishi mzuri wa zama. Si zama tu, hata karne. Angezichukua karne mbili akazikutanisha mbele yake. Akazipiganisha na kuuangalia mchuano.

Uwezo wa kuyabagua na kuyachambua yaliyokuwemo katika karne zote mbili alikuwa nao. Mazuri na mabaya. Watu na makundi yao. Watu na shughuli zao. Watu na ubora wao au udhaifu wao. Kisha angeweza kutoa hukumu kwa mtazamo wake na namna alivyoona. Muda wote huo, bado nchi ni changa.

Jendo la *tata* lavia, *lenendwa* halisogei
Miaka imekimbia, na kamwe hairejei
Jendo litele udhia, jendo hili halipei
Jenendo 'tafika lini, wasingizia utoto?

Jendo limeanza mbali, tangu miaka na kaka
Tangu kale na asili, sijui lini 'tafika
Jendo halina ukweli, lazorota na dhihaka
Jenendo 'tafika lini, wasingizia utoto?

Lini hili litapea, na kuitwa jitu zima
Ukubwani kusogea, na kupandisha milima
Kutwa linasingizia, utoto wa uyatima
Lenendwa kiviavia, latembea na kukwama
Jenendo 'tafika lini, wasingizia utoto?

Sura ya Tatu

MIFTAHA aliyavuna kwa mikono yake matunda. Akayachuma na kuyatia mkononi. Kiganja chake kikajaa tele. Fikra mpya zikaota akilini mwake. Alipoyala yakamshibisha. Njaa *ikasoza*. Ngazi aliyowekewa na baba yake aliipanda. Akafika kileleni. Alilipata aliloliendea Ulaya. Dhana ya utawala ikamjenga. Ikamuandaa vyema kuongoza. Fikra pinzani na tatizi zikakinzana na zile za baba yake. Kitwana amempeleka mwanae Ulaya asome. Aelimike. Afahamu. Kisha arudi amebobea. Arudi amebadilika. Amekuwa mpya. Hivi ndivyo alivyotarajia Kitwana. Hivi ndivyo alivyokusudia.

Kitwana alikuwa na fikra za kuendelea kujinyofolea nyama, manofu kwa manofu. Ayachume matunda, magunia kwa magunia. Kisha asakamuwe kwa maji, matangi kwa matangi. Yeye alizidi kushadidia kila siku pasiwe na sura mpya. Sura mpya kimwelekeo katika kusimamia nguvu ya mabadiliko. Kuzikubali fikra mpya katika kujenga. Kukubali kubadilisha mfumo wa usimamizi ili kujenga jamii mpya. Ilihofiwa sana kuwapokea watu wenye fikra tofauti na zile za miaka ile ya tumbili wangali watu. Upinzani ungezaa fikra mpya. Makundi yangegawika. Pengine, nguvu ya Kitwana na wenzake ingefifia. Watu wangetafuta chaka la kujificha. Pia wangetafuta safina ya kuvukia. Utelezi juu ya ardhi iliyoitwa ardhi huru. Wanaotelea ni akina Kitwana na wenzake. Wanaosomesha watoto wao nje ya nchi. Wanatelea. Kisha wanapaa. Haooo....juu kabisa. Kisha uambiwe, 'aliye juu mngoje chini'. Eti nini?

Si hadi atake kushuka! Ashuke ampishe mwengine. Au asogee.
Wakae wote. Mawazo *mtawalia* yalikuja na kuondoka.

Kitwana amezoea maisha ya ulinzi. Alindwe kila mahala. Ale
atakacho. Ende atakapo. Afanye atakalo. Asingetokea mtu wa
kumhukumu, hilo aliliamini yeye. Zilipotoka nafasi za masomo, jina
la Miftaha likachomekwa. Akalipiwa gharama zote na serikali. Haya
yalikuwa maandalizi ya jicho la mbali la Kitwana. Shabaha yake
ilitazama masafa ya dhiraa milioni. Ikautega mchezo wa *paukwa
pakawa*. Akamchagulia fani ya kusoma mwanawe; "*Administration*"
"Utawala".

Sifa zilimwagwa kila Kitwana na wenzake walipopanda jukwaani.
Wakausifu uhuru. Mabadiliko kati ya sasa na ya zamani. Mabadiliko
ya kweli. Yepi? Hayaonekani. Au kama yanaonekana, basi ni kwa
mgao. Au kwa mafungu nadhani. Watu fulani, si kila mtu. Hata huyu
mtu wa mlo mmoja? Laa hasha. Huyu anazisikia tu nyimbo za uhuru.
Anaziona bendera zinapepea. Na nyengine zimeshachanika. Badala
ya bendera sasa ni matambara. Uhuru wa bendera. Au bendera ya
uhuru? Yaliyoahidiwa kupatikana ni mengi kuliko yaliyotimizwa.
Sawa na aliyesubiri mwezi uanguke. Au aliyelisubiri jua usiku.

Miftaha hakuihini nafsi yake. Akayakumbuka yaliyomkuta mama
yake. Akayachungua mahubiri ya baba yake. Akaitazama bidii ya
malezi ya mama yake. Jinsi ilivyogharikishwa na ushetani wa baba
yake. Mama yake alimlea na kumkuza kwa dhiki na taabu. Pasi na
mkono wa Kitwana. Alipomwona ameshakuwa mtu, akamchukua.
Akamsomesha. Leo Miftaha hataki kufanya kosa. Anamtazama
baba yake anavyojitakasa jukwaani. Kwa utukufu upi? Anasahau
alichomfanyia mama yake, Bi. Hadia. Alimsusia mtoto kifedhuli.
Miftaha hawezi kumsahau mama yake. Alikuwa naye wakati
alipotengwa na baba yake. Akamfurahisha pale huzuni ilipoifunika
furaha yake. Akamliwaza pale alipokosa faraja ya kweli. Pia ni yeye
mama yake, maskini ya Mungu – hohehahe. Aliyemlisha wakati
alipoona njaa. Mama. Nani kama mama? Leo roho yake inataka
kusimama mbele ya haki. Inataka kuisimamisha pia haki dhidi
ya dhuluma. Inataka kuipiga vita dhuluma inayoenea kwa watu
wa chini. Iko tayari kwa hilo. Miftaha aliporudi kusoma akaingia
kwenye ualimu.

Ni akina nani wanaoiona thamani ya akina mama? Wapo, lakini wachache. Miftaha anayakumbuka haya nje ya jumba lililoifunika ardhi ile. Likabeba aina zote za starehe. Amemsimamia baba yake mbele. Hapendi, lakini imembidi. Hapendi, kumsotea baba yake. Kwenda kulalamika kila siku. Atafanyaje? Ni haki kufanya hivyo. Alidhani. Ni haki kwa vile haipiganii nafsi yake. Si kwa faida yake. Ni kwa faida ya walio wengi. Watoto. Hakuna cha kutunukiwa dunia ya sasa. Hasa huku kwetu. Aliyenacho anamvamia asiyekuwa nacho. Hicho hicho kidogo anakitaka. Hicho hicho kinamdungua na kumtoa mate. Kinamkosesha usingizi. Ila kweli. Hawajakosea wanaosema kinaa ni utajiri. Tena utajiri mkubwa. Utajiri wa nafsi huu. Hauibiki. Kikubwa zaidi, hauhitaji ulinzi. Huyu ni baba yake. Damu haitengeki. Damu, damu yake. Utofauti wao mkubwa ni wa mitazamo.

Hebu tazama. Bahari ni moja. Unaiona ilivyojikasimu. Ilivyotofautiana rangi. Buluu, buluu iliyokoza, nyeupe. Kijani. Kiza. Sasa kiza huzidi kila inapokwenda chini. Mwakisiko wake huzaa rangi. Inapotazamana na mbingu utaona nidhamu ya rangi inavyoitamalaki bahari. Kidogo iwe karibu na miti – Kijani huchanganyika. Ikatoa mng'aro wake. Ikaishibisha rangi yake. Ikazalisha mtapanyiko wa rangi kadhaa. Bahari na chumvi yake. Bahari na rangi yake. Imetuzunguka. Hakuna anayeweza kulipinga hili la bahari. Kweli bahari na mbingu ni ndugu wa damu. Zinatazamana.

Skuli imekosa chaki siku hizi. Maji shida tupu. Aibu. Miftaha na walimu wenzake wachangishane pesa baadhi ya siku. Wakatafute chaki za kusomeshea. Vyoo vinateleza. Havijasuguliwa wiki ya pili hii. Vundo limevundiana. Harufu inatalii madarasani. Madarasa yaliyo karibu ndio huyafaidi zaidi matembezi ya harufu ya vyoo. Mpaka saa ngapi watazaba pua! Hili limemkirihi Miftaha. Ameshindwa kulimeza fupa. Ameamua kurudi kwa baba yake. Amweleze shida yake.

Siku za kinyang'anyiro cha kukiwania kiti hawaombwi. Hawapigiwi magoti. Huzifikiria wenyewe shida za watu wao.

Wakajitahidi kuzitatua. Na ukiomba tu unatimiziwa kabla hujamaliza maombi. Sasa je? Unaomba....unaomba...unaomba hadi uso unasunukia mbele. Uso nao umeumbwa na haya. Kinyang'anyiro hiki kilikuwa ni kile cha ndani kwa ndani uchawini. Wanaopendekezwa, hupitishwa kwa kuonekana kuwa wanafaa. Hupigiwa ngoma na kukabidhiwa kijiti. Kisha watu wakatakiwa kushiriki kuidhinisha. Hapo mchezo humalizwa. Hapo mazingaombwe huyafunika macho na kutibua vumbi. Mwisho akili hurudi upya. Ikirudi mazingaombe yameshafudikiza kila kitu. Mambo huendelea kimazoemazoea tu.

Amesimama mlangoni. Analitazama jumba lilivyojimwaga ardhini. Ukuta mrefu uliochomekwa vyuma vyenye ncha kali na kuzungushwa jengo zima. Miti mirefu iliouzidi ukuta kwa kimo. Analitazama usoni. Amepigwa marufuku kuja nyumba hii. Kitwana alimkataza na kutaka asimwone jengo hili. Amechoshwa na kelele zake za kila siku. Kila kitu sicho. Kila lifanywalo hulitia ila. Babamtu hataki kuiona sura ya mwanawe. Baba amezoea kupigiwa makofi kila afanyapo jambo au kila asemapo. Kwa Miftaha kulikuwa tofauti. Yeye husema. Hutia dosari pindi akiona jambo halijamkalia sawa. Na hasa kwa baba yake – hakuacha mwanya. Alimkabili baba yake kwanza. Kwa lugha ya upole, akamshauri. Kitwana alitia pamba masikioni. Vipi mwana amfundishe mzee jambo! Aliteta Kitwana. Akakasirika. Mashavu yakavimba. Presha juu. Hapo humfukuza mwanae na kutaka asimwone mbele yake. Miftaha hakuchoka. Kila ilipobidi alikwenda. Mwisho akaamua kuishi peke yake. Alikwenda siku moja moja tu kumtembelea baba yake. Hata hivyo, baba yake akamfukuza. Hakutaka kumwona jengo hili.

Leo amerudi. Shida yake ni kumwona baba yake, licha ya kuwa amefukuzwa. Aligonga geti mara mbili. Mlinzi akachungulia kwenye tundu ili amjue aliyegonga.

"Loh! Huyu si Miftaha. Nimeambiwa na bosi wangu akija nisimruhusu. Lakini si ni mwanawe!"

Kwenye uwazi mdogo wa mlango, kichwa na kifua kikachungulia nje. Mlinzi anatazamana na Miftaha. Wakaulizana hali. Kumzuia asiingie ilikuwa vigumu. Ameishi naye siku nyingi.

Maelewano yao yalikuwa mazuri kipindi chote walichokuwa pamoja. Lakini yupo kwenye kibarua cha watu.

Analinda nafasi yake. Asingependa kukiona kibarua chake kinaota nyasi. Ili kuondosha lawama pande zote mbili ilimbidi aseme uongo.

"Kaka Miftaha. Mzee ametoka." Akajibu kwa mkato na sauti changamfu.

Punde, mvumo wa gari ukanguruma kutokea ndani. Mlinzi akageuza kichwa. Machale yakamcheza Miftaha.

"Ndivyo alivyokuagiza uniambie?" Akahoji na kujeja. Uso wake ukaikunjua tabasamu yake. Mlinzi amemdanganya mchana kweupe. Alipwesapwesa na kuona aibu.

"Niliiii….nilisahau kaka yangu, naniiiii…..Mi-Mifta-Miftaha." Alijibabaisha. Akajisafisha.

Gari ipo mlangoni. Mheshimiwa Kitwana akashusha vioo. Akachungulia na kuuliza.

"Nani huyo?" Macho yake yalipotunga yakamfuma Miftaha.

"Anasemaje huyo, hana jipya. Yeye ni mjuaji huyo. Anajifanya mkubwa zaidi yangu. Anajiona kwa kuwa amesoma London. Anasahau kuwa serikali hii hii anayoisimanga ndio iliyompeleka huko akiwa mshamba wa kutupwa." Alitoa gari nje. Kisha akasimama. Akamtazama Miftaha.

"Unasemaje?"

"Shikamoo baba. Naomba tuzungumze mara moja. Nina jambo muhimu sana." Miftaha alionesha utii kwa kunyanyua mikono kama aliyeomba kitu kwa mkubwa wake. Akazikusanya hisia zake za *mhitaji* na kuzungumza kwa upole.

Kitwana alirudi chini kidogo. Akazima moto gari lake. Kisha akafungua mlango na kutoka nje. Amechomekea na kuvaa suti nyeusi. Viatu vilivyokoza rangi nyeusi viliwaka kama jua lililofunikwa na wingu upande mmoja. Anamtazama Miftaha kama aliyemchuja kwenye kingo za miwani. Maneno ya chini kwa chini yanapukutika. Miftaha hajajibu kitu. Alipokinai kuteta alimtaka waingie kwenye ua.

"Njoo ndani mara moja. Sina muda wa kupoteza na wewe unayejifanya mzee wa busara kumbe mtoto wa hasara."

Waliingia ndani kwenye ua. Sura yake ameikunja. Hajatoa uchangamfu wake wa moja kwa moja. Leo sijui amepatwa na nini kukubali kirahisi namna hii.

Hapo ndipo alipotoa ombi lake. Utaratibu wa kuletwa chaki ni mbovu. Chaki tu zinasuasua. Pia akamtaka autiliye nguvu serikalini mradi wa maji safi uliokuwa ukizungumzwa miaka mingi. Mradi huu ungewasaidia kutunza mazingira ya skuli yao. Leo hakujia jambo jengine kwa baba yake.

Majibu ya Kitwana yalikuwa ya mkato mno. Alijibu akiwa amegeuza uso upande wa pili. Hata hivyo, alisema neno moja tu la mkato kuwa atalishughulikia. Si ya kwanza leo kuahidi kulifanyia kazi. Utekelezaji wake umebaki kuwa ndoto. Chaki zimekuwa zikinunuliwa kwa michango ya walimu wenyewe siku nyengine. Hadi pale wanapokumbukwa baadhi ya siku na kupelekewa chaki zilizowaokoa kwa mwezi mmoja, kama ungefika.

Malengo ya Kitwana kwa Miftaha yalinyauka kama majani yaliyopigwa na jua la kiangazi. Akabadilisha mwelekeo pale alipoona mrengo wa mwanae unaupiga vita mrengo wake. Hakumpa fupa lile alilomuahidi pindi akirudi masomoni. Naye Miftaha hakujali wala hakuhuzunika kuikosa nafasi. Alijua kuwa urithi ule ulikosa ridhaa ya wengi. Angeingia, naye angeonekana kenge kwenye msafara wa kenge. Akabaki kuwa mwalimu wa skuli ya sekondari. Na aliipenda sana kazi yake. Hata hii nafasi ya ualimu alitaka kuiwekea mguu. Miftaha alipiga mbio zake zote. Akamnasihi baba yake, amuwache awe mwalimu. Hatimaye akafanikiwa.

***

Njia kuu ilizipokea harakati zilizokuwa zikiendelea mchana na usiku wake. Njia hii ilitokea mjini na kuviunganisha viambo *kadhaa* vya matlai ya jua na magharibi yake. Dongo lake lilijenga nyufa zilizozidi kupasuka kila jua lilipojimwaga ulimwenguni. Majani yalizongana kando ya njia hii na kujenga kambi. Baiskeli aina ya *phonex* ilitembea njiani taratibu huku ikitoa mlio wa masikitiko. Tairi zake zilishapoteza *kashata* zake kwa kulika. Misuli ya miundi ya Miftaha ilizikusanya nguvu.

Ikasukuma na kuziacha nguvu zote juu ya pedeli ili kuipa mwendo baiskeli yake. Jua lilikuwa bado halijatua. Linasogea taratibu upande wa machweo yake.

Huku linaiaga dunia kuelekea mapumzikoni. Leo hakuisubiri kengele ya mwisho. Maumivu yaliyokiandama kichwa chake tangu mchana yalimwondosha skuli kabla ya muda wa kawaida.

Upekuzi wa jicho la Miftaha ukaanguka kwenye shina la mwembe lililokuwa kando ya njia kuu. Majani yamelizunguka. Mshangao ukampata Miftaha kwa kile alichokiona pale.

"Ni nani anayegaragara pale muda huu!" Alijisemea kimoyomoyo.

Siahi ya maumivu ikasikika masikioni mwake. Mzee anagaragara chini. Macho ya Miftaha yakayakinisha kuwa ukelele ule ulitoka kwa bibi yule. Miftaha akasogea na baiskeli yake. Chini mchangani, bibi alikuwa anagaragara na mguu wake wa kulia ukivuja damu. Huruma zikaukamata barabara moyo wa Miftaha. Harakaharaka akalitupa baiskeli lake chini na kumsogelea bibi. Hakuwa maarufu machoni mwake.

"Mwanangu nyoka amesha…" Maneno ya bibi yalikatwa na pumzi za maumivu. Miftaha akajua kuwa bibi ametafunwa na nyoka.

Akarudi sehemu iliyokuwepo baiskeli yake mbiombio. Akachomoa tambara lililochomekwa kwenye mpira uliozongwazongwa kiti cha nyuma cha baiskeli. Akalirarua na kuligawa sehemu mbili. Ameghumiwa. Akarudi kwa yule bibi na kuukaza mguu wa bibi kusudi sumu ya nyoka aliyemuuma isimuenee. Akamzoazoa bibi na kumweka kwenye fremu ya baiskeli. Mwili tepetepe wa bibi huyu ukampa taabu kuuweka kwenye fremu ya baiskeli. Akapambana kiume almuradi bibi afike hospitali. Shida ya bibi huyu ikawa tiba ya kichwa cha Miftaha. Hii ilikuwa moja ya hulka zake. Shida ya mtu mwengine aliifanya shida yake wakati wowote. Akarudi njia ileile aliyotokea kwa lengo la kumpeleka mgonjwa wake hospitali.

Jengo kongwe lililojitenga na mji lilimeza na kutema watu kila wakati. Wengine walikuwa wakitoka na wengine wakiingia. Takriban wengi walioingia walibeba sura za huzuni na kuliongezea huzuni jengo hili lililoipoteza rangi yake ya asili.

Jengo lililobeba mwonekano wa kusahaulika katika uso wa dunia. Harufu ya madawa ilipenya katika anga na kulifunika eneo la ndani na nje. Sauti za watu zilipanda na kushuka. Zikagongana angani. Zikavurugikia masikioni mwa watu. Mtafaruku. Vilio vilisikika baadhi ya wakati; Vyengine vilipasuka na sauti za maombolezo. Vyengine vikachanganyika na bembelezo na vyengine vilikuwa vya maumivu. Naye mgonjwa wa Miftaha alikuwa akiugua kwa maumivu.

Sauti ya bibi mmoja aliyekuwa ameshika daftari jembamba kama ulimi wa paka ilipaa kwa hasira.

"Lipi mta'losema mnalo, mna kipi cha kujivunia! Panadoli mnaniandikia pia! Mtauza hadi hatua za miguu yetu ikanyagayo jengoni penu, lakini haya, kama shida yenu mtuuwe basi hatufi ila kwa *kudura* ya Mungu."

Palikuwa na dirisha la dawa. Watu wamelizunguka. Wamechuchumia. Wanamtazama daktari mmoja. Kila mmoja ananyoosha mkono wake kupeleka daftari. Daktari alifanya kazi ya kulifungua daftari moja moja na kulisoma. Dawa iliyokuwepo pale ilitolewa bure. Na nyengine wagonjwa walielekezwa kununua nje ya hospitali. Manung'uniko na minong'ono. Dawa zilizokuwepo ni kidogo kuliko zilizokosekana.

Miftaha akacheka ndani kwa ndani bila ya kuikunjua sura yake. Maneno ya bibi hayakuwa ya mzaha, bali yalibeba hisia nzito. Akamchukua mgonjwa wake na kumweka kwenye mikono yake miwili. Akasimama naye na kumuingiza hospitalini. Macho yake yakazunguka kwenye kuta na chochoro za jengo lile. Pengine anaweza akapata maelekezo. Hapakuwa na maelekezo yoyote. Alitamani apate msaidizi japo wa kumuelekeza pa kumuweka mgonjwa. Hapakuwa na msaidizi aliyefanya hivyo. Wauguzi waliokuwepo wote walijishughulisha na kazi zao pasi na kujali kilichoendelea pale. Miftaha akachelea sumu ya nyoka kumwenea mgonjwa wake mwilini.

Vitanda vilipangwa safu kutoka ukuta hadi ukuta. Vyandarua vilining'inia kwenye majiti mawili yaliyolazwa juu. Yakashikiliwa barabara na kamba. Zaidi ya tundu zake za awali, kuna ziada ya matundu yaliyoibuka hapahapa hospitalini. Mashuka meupe. Yamebadilika sura. Kinachoonekana kwa mbali ni nembo ya hospitali. Hii ilikuwa na rangi nyekundu. Madoa ya damu za mbu hayakuacha kuyaweka alama mashuka haya. Yamekuwa rangi ya kiza kilichofunikwa na mawingu mekundu. Miftaha alishughulika kumtafuta daktari kwanza.

Akamkabili muuguzi mmoja aliyekuwa ameshika kitabu mkononi. Amekaa juu ya kiti na miguu akiitingisha. Akaulizia kuhusu daktari aliyekuwa mtoa huduma kwa wakati ule.

"Yupo nje hapo nadhani." Kauli hii aliitoa pasi na kumtazama muuliza swali. Kisha akaendelea kusoma kitabu chake. Miftaha alitoka nje akimuacha mgonjwa wake juu ya kitanda kilichokuwa kitupu. Anageuka kila upande. Anaugua. Ameushika mguu wake. Anafumba macho na kufumbua. *Wapi hapa? Sawa na kule porini. Mbona kelele! Amenileta wapi huyu mimi? Ni nani huyu aliyenifikisha kwenye pori jengine?*

Ndani ya macho ya Bi. Tausi mlijaa kiza. Harufu ya madawa ilipenya puani mwake. Na kelele zilizokuwa zikiendelea kuchagiza chumbani zikaingia kwenye ngoma ya masikio yake. Maumivu yalizidi kila dakika ziliposogea. Ukali wake hakuweza kuufananisha na chochote. Maumivu yalitembea hadi usoni – ndipo alipoanza kujihesabia dakika kwa kupoteza matumaini ya uhai wake.

Mwendo wa Miftaha haukuwa wa kawaida. Kweli, daktari alikuwa ameketi na vijana chini ya mti. Anacheza karata kando kidogo na hospitali. Miftaha alipolenga jicho lake ubavuni mwa duka lililopakana na hospitali alimwona daktari. Na alijua kuwa huyu ndiye daktari wa zamu wakati ule. Naye akajiridhisha kuwa yule ndiye mlengwa wake. Moyo wake ukamsukuma hadi pale alipokaa daktari.

"Samahani daktari kuna mgonjwa yuko hali mbaya, naomba msaada wako." Alisema Miftaha kwa sauti iliyobeba sura ya unyonge na unyeyekevu. Daktari hakuinua kichwa chake. Viganja vyake vilikuwa vimeshika karata. Anachomoa moja moja na kuiweka juu ya baraza. Akawasubiri wenzake wateue za kwao. Mchezo umenoga na kila mmoja ameshughulika. Aliyesafiri, akasafiri akiwa amekaa. Aliyeoa, akaoa na kuolewa bila ya sherehe wala mwaliko –Hivyo ndivyo mchezo ulivyokwenda. Macho ya Miftaha yalikuwa yakiyashuhudia yote haya. Kisha masikio yake yakasikia majibu ya daktari.

"Kijana, mimi mwenyewe ni mgonjwa hapa. Au hujui kuwa sisi madaktari ni wagonjwa pia, na…….." Akakatishwa na sauti ya mpinzani wake katika mchezo wa karata.

"Ramba, aaaah! Mimi si wa kuchezea, nimekuoa, oyooooo. Daktari leo ngoma imekuelemea. Ngoma nzito hii."

"Bwana si huyu amenizungumzisha". Daktari akajitetea huku kidole akikielekeza kwa Miftaha pasi na kumchanganyia macho vyema. Kisha akaendelea.

"Sisi wenyewe wagonjwa na tiba yetu hatujaiona! Vilio vyetu havisikiki maana tuna sauti ndogo. Ila nyinyi mnataka tuvisikilize vilio vyenu, je vyetu avisikilize nani?" Daktari alisema bila ya chembe ya wasiwasi. Kibaya zaidi, hata aliyekuwa akijadiliana naye hakumwangalia machoni.

Hasira zikampanda Miftaha. Yote haya yaliyokuwa yakimtokea mbele ya macho yake yaliukata vipande vipande moyo wake. Yakagusa hadi uchango wake. Akahisi kama aliyechomwa mkuki wenye sumu. Kichwa kikamgonga kwa nguvu. Hapo akakumbuka kuwa yeye mwenyewe ni mgonjwa wa kichwa siku ya leo. Ametoneshwa. Kisha akayarudisha tena palepale mawazo yake.

Mbona tunajisahau sisi na kazi zetu! Kisisi hatuna. Lakini binadamu tumezidi ukiritimba. Hatujali. Utashi, maslahi na umimi – Hivi ndivyo tunavyoviweka mbele. Vinatuongoza badala ya sisi kuviongoza. Dharau, kiburi na ufedhuli – Haya tumeyafanya maji ya kunywa. Tunajitafuna ndimi kwa kuwasimanga wenzetu. Madaktari wetu, mbona baadhi yenu munayapa mgongo maadili ya kazi zenu? Tunajua kuwa bado hamjawekwa kwenye daraja la juu. Hamujapewa hadhi kama ilivyo hadhi na kazi yenu. Ila mnapoangalia upande mmoja mkauonea upande mwengine, itakuwa hamujatenda haki.

"Kwa hiyo, unataka kuniambia kuwa wagonjwa wetu tuwaache wafe?" Miftaha aliuliza kwa ghadhabu.

"Kufa! Mh! Sasa wewe unafikiri mimi unayeniita daktari niko hai! Kwa lipi la kusema niko hai, mimi mwenyewe ni *maiti kwenenda!*" Daktari alimtupia macho Miftaha. Hakumtambua. Aliendelea na mazungumzo yake.

Muda ulipozidi kupotea, hasira zikamzidi kimo Miftaha. Akasimama katikati ya duara la mchezo wa karata. Wachezaji wote sita, akiwemo daktari, wakamtazama Miftaha. Kijana mmoja alisimama na kuinua mkono wake kwa lengo la kumpiga. Daktari akasimama kumzuia.

"Hapana, usimpige. Kumbe *teacher* ni wewe! Samahani bwana, hata sikukujua".

Pumzi zikapishana kwa nguvu kwenye tundu za pua ya Miftaha. Zikakaribia kuipasua pua kwa nguvu ya utokaji wake. Macho mekundu. Uso ameukunja. Damu inamchemka. Akajaribu kuzidhibiti hasira zake isije ikawa ile ya *hasira hasara*. Ila mdomo wake haukuweza kulinyamazia hili.

"Kwa hiyo, wewe daktari unamtibu umjuwaye tu!" Miftaha akahoji akiwa amekamatwa mkono na daktari wakisogea pembeni. Amesimama wima. Amezidi uzito ardhini. Daktari anamvuta Miftaha pembeni, lakini Miftaha hafurukuti. Macho ameyafumbua yoteyote. Ameyakodoa kwa yule aliyetishia kumpiga.

"Jiheshimu. Ji...jiheshimu tafadhali. Heshima kitu cha bure. Acha ujinga." Kweli leo Miftaha amekasirika. Baada ya kutema donge lake akasogea kule alikovutwa na daktari.

"Ah, *no,* hapana mwalimu bwanaaa, tumechoka sana. Kazi tangu asubuhi leo. Alau tunapumzisha vichwa pale....na, muda si mrefu wamenichefuwa hapa. Mwalimu, wamenichefuwa maana amekuja kiongozi mmoja hapa na kututukana. Amesahau kuwa sisi muda wetu mwingi ni kujitolea. Malipo gani wanayotulipa ya kutudhalilisha mbele za watu! Ndio maana nilikuwa najipoza moyo. Nimepoteza hamu ya kufanya kazi saa hizi. Nisamehe sana kwa maneno yale."

Wakati huu daktari aliongozana na Miftaha kuelekea ndani ya hospitali. Miftaha alitikisa kichwa. Akamtazama tena daktari. Huyu alikuwa mmoja wa madaktari maarufu hospitalini hapa.

Alijulikana kwa jina la Charinda. Aliingia moja kwa moja hadi kwenye ofisi yake. Juu ya meza palikuwa na kipimo cha kupimia presha. Mafaili yalipangana upande wa kuliani. Na upande wa kushotoni palikuwa na kalenda ya mezani pamoja na saa ya mezani. Koti lake jeupe lilitundikwa juu ya msumari uliochopea ukutani kwa mwendo wa nchi tatu. Charinda akalipachua na kulivaa. Akashughulika huku na kule. Inavyoonekana alikuwa akitafuta kitu. Punde, akamwita Miftaha. "Mgonjwa wako anasumbuliwa na nini?

"Ametafunwa na nyoka"

"Duh! Hajapatiwa *first-aid*?

"Dokta, yale yale mambo yetu. Mnajuana nyinyi. Tabia zenu jora moja. Mimi tangu nilipofika hakuna aliyeniuliza hata neno. Hadi nimekufuata wewe. Wewe mwenyewe…hatari. Tunafanya kazi kimazoea tu. Na kwa hali hii, a – aah, hatwendi mbele."

Charinda akatoka chumbani kama umeme hadi kwenye wodi ya wagonjwa.

"Yuko wapi mgonjwa wako?" Aliuliza Charinda huku akisogea kwenye vitanda vya wagonjwa wapya.

"Huyu hapa, bibi yangu."

Macho ya bibi yalikuwa yakitazama juu. Machozi njia mbilimbili yakitiririka mashavuni. Aliugua kwa sauti kutokana na maumivu kuzidi kukaza kila dakika. Bado hajapatiwa huduma yoyote. Daktari akataka kujua jina la mgonjwa. Miftaha akasogea mdomoni pa bibi. Akamtazama. Macho ya bibi yakamtazama Miftaha kama yaliyohitaji kitu. Midomo ya bibi ikatikisika kama iliyosema kitu. Sauti iliyochanganyika na kwikwi. Sauti ikatoa kilio cha kitetemeshi.

"Ta – u – si Bi – n – ti Sha – a – me"

Miftaha hakutaka kuuliza mara mbili mbili, alivyolisikia ndivyo alivyolitaja kwa daktari. Japo hakusikia vizuri.

"Anaitwa Mkasi Binti Shaame, nilimuona ameanguka baada ya kutafunwa na nyoka."

Kwanini asimpe huduma kwanza kisha aje aulize maswali. Kuna umuhimu gani wa majina kabla ya huduma katika hali kama hii aliyonayo mgonjwa. Mh! Bora nisilinyamaziye hili.

Mawazo haya yalinyererereka akilini mwa Miftaha.

"Daktari, naomba kwanza tumuwahi kwa huduma ili hii sumu isienee. Baadaye tutachukuwa taarifa kwa kituo kabisa." Alishauri Miftaha.

Daktari akamchoma sindano Bi. Tausi ili kuzuia sumu isiendelee kuenea mwilini. Wakati huu Miftaha alifanyiwa ishara ya kutoka nje ya wodi ya wagonjwa. Akamwacha daktari akiendelea na kazi yake. Kitambo kikapita. Punde daktari alitoka nje kumkabili Miftaha.

"Vipi dokta, anaendeleaje mgonjwa?" Kwa pupa ya kutaka kujua hali ya mgonjwa, Miftaha alisimama kutoka kwenye kikuta alichokuwa amekaa. Akasogea alipokuwa daktari na uso *umesawijika.*

"Mgonjwa hali yake si nzuri. Siku ya pili ikitokea kama hivi, mtu akitafunwa na nyoka, usijaribu kutumia dawa usiyoijua matumizi yake! Unaweza ukafunga kamba kama ulivyofanya ila mkimbilize hospitali majeruhi wako. Kuna dawa ambayo sisi hapa hatunayo. Imemaliza. Ni ghali kidogo bei yake. Inaitwa *antivenom.* Halafu *teacher*, Bibi ametaka kijana aliyemleta ende mara moja, amesema ana jambo anataka amwambie. Na amesisitiza licha ya kumkatalia kwangu. Amedai kuwa *kuagiza n'maviza.* Naomba uende tafadhali, amekataa kuniagiza." Alisisitiza daktari baada ya kutoa maelezo mafupi.

Daktari aliingia ofisini mwake. Akamwacha Miftaha akizungumza na Bi. Tausi. Alikuwa ameshampatia huduma ya kwanza. Pia ameshampiga sindano.

Miftaha aliingia wodini. Akamkuta Bi. Tausi ameegemeza kichwa chake juu ya mto. Macho ameyafumba. Kifua kinapanda juu na kushuka chini. Bi. Tausi alihisi kuwa kuna mtu amemsimamia. Akayafumbua macho kuthibitisha hisia zake. Mguu ulimchoma ndani kwa ndani. Maumivu yalimuanza kidoleni hadi kichwani. Kichwa kikamuuma. Hata fahamu zake zilikwenda na kurudi. Zikauhama ulimwengu kwa muda na kurudi tena kichwani. Alikaa kama aliyekuwa akiweweseka. Sauti ya maumivu ikatoka mdomoni. Mguu ulikuwa umefungwa bendeji baada ya kupatiwa huduma. Rangi ya damu ilionekana kwa mbali juu ya bendeji. Kivuli alichokihisi akakidadisi.

"Wewe ndiye uliyenileta?" Aliuliza Bi. Tausi. Fahamu zake zilirejeshwa na kumbukizi za tukio zima zikamjia.

"Ndio mama. Naitwa Miftaha."

"Mwanangu. Ahsante, miye naishi kijiji cha Maukio. N'nakuja mjini kutimiza utumwa wa shoga yangu aliyenileta huku. Ni mzee sana, tena wa miaka mingi. Kutokana na hali yake....." Kikohozi kikamkalia kooni. Akakohoa mara tatu. Akaugua na kuuweka vizuri mguu wake. Hapo alihisi kama damu imesimama. Ghafla, kama iliyomruka. Mzizimo wa vitanga vya mikono yake ukamshtua. Akaendelea.

"........basi hawezi kuishi siku nyingi na..na anataka nimtafutie kijana aliyeshiba uzalendo. Aliye na uchungu wa nchi hii. Bila ya shaka shoga yangu huyu ana zito kifuani. Ndio maana na mimi nimelibeba agizo lake mbelekoni. Hii ni kazi ngumu, ila ninamwomba Mungu. Safari hii nimekuja kwa nia hiyo. Nimetoka nilikotoka, nikapita nilikopita. Bila ya mafanikio. Nilikuwa narudi nyumbani. Hatimaye, nikaumwa na nyoka. Ah! Sasa nahisi nimekipata nilichokuwa nakitafuta. Wakati mwengine, heri huzaliwa ndani ya tumbo la shari. Nahisi imezaliwa."

Miftaha bado alikuwa ndani ya kitendawili. Hajakifungua.

Bi. Tausi anamtafuta mzalendo. Mwenye uchungu na nchi hii. Nchi hii yupo kwani? Sidhani. Miftaha aliidadisi nafsi yake impatiye majibu ya kitendawili cha Bi. Tausi, lakini nafsi yake nayo ikagoma.

"Wewe nimekuchagua." Pumzi zikamzidi Bi. Tausi. Akakohoa bila kupumzika kwa dakika nzima. Sauti ya maumivu ikapanda juu. Hata Miftaha akaugundua ubaridi wa mikono ya Bi. Tausi iliyokwisha nguvu. Ilibweteka kitandani kama kilivyobweteka kichwa chake juu ya mto.

"Nini bibi tena?" Miftaha akashughulika na kupatwa na wasiwasi.

"Mwa..mwanangu.... Nenda kijiji cha Maukio. Muone Bi. Msiri, kisha....."

Hili lilikuwa neno la mwisho la Bi. Tausi.

Neno lililokwenda sambamba na pumzi zake za mwisho zilizokuja juu na kifua chake. Akabahatika kushusha pumzi za ndani zilizosimama pamoja na mapigo ya moyo wake.

Sumu ya nyoka ilishaenea mwilini mwake. Kitambo kidogo baada ya Miftaha kusikia jina la Bi. Msiri likitajwa, akashtuka jinsi pumzi zilivyomalizika. Macho yalibaki wazi yakiwa na rikodi ya sura ya Miftaha. Hali aliyoiona usoni mwa Bi. Tausi ikampa mshtuko. Akabaini kuwa mgonjwa wake ameshaaga dunia. Miftaha akaisogeza mikono yake kwenye uso wa Bi. Tausi. Taratibu na kwa masikitiko, akaupangusa uso wa Bi. Tausi kwa kitanga cha mkono wake wa kulia. Akayafunga macho yake. Akalikunjuwa shuka kuanzia kichwani hadi miguuni. Akamfunika gubigubi.

Sura ya Nne

SIFA ya uwanja wa dunia ni kujifinya. Na unapojifinya huwakutanisha watu. Wakakutana kwa sababu nyingi. Yaliyofichikana kwenye moyo hubaki siri ya mtu mmoja. Yakitoka si siri tena. Sifa ya pili ni ile ya kujitawanya. Inapokunjua mbawa zake. Ikaunyuuwa uwanda wake. Watu hutawanyika kila pembe. Ikawa hakuna kuonana. Hakuna kutembeleana. Wakati mwengine sadfa ilizaliwa ndani ya tumbo la shari.

Hali asiyoitarajia. Hali ya kukata tamaa. Hii ilikuwa mara yake ya kwanza kujuana na Bi. Tausi. Safari ya kutafuta. Mtu hutafuta kitu kilichopotea. Bi. Tausi amekuja kutafuta. Aone. Kisha achague. Jicho lipi litakalomjuulisha kuwa huyu ndiye hasa mkusudiwa. Huyu ndiye hasa mlengwa. Jicho la ndani labda. *Asaa kheri.* Jicho pambanuzi. Kuna nini Maukio? Ana nini Bi. Msiri? *Ashiki* ya kutaka kuyajua yaliyomo ndani ya moyo wa Bi Tausi ikamtikisa Miftaha. *Akaraghibika* kuyafuatilia. Majibu ya yote haya hakuwanayo kamwe. Au labda tuseme yalififia. Muda ule Bi. Tausi anatembea kwa miguu kusubiri gari ya kwao. Kumbe kuna suudi ndani ya shari. Shari ya nyoka ikamsumu. Laa haulaa!

Bi. Tausi amefia mikononi mwake. Hawajui *akraba* zake. Maukio na Bi Msiri kuna siri gani iliyomteuwa yeye kuifuata na kuijua! Maneno mawili haya yalimkaa. Akayageuza ramani yake. Akayaweka mbele yamwongoze. Kama *imamu* na *maamuma.* Akawa tayari kuyafuata. Alijua kuwa Maukio ni kitongoji kilichoko ng'ambo.

Na Bi. Msiri, kwa alivyofahamu, aliishi huko pia. Kichwa kikamgonga kidogo. Akakumbuka kuwa kichwa kinamuuma leo. Kimetulizana kwa muda. Kinampa nafasi ya kuitimiza sadfa yake.

Daktari alithibitisha kuwa mgonjwa alishaaga dunia. Hakuna jengine la kufanya zaidi ya kumpa Miftaha mkono wa pole. Akamruhusu kumchukua maiti wake. Muda mdogo wa kujuana na Bi. Tausi, Miftaha alisafirishwa na mawazo yake kutoka pale alipo hadi kwenye ukuta mrefu. Mawazo yake yakagonga kwenye ukuta huu. Sasa akawa anauparamia ili aweze kukiona kilichokuwa nyuma yake. Nguvu ya ajabu ikauvaa mwili wake. Ikamnyanyua juu ili apate kuona yaliyokuwa yakijiri nyuma ya ukuta. Akamuona bibi ameinama chini kama aliyekuwa akiokota kitu. Alipoinuka alikuwa ameshika jiwe mkononi. Akalilenga juu ya mti na kuangusha maua. Bibi ameweza kulenga. Kulenga si kufuma. Lakini yeye amefuma. Kisha akatikisa kichwa akiashiria kuwa hakuwa na haja nayo maua yale kwa wakati ule. Akageuka nyuma ghafla na kumkuta Miftaha akiwa anachungulia. Bibi akacheka na kumwoneshea kidole yeye. Akaunyanyua mkono na kumfanyia ishara ya kumwita. Bibi gani huyu? Ndiye huyu. Ndiye aliyemleta mjumbe. Na mjumbe ameuawa. Laa! Mjumbe hauawi. Sauti yake ikabishana na sauti ya yule bibi.

"Mjumbe ameuawa." Sauti ya Miftaha ikasema. Na bibi akajibu "Hapana, mjumbe hauawi."

Aliibuka kwenye ule ukungu wa mawazo yaliyokuja na kumvamia. Akajitazama na kujihakikishia mwenyewe kuwa ile ilikuwa ndoto iliyompitia. Ila huyu bibi alikuwa na maana gani kuyafanya yote yale. Ndoto inahusu maua. Ameyapura kwa jiwe mwenyewe. Halafu akaachana nayo. Alipohisi kuwa kuna mtu anachungulia aligeuka. Miftaha akayakumbuka majibizano yake ya sekunde chache. Yote yaliyopita pale aliyaona yanazidi kumuumisha kichwa.

Miftaha akakumbuka kuwa maiti anahitaji kusafirishwa. Mawazo yamemrudisha pale pale hospitali. Usiku unasogea. Unaingia taratibu. Dunia ya kupishana hii. Kila kitu kwa wakati wake. Kila kitu na mahala pake. Si hivyo tu, bali kwa utaratibu wake. Kidogo kidogo jua lilififiliza mwanga wake. Halikufanya pupa kuondoka kwake. Kwa heri ya kuonana. Nampisha mwenzangu.

Aje naye awe nanyi. Kuku waliingia vibandani mwao. Wakalipokea agizo la jua. Sasa kweli si wakati wetu. Kila kitu kwa wakati wake. Kila kitu na mahala pake. Si hivyo tu, kila kitu kwa utaratibu wake.

Miftaha amekuasi kwao siku nyingi. Ila maelewano yake yaliacha taathira kwa watu wa pale isipokuwa baba yake. Lakini walinzi, madereva, wafanyakazi wa ndani – Wote walimpa heshima yake Miftaha. Walizikumbuka fadhila zake. Wakafurahi naye walipomkuta popote. Wakasaidiana naye pia. Dereva alipokuwa peke yake na gari, hakumpita pasi na kumchukuwa garini. Siku zote wema hulipa fadhila. Hata kama si leo lakini kuna siku utalipa. Yawezekana usilipwe na uliyemtendea lakini malipo ya wema hayana hiana.

Mtu wa kwanza kumfikiria ni dereva wa nyumbani kwao. Dereva wa baba yake. Maukio si karibu. Ni sehemu ya kilomita thelathini kwa *akali* ya makisio. Kanchape, dereva wa kitwana. *Chakaramu.* *Cheu. Masifa.* Mpenda watu na mchangamfu. Mdomo wake ulivuata tumbaku muda wote. Dereva wa miaka mingi. Amefanya kazi na Kitwana miaka mingi sasa kabla Miftaha hajahama kwao. Mpaka sasa Miftaha anaishi kwake bila mke. Mwenyewe hawezi kumkosa. Siri za Kitwana alizifungia moyoni. Naye akaambulia vijizawadi wakati mwengine. Hidaya ya *funga domo lako* kutoka kwa Kitwana aliitia mikononi mara nyingi. Alijitahidi kulifunga kama lilivyofungwa.

Alipotakiwa kwenda kumfuata mwanamke, alikwenda. Akatega. Aliponasa alimchukua garini na kumfikishia bwana wake. Na wale wa *night club* je? Kama kawaida. Alimsubiri bosi wake nje akivinjari. Akinywa na kucheza. Mipigo yote; *Dance, rock, pop na rege* aliicheza. Mtu mwenyewe kitwana, hodari wa kuigiza. Alijifanya mzungu. Akacheza. Mikono imeshikana na wanawake. Kila rangi; Majimama ya kiarabu, ya kizungu, yakihindi na kila mchovyo wa rangi alisuhubiana nayo. Waliojitosa humu kila wikiendi. Waliodai wamekuja kutuliza mawazo baada ya kuvurugwa na malimwengu. Waliokuja kubanja pesa walizoziokota kwenye bahati nasibu. Waliokuja kutimiza ada yao. Wote walikuwemo.

Mchezo wa polepole. Hatua mbili mbele. Rudisha mguu mmoja nyuma. Kisha ipaishe mikono hewani. Kwa madaha na madoido. Mkamate nyonga. Nenda naye. Zunguka.

Simamia vidole. Mawimbi ya muziki yalitiririka masikioni. Yakaufuma moyo wa kila aliyekuwepo pale. Yakaanguka na mezani zake. Watu wakayumbayumba nao. Mwili ukasisimka jinsi sauti ya mwimbaji ilivyopenya kwenye mishipa ya damu. Ikatelea na damu taratibu. Macho yakasinzia kwa utamu wa melodi. Dunia nyengine. Dunia ya maliwazo. Si maliwazo pekee, mapuuzo nayo je? Mara nyengine Kanchape alipata ofa ya kuingia klabuni na bosi wake. Siku kama hizi alijisikia na kuiona thamani yake ni tukufu zaidi ya Miftaha ndani ya nyumba ile. Siku hizi ni zile ambazo humfurahisha bosi wake kupita kiasi. Au pale jini la ulevi linapompanda kichwani Kitwana, humsabilia Kanchape kila kitu cha kuvinjari. Hupewa pesa shiba yake. Ofa za chupa za bia humkalia usoni. Naye akanywa hadi kuoga na kuogelea.

Kama aliyewasiliana na Kanchape. Nyoyo zao labda zilivutana kama sumaku. Miftaha amesimama. Anatafakari – Usafiri wa kwendea Maukio jioni angeutolea wapi? Gari ya korando ikabana breki kwa nguvu. Kama kawaida yake. Akatoa kichwa nje ya gari.

"*Teacher* nakuona. Vipi, mbona umezubaa? twende basi nikurushe home." Kanchape aliita. Sauti changamfu ikasikika.

"Njoo mara moja, kaka yangu. Nina shida. Hapa nina maiti nataka nimpeleke kwao. Lakini sina usafiri." Miftaha akamwomba Kanchape. Shingo ameilaza. Kanchape kinywa wazi kwa mshangao na mshtuko. Swali alilojiuliza ni kuhusu maiti – Ni nani aliyefariki?

"Nitakuhadithia subiri tumuingize garini. Wewe bila ya shaka humjui." Alijibu Miftaha kwa sauti ya unyonge na maombi.

Naye hakuweza kuupinga wito ule. Gari aina ya korando ilisogea kwenye lango kuu la hospitali. Kama iliyopangwa kwa ajili ya safari ya huko wendako. Kwa safari ya Maukio ilikuwa ni gari inayofaa. Sehemu hiyo alisikia kuna mabonde na tope. Kupata gari namna hii kungekuwa kuokota mndu bandani.

Kanchape hakuwa na safari muhimu muda huu. Ulikuwa ni wakati wa *kutia viringi* au *kupiga misere* kama waitavyo vijana wa leo. Wakaingia hospitalini kumchukuwa maiti. Juu ya kitanda amefunikwa gubigubi. Wakambeba hadi garini. Humo alilazwa kwenye viti vya nyuma.

***

Macho ya daktari, Charinda yalielekeza nguvu zake upande wa gari. Akaunyanyua mkono wake na kuupunga mara kadhaa huku gari ikiondoka pale ilipokuwa. Alijilaumu na kujitia hatiani kwa kifo kile. Alihisi yeye ameyagharimu maisha ya mgonjwa yule ambaye sasa ni maiti. Karata zimemtia *hamnazo* hata kwenye jambo la msingi. Lakini msingi gani wa wema unaojengwa kwa nguzo moja ya upande mmoja? Hilo nalo neno. Tena neno zito lililompitikia akilini. Ziara iliyofanywa asubuhi na Waziri wa Afya ilimtia uchungu na kumtia jeraha asilolisahau. Alibeba mzigo mzito wa lawama kwa makosa yake na yasiyomhusu pia. Akavuliwa nguo mbele za watu. Afadhali angepigwa bakora – Si mbele ya wafanyakazi wanzake tu, bali hata wagonjwa. Hili lilimuumiza zaidi yeye. Alipoondoka waziri na ujumbe wake na yeye hakuwa na nguvu tena ya kufanya kazi. Alielekea nje kujipoza. Sasa anajilaumu.

Ukweli na udhati wa mambo ni kuwa Charinda alisifika na kutajika sana katika mji ule. Upole wake na umahiri katika kazi yake ulimfanya awe kiungo bora katika huduma za hospitali yao. Kujitolea kwake, hata iwe usiku wa manane, kulijenga imani kubwa kwa watu. Lakini leo maamuzi yake yalimgeukia na kumtia jekejeke lililouperekecha moyo wake na kuunguza. Kikaja kiungulia nacho kikampaliza mate. Akauona moyo unamtibuka. Hapo ndipo alipofunga safari kuelekea nyumbani kupumzika. Moyo haukumtua kubaki nyumbani. Alirudi maeneo ya hospitali. Akaingia ndani na kutoka. Mwisho akaamua kubaki nje kwenye mchezo wa karata.

Charinda amefanya kazi ya udaktari zaidi ya miaka ishirini sasa. Ni mzoefu na mjuzi wa kazi yake. Baada ya kurudi masomoni kutoka Malaysia aliajiriwa kwenye hospitali moja kando kidogo na mji. Utendaji wake ukawashawishi wakubwa kumuhamisha na kumleta Chaleo ambapo ndipo anapofanyia kazi sasa. Amefungua hospitali yake ndogo mji jirani na kuajiri watu zaidi ya kumi. Ingawa hadi sasa yupo katika hospitali ya Chaleo, mawazo yake hukaa na kumshawishi kuacha kazi na kuendeleza hospitali yake. Ila wazo hili hupingwa na wengi miongoni mwa marafiki zake. Umuhimu wake ndani ya mji wa Chaleo unatambulika na kila mtu.

***

Usukani ukakaa ndani ya vitanga vya mikono ya Kanchape. Ameushika barabara. Alikuwa akiendesha gari hilo la *korando* lililokuwa likinguruma kwa hasira na kutapika moshi kwa uchungu. Miftaha ametulia kwenye kiti chake. Akili yake ikapeperushwa na upepo wa njiani uliopiga kwa nguvu. Wapi huku tunakokwenda? Wapi na wapi tunapita! Mabonde. Miinuko na miteremko ikaivuta gari. Kimya. Miftaha amenyamaza. Makapi ya mawazo yananing'inia. Yanazunguka. Yanapeperuka na kuachana mbali. Bibi amekuja kwa lengo gani? Amefunga safari kote huku. Amekuja, sijui ni kwa mguu au kwa gari. Lakini amefika. Amefuata nini? Mtu. Mtu mimi. Mimi niliyezaliwa na mwanamke mtiifu. Lakini baba hakuuona utiifu huu. Alimbeza na kumpiga. Mwisho akamfukuza.

Walipishana na gari moja moja wakati huu. Kila walipoingia njia za ndani kuelekea iliko Maukio, kimya kilizidi. Sauti iliyoweza kusikika waziwazi ni ile ya mvumo wa gari yao. Mwangaza wa mbalamwezi nao ukadhihirisha nuru yake. Miftaha akaliona pande la mwezi lilivyostakimu mawinguni. Akauona ule mmeremeto wake ulivyomtia wivu mtu kama yeye. Huko anakotoka, pamoja na unyonge wake, kumezungukwa na umeme. Ni nadra kuiona mbalamwezi kama aionavyo sasa. Aliamini kuwa ndani ya mbalamwezi kuna *ibra* anayoweza kuuibua. Ipi lakini? Akakumbuka wakati ule mama yake alipokuwa hai. Baada ya kupata akili zake, siku moja moja alimtoroka Kitwana na kulala kwa mama yake. Chini ya mbalamwezi. Juu ya mkeka. Wameketi kwenye duara. Walihadithiwa visaasili. Undani wa yale masimulizi waliibua mengi ambayo yalikuwa na mafunzo katika maisha ya sasa. Anakumbuka walipoanza kutazama juu pale mama yao alipowaagiza kufanya hivyo.

"Tazameni mawingu yanavyotembea. Yatazameni sasa yanavyopotea. Yameshauziba mwezi na kuula mwanga wetu. Hayo yameshauacha sasa. Mwezi mweupe. Unatumulikia pasi na kuuomba." Alishtuka kutoka katika kumbukizi zile na kujiona yumo kwenye mwendo. Sauti ya Kanchape ilimshtuwa na kumrudisha safarini.

"Hujanihadithia, lakini huyu ni nani? Nimesubiri hadi nimeona nikuombe unihadithie sasa."

"Loh! Niko mbali, kaka. Sasa ngoja nikusimulie ilivyokuwa..........."

Gari ilifuata njia na huku Miftaha akimsimulia Kanchape kuhusu Bi. Tausi. Ila hakumwambia kuhusu kauli ya Bi. Tausi inayohusu mtu aitwaye Bi. Msiri. Alijua jina la Bi. Msiri lina maana katika kila jambo. Ujio wa marehemu waliyempakia kwenye gari na ujumbe aliokuja nao pia una maana.

Taa kali zilipiga mbele. Zikamulika masafa ya mbali. Zikayafichua mashimo yaliyojificha ndani ya kiza. Zikayaonesha majani yaliyolala. Kiambo kilichokuwa mbali na mji kiliupokea ujio wa Miftaha. Sauti za vyura na nyenje zilitapakaa kila uchochoro kutoka majanini. Komba kwa mbali wakalia. Wakiwa mwanzoni mwa kiambo hiki, waliona mwangaza hafifu. Miftaha akamshauri dereva asogeze gari kule kule uliko mwangaza walau wapate mtu wa kumuuliza kuhusu Bi. Tausi. Walipokaribia waligundua kuwa ulikuwa ni mwangaza wa taa. Zimetawanya mwanga wake hafifu kupitia dirishani.

"Vipi, tushuke?" Kanchape aliuliza.

"*Yeah*! Tukaulize bora."

Wakaita mara ya kwanza. Kimya. Wakaita tena. Kimya. Walisikia nong'ono zikivuma chini kwa chini ndani ya kijumba kile. Sauti za watoto. Vilio. Madai na maombi. Zikagongana na sauti zao. Kanchape akaiongeza nguvu sauti yake. Hapo ndipo ilipopata kupenya. Ikapenya ndani ya sauti za watoto. Ikasikika. Mlango wa kumba ukafunguliwa. Mama mmoja aliyeshika kibatali mkononi mwake aliwasimamia mbele yao. Akawamulika wageni wake usoni ili awatambue. Wageni machoni mwake. Hakuwajua. Hakuna hata mmoja kati yao aliyemfahamu. Akataka kujua shida yao ili aweze kuwasaidia. Wakasalimiana vizuri na kuanza kuulizia.

"Bi. Tausi anaishi mbele kidogo. Hesabu nyumba kama tatu hivi utakuta bonde la mpunga. Nenda mbele kidogo utakuta kibanda kidogo kando ya shamba la miwa, hapo ndipo pake hasa. Lakini kwema?" Bibi aliuliza kwa wasiwasi. Akaiweka sawa kanga yake ya kifua. Alipopata jibu akaingia ndani. Miftaha na dereva wake wakaendelea na safari.

Walitembea mwendo mdogo mdogo sasa. Matope yamekaliana. Yakapondwapondwa na tairi za gari.

Kanchape akaitunza makini yake mbele. Uzito wa gari ukamshughulisha. Kila alivyojaribu kuiongeza mwendo gari iligoma kupanda. Ikabidi Miftaha na dereva wake watoke nje ili kulitafuta tatizo. Kumbe gari lao limekwama kwenye tope. Wakatumia mbinu zao kuikwamua gari yao ili waendelee na safari. Dakika tano zilipita bila ya mafanikio. Jasho likawaenea mwili mzima kwa taabu walioipata. Mwisho wakafanikiwa kuitoa gari. Ilipotoka ilikuwa imeenea matope kila sehemu. Mipira imechimba chini na kuweka alama zake.

"Duh! Hatari hii. Ikiwa korando inakwama hivi, je kingekuja kigari chengine kibovubovu ingekuwaje! Lile pale shamba la mpunga nadhani. Na ile pale nyumba tuliyofahamishwa." Kanchape akaonesha upande wa kuliani kwake.

"Swadakta, kaka yangu. Tuharakishe maana muda unatuacha mkono." Alihimiza Miftaha na macho yake yakiwa yanazunguka eneo lile kuyakinisha maneno ya dereva. Gari ilisimama mbele ya kijumba kilichoezekwa makuti. Mlango wake ulikuwa wa mabati. Nje palikuwa na uzio mdogo wa makuti uliotumika kwa ajili ya choo. Mwezi uliwawezesha kuyashuhudia hayo kwa jinsi ulivyokuwa na nguvu ya kutawanya mwangaza wake.

Mlango ule ukavutwa ndani na kuyakashifu mandhari ya uani. Hando mbili zilikuwepo katikati. Pembeni palikuwa na vyombo vichafu vilivyosubiri kuoshwa. Tundu la njiwa lilikuwa likining'inia ncha ya paa la nyumba. Yote haya yaliwekwa jahara na mwezi mdande uliotawanya mwanga wake pale. Aliyekuja kuitikia hodi ni mwanamke mnene. Mkono wake wa kulia ulikuwa ukiyafikicha macho yake. Macho yanadai haki yake. Sauti yake ilififia ndani kwa ndani na kumezwa na kikohozi. Punde mtoto mdogo alimfuata mama huyu akiwa analia.

"Iiiii, maaamaaa! Hamadi kala mkate waaanguuuu." Kilio kilichorowana na mate kilisikika kikimtoka mtoto. Mafua chururu yalichiririka kutoka puani na kuishia mdomoni. Yakavutwa kwa ulimi na kwenda kusikojulikana.

Miftaha akabaini kuwa huyu alikuwa mtoto wa kiume. Hakuwa na hata tambara lililofunika angalau sehemu yake ya mbele. Mtupu.

Amejiachia. Kicheko kilimung'unyuka ndani kwa ndani. Miftaha akashindwa kukidhibiti. Japo alijaribu kukikausha juu ya paji lake la uso, lakini kilisogea – Hakikuzuilika. Akatanabahi kuwa wamekuja Maukio na jambo zito. Lipi la kuchekea? Basi tu. Amekumbuka. Utoto unapokosa tahayuri. Mara nyingi utoto haujui hizaya wala aibu. Sasa watu wazima ndio hujikosesha aibu kwa makusudi. Utoto hauchagui cha kufanya. Mafua yalivyovutwa puani. Kisha yakasukumwa mdomoni. Kwani watu wazima si wanafanya zaidi ya haya? Wanayabadilisha mambo kwa kuyatia ladha. Kusudi yale machungu yawe matamu. Asali hatimaye huwa chungu.

Akarudisha fikra zake. Wapi pa kuanzia hadi familia ya Bi. Tausi itambuwe kuwa Bi. Tausi hawanaye tena? Akili ikagonga kuta za ubongo wake. Ikenda kulia, haikupata pa kupenya. Ikarudi kushoto. Ikakutana na zege. Hapo ikabaki kusimama na kutafuta mbinu mpya ya kutoka.

"Hapa ndipo pa Bi. Tausi?" Miftaha akauliza.

"Ndipo, lakini hayupo tangu asubuhi. Kwema lakini?" Kwa wasiwasi uliochanganyika na hofu, akauliza.

"Tumemuokota akiwa ameumwa na nyoka. Tulipompeleka hospitalini hakuchukuwa muda akatu…akatutoka". Ulimi wa Miftaha uliganda katikati ya pango la mdomo wake. Maneno yakaning'inia. Kisha wimbi la pumzi likayasukuma nje. Juhudi za kuyarudisha kinywani hazikufua dafu. Upepo wa nje ulikuwa na nguvu zaidi. Ukayavuta na kuyaangusha chini. Yakamwagika na kugonga masikioni mwa yule mama. Moyo ukamdunda kama saa mbovu. Akauliza tena kama aliyekuwa hakusikia vyema.

"Vipi!"

Kuirudufu kauli yake kulikuwa kuzito. Miftaha hakutamani kusema kuwa Bi. Msiri amefariki. Lakini ni lipi jengine lingekaa mbele ya ukweli! Ni lipi lingeipiku taswira ya uhalisia ikiwa uhalisia umesimama katikati ya uwanda tambarare.

Hakuna. Hakuna linaloweza kuupindua ukweli. Ukweli ukidhihiri, uongo hujitenga. Hakuna linalouficha ukweli. Hata jabali zito hwenda likavunjika. Likasagikasagika. Hakuna jinsi zaidi ya kusema kilichowaleta.

La kweli lisimamapo, la uongo hujitenga
La kweli litokeapo, la uongo *halijenga*
Hubakia papopapo, hubaki kujisimanga
La ukweli *halipingwa!*

Mwili wa yule mama ukaachana na kunyong'onyea. Nguvu za ardhi zikauvuta na kuulaza chini. Akanyooka. Hakujifahamu wala hakuyafahamu yaliyojiri kwa wakati ule. Mwanamke hirimu ya yule mama alitokea. Yaliyokuwa yakisemwa aliyasikia. Kwa ukali akamtaka yule mtoto aliyekuwa akilia aondoke. Kilio kikazidi lakini hakuna aliyemtamza kwa wakati ule. Alilia mtoto kama aliyefahamu yaliyokuwa yakiendelea mbele yake. Sasa ikabidi kupepewa na kutiwa maji.

Miftaha akamfanyia ishara dereva. Wakafahamiana kuwa wakamchukuwe maiti. Wakasogea garini na kumbeba hadi ndani. Kilio kikapasuka. Watu wakaitana. Wakajazana kama koyokoyo waliogundua sukari mahala. Au kama ngumbi walioona taa. Punde yule mama aliyezimia akazinduka. Naye akaungana na wenzake kwenye vilio visivyozuilika. Miftaha hawakuendelea kukaa pale. Waliaga na kuwaacha watu wakiomboleza na kunyamazishana. Kilio kilipungua kadiri gari ilivyosogea mbele. Kikasikika kwa mbali. Kimya. Sasa mngurumo wa gari uliofululiza ukakamata barabara kubwa. Umeshaiacha barabara ya Maukio. Imekunja njia nyingi za mkato na kutokea kwenye barabara mpya ya lami. Mipira ikachuana vizuri na barabara.

Sura nyengine ya mji. Wakaanza kupishana na nyumba zilizozungushwa uzio wa kuta za haja. Juu ya kuta mlizungukwa na vichwa vilivyoshindana na mwezi kukifukuza kiza. Nyumba nyengine zikatawanya maelfu ya rangi za miwako na mimweso. Waa, waa. Zikawaka na rangi kupishana.

Hazikujulikana zilikokwenda. Zilikuja na kurudi tena. Mradi kila nyumba ikabeba fahari yake.

Sura ya Tano

ASUBUHI. Anga la samawati iliupamba ulimwengu. Ikaihuisha asubuhi mpya iliyokuwa ikichungulia ulimwenguni. Jua. Kidogo kidogo likaanza kujongea. Likachomoka lilikokuwa limejificha usiku kucha. Umande ukaanza kukaukiana. Ukasharabiwa na miale ya jua iliyokuwa ikipiga kwa nguvu. Makundi ya kuku waliyokuwa kifungoni yakapita. Nao wanautwaa uhuru wao. Sasa wapo huru kwenda, kususuma na kujitafutia riziki. Kila mmoja kwa *satwa* zake – Alielekea mashariki na magharibi kuvuna rizikiye. Ukavu wa ardhi haukuwaachia wajinafasi kupata wakitakacho. Walipata wakionacho. Na pengine hata wakionacho walikikosa. Wakati mwengine vikazuka vita baina yao. Wakapigania wadudu walioanguka kwa jua. Wakawarukia wale waliokosa nguvu ya kuendelea kudunda juu ya ardhi. Wakawavamia wale waliowazidi kwa umbile na nguvu. Hio ikawa riziki yao. Mizoga iliyotupwa na kukaliana. Iliyooza na kuozeana. Yote wakaipapia kama tunu iliyoteremka kutoka mbinguni. Chambilecho mshairi mmoja wa pwani aliyeunudhumu uhuru.

Uliponitoka nililia, uliporudi nikazimia
Nilipokukosa nilizimia, nilipokupata nikajifia
Nikafa kihorohoro, uhuru uliporudi

Nililiwa na mwenzangu, anila anijuwaye
Nikakosa vilo vyangu, eti mimi kama yeye
Changu si changu tena, mwenye meno ndo alaye

Siku hii ni siku ya ahadi. Ahadi ya kulienzi agizo la Bi. Tausi. Hakulijua aliloitiwa. Alililitabiri tu. Huwenda likawa na maana kubwa katika ulimwengu na walimwengu wake. *Kwanini Bi. Tausi afike mjini kulipeleka agizo la Bi. Msiri. Agano gani lililowekwa baina yao? Lipi alilonalo bibi huyu? Lazima tufunge safari. Lazima kutakuwa na ujumbe mzito. Ujumbe hai na wa maana. Naijali damu iliyopotea. Damu iliyopotea kwa kulitimiza agano lao mabibi. Nyoka adui. Nyoka umemuua Bi. Tausi. Loh! Daktari naye....Mh! Amefanya nini daktari! Daktari na karata. Daktari!*

Sauti ya ndani ikamjia juu Miftaha. Ikasema na kumsemeza. Ikamwita na kumliwaza. Kisha ikamuhimiza – Ende asirudi nyuma. Wito haukanwi, huitikwa. Kiitiwacho hukanwa kisipofaa.

Miftaha akaondoka na mafunda hadi kwa Machano. Wote wakawa tayari kwa safari. Ari imewasimamia usoni. Hamu imejaa moyoni. Ikahema ndani ya pumzi na kuhemka. Zaidi tamaa yao juu ya wito ule ikalalia kwenye fanaka. Kamwe haikuanguka kwenye hasara ya *potelea pote.* Wakasimama wakiamini kuwa watarudi wakiwa na kitu kipya. Tena kipya kifaafu. Kila siku waliota. Walitabiri na kuwaza kuwa ulimwengu wa mageuzi utakuja kwao. Ulimwengu utakaoota meno mapya na kuangusha yale meno ya maziwa. Mpya, utakaootesha nywele nyengine, si zile za ujusi zilizorowana. Huu ndio waliokuwa wakiutumainia. Wakaupambia fikra na kuufanyia kazi. Naam, waliutumikia kwa hali zote. Wakausogelea kwa nguvu zote. Ili uusogelee, basi uwe na nia. Nia itakupeleka. Nia thabiti lakini. Nia itakufikisha ulikokukusudia. Hivyo ndivyo ilivyowasukuma ari yao.

Mkoba wa ukili ulining'inia kwapani mwa Miftaha. Mlikuwa na mabuku na zawadi aliyoibeba kwa ajili ya Bi. Msiri. Bibi asiyemjua kwa kumwona. Lakini moyoni amejaa. Anapumua naye. Anakwenda naye na kurudi naye. Kalamu yake ilitundikwa kwenye mfuko wa shati lake – *Spido* ya buluu. Naye Machano alishika tambara jekundu mkononi. Akaipangusa baiskeli yake kwa tambara lililorowana. Tayari kwa safari. Imeiva. Kisha akalirudisha chini ya kibao cha baiskeli. Akalichomeka hapo.

Juu ya alama, saa mbili kamili, tairi za baiskeli mbili zikazunguka taratibu kuelekea Maukio. Zilitii amri ya usukani.

Zikaelekea kule zilikoelekezwa. Kata kulia – Nazo zikakata. Geuza kushoto – zikageuza bila kusita. Pandisha, kisha shusha mlima. Zikawa amri zilizofuatana, zote zikafuatwa mtawalia. Miti ikarudi nyuma na kuwaacha wao wakijongea mbele. Upepo wa miti ukawapuliza. Ukapuliza na kuwapunga. Hawakuuhisi. Misuli imevimba na kukakamaa. Inatii amri na kuzisukuma pedeli. Jasho linachururika. Wamerowana. Jasho linajaa maungoni. Kibao cha nyuma cha baiskeli ya Miftaha amestakiri Mafunda. Ameelekea upande mmoja, upande wa kushotoni kwake. Mguu wa kulia ameupandisha juu ya mguu wa kushoto. Amekamata barabara kuulinda usalama wake.

Muda mwingi, kama si wote, ardhi ya Maukio ilinyekenya. Viunga vyake vilifaidi neema iliyomiminwa. Licha ya yote hayo, miti ilionekana kuparama. Na hivi ndivyo nyuso za watu wake pia zilivyoonekana. Ardhi imekosa rutuba. Labda kama zilivyokosa nyoyo pia. Vilima vyengine iliwabidi wateremke. Ingekuwa vigumu kwa pumzi zao kufika kileleni wakiwa juu ya baiskeli. Wakateremka na kututumua vifua vyao. Baiskeli zilifuata tu kama vizuu. Safari yao haikuwa fupi. Zaidi ya saa mbili walikata njiani. Waliyakata masafa na saa. Safari yao haiukukatika. Walikwenda, na mazungumzo yamewakamata. Wanacheka na kufurahi. Wanakutazama mbele. Wanazitazama njia zilivyozimeza baiskeli zao.

Makundi kwa makundi yameenea njiani. Hawa wameizunguka meza ya samaki. Wanatafuta utowezi. Wale wamepanga safu na mabakuli yao. Ndani mna anuai za vifunguakinywa. Maandazi. Mikate ya kusukuma. Mikate ya ufuta. Mikate ya kumimina. Vitumbua. Mikate ya jemi. Mikate ya gole. Na wengine wamekaa na masusu yao. Mikate ya boflo imejazana na kukaliana. Sura za miji hazikupishana sana. Sura za vibanda vilivyooteshwa ardhini. Unyonge wa watu waliosimama na waliokaa. Ufifiaji wa maduka. Duka moja moja lilionekana kunawiri kimwonekano wa macho. Ndani ya tumbo la duka alimujua mwenyewe mmiliki. Bei za vitu zilishindana kwenda juu, si kurudi chini.

Hata sauti za miji zilifanana masikioni mwao. Walizisikia kupitia pepo zilivyowavumia. Zikawasemesha na kuwalalamikia.

Nafuu ilipotea kusikojulikana katika mgongo wa dunia hii. Hangesema kuwa imeshazikwa. Ila uhuru wa kusema kuwa nafuu i mahututi alikuwa nao. Si kwa sababu ya uhuru wa mahubiri tu. Laa! Inawezekana huo wa mahubiri umewekewa ngome kwa watu fulani. Ukaruhusiwa kwa watu fulani. Pia yawezekana. Nani asiyejua kuwa si kila mtu yu huru mji huu!

Kimya kikapita kitambo. Hakuna aliyemsemesha mwenzake. Mara kimya kikavunjwa. Miftaha akatabasamu.

"Safari iko ukingoni." Akawatia moyo wenzake.

Mkusanyiko wa watu ukamjuulisha Miftaha kuwa hawako mbali tena kufika walikokukusudia. Wanawake walikuwa sehemu yao. Na wanaume walijitenga kwao. Juu ya mkeka walikuwepo wazee kwa vijana. Hasa wazee walionyoosha miguu na kuegemea ukutani. Katikati palikuwa na chupa ya kahawa. Pembeni palikuwa na bakuli lililojaa maji. Vikombe vya kahawa viliogelea bakulini. Maji yameanza kupoteza rangi yake. Akaaye alikirimiwa tende na kahawa. Miftaha wakaungana na wenzao kwanza kabla ya kwenda kwa Bi. Msiri. Hapa ndipo palipokuwa na matanga ya Bi. Tausi. Wakajumuika. Walipopata kahawa na kuwaona wafiwa waliaga. *Ikhlasi* aliyoifanya Miftaha kwa Bi. Tausi ilimjengea sifa ya wema wa kutajika.

Kabla ya kunyanyua mguu pale walipokuwa, iliwabidi wamuulizie Bi. Msiri. Kijana mmoja aliyevaa kaptula aliwasikiliza. Mkononi ameshika chupa ya kahawa. Nywele zimetimka na kukaliana. Refu. Rangi ya vumbi la nywele ilizagaa kichwani. Shati lake la maji ya bahari lina vifungo viwili kwa hesabu. Mikono ya shati imekatwa makusudi. Alama ya vinyuzinyuzi vilivyotawanyika kwenye midomo ya mikono ilibainisha hilo. Ikaonesha kuwa ule ni mcherengo wa kisu. Mabaka mawili makubwa yalichora mchoro mkubwa ubavuni. Mchoro huu ulitaka kufanana na bara la Asia. Mara ukiuchanganyia macho linakuja bara la Afrika. Ukituliza umakini wako utalipambanua kuwa lilikuwa doa lisilosomeka undani wake. Yumkini ni utomvu wa ndizi umewacha alama ile.

"Bi. Msiri anakaa nyumba ipi?" Aliuliza Miftaha.

"Mnamjua mkimwona?" Yule kijana aliuliza na yeye kabla ya kujibu swali.

"Hatumjui. Ndio maana tunamuulizia." Mafunda aliwahi kujibu kabla ya yeyote. Anaoekana kukerwa na swali lile. Uso wake ulijikusanya pamoja. Mikunjo ikadhihiri kuonesha kusawijishwa na swali lile. Kisha akausawazisha. Akahisi arudishe ugeni wake. Arudishe sifa ya mgeni ugenini. Hasa mhitaji. Mhitaji mwenye malengo fulani.

Kijana alibaini kitu usoni mwa Mafunda. Naye akarudi kwenye hoja.

"Si mbali kwake. Ila pia yupo nadhani hapa matangani. Bahati nzuri mwenyeji wenu, Bi. Msiri yupo Matangani hapa kutwa kucha. Nimeona kivuli chake muda si mrefu. Subiri niangazeangaze huko kwa akina mama." Yule kijana alijibu kwa uchangamfu baada ya kuyaona macho makali ya Mafunda.

"Hayo ndio maneno. Lakini swali juu ya swali! Mh!" Mafunda alisema kwa sauti ya chinichini. Miftaha na Machano walitabasamu. Muda wote waliokuwa jamvini wakinywa kahawa, yeye Mafunda alikaa kando. Hakwenda hata kwa wanawake wenzake. Waliposimama wenzake naye alisogea.

Upande wa wanawake kulikuwa kumefinga wingu la vilio vya watoto wa Bi. Tausi na ahli zake. Bibi mmoja alikuwa akiwasindikiza wageni. Mkononi ameshika fimbo yake. Yule kijana alitoka hadi aliposimama yule bibi.

"Bi. Msiri, kuna wageni wako." Sauti changamfu ya kijana iliita.

Bi. Msiri alisogea waliposimama Miftaha. Walipomsalimia na kujitambulisha akawatambua. Faraja yake ikausuuza moyo wake. Matumaini ya kutimia lengo lake yakazunguka ndani ya mishipa ya damu. Wote walisoma kitu kwenye paji la uso wa bibi huyu. Alionekana kufarijika licha ya kuwa hakujuana nao wageni wale. Moja ya sifa ya bibi huyu, ni kuusoma uso. Sijui ni utu uzima wake na umri wake au ni kitu gani tuseme – hilo alijaaliwa. Alijaaliwa kuweza kuzama moyoni mwa mtu. Akaibua fikra za ndani za watu na kuzikashifu. Pengine kabla hawajasema lolote, yeye ameshasema undani wa kilichofichwa.

"Nimeshawajua japo sijawahi kuwaona. Imani yangu inaniambia kuwa ni nyinyi bila ya shaka. Ni nyinyi ninaowataka.

Subirini niage, maana leo ni siku ya kuvunja matanga – Kila mtu leo anatawanyika hapa."

Walitazamana kwa mshangao. Ajabu ya ucheshi wa Bi. Msiri, aliwachangamkia wageni wake kama aliyejuana nao miaka mingi iliyopita. Akawahakikishia kuwa ndio wao hasa anaowataka. Sijui amegundua nini kwa wageni wake. Kipi kimemthibitishia kuwa ndio wale hasa aliowakusudia. Sijui kwa nini! Imani yake ilikuwa thabiti. Imeshiba uhakika wa alichokidhani. Haiyumbishwi na shaka yoyote. Baada ya kuaga, aliondoka na wageni wake hadi nyumbani kwake.

Sura ya Sita

"KARIBUNI mkae" Sauti iliyokwaruza ilitoka kwa kujikongoja. Mikono iliyokunjana na ngozi iliyokamatana sawasawa na mwili ikakunjuka. Akautandika mkeka nje chini ya mwembe. Hapa ndipo *alipostahabu* kukaa Miftaha na wenzake. Roho zikawatua. Macho ya Bi. Msiri yangali ndani ya pumbao la ugeni asioutarajia. Ingawa ameshaubaini sasa. Agano lake linatimia.

"Subirini niwatelekee chai kwanza." Bi. Msiri aliitanguliza kauli yake ya ukarimu, lakini wageni walimwishia asiandaye chai. Hakukubali kirahisi. Aliingia ndani kwa muda wa dakika tatu. Akatoka na mkungu wa ndizi ya pukusa. Tabasamu limeufunika uso wake. Uchangamfu wake ukajitahidi kuficha huzuni zake. Bado zilijitokeza na kuunyemelea uso wake wa kizee. Huzuni haina stara. Huzuni haina nguo. Subra inaweza kuwa nguo mojawapo ya huzuni. Ila nguo huchakaa. Huzeeka kama anavyozeeka mwanadamu. Na hatimaye hufa na kuzikwa.

Hata kibanda chake nacho kilishazeeka. Pia kilihuzunika. Makuti yaligeuka chakula cha mchwa. Ungaunga yalimung'unyuka. Litoke jua tu, mvua kwake ilikuwa sumu. Asingependa kuomba mvua. Lakini jua tupu. A-aa! Dunia ingekuwaje? Dunia ingekuwa hali gani. Maisha yangekuwa na ladha gani? Jua likikausha huzuni. Mawingu yanaiosha kwa mvua. Upepo unasaidia uzazi wa mimea. Mimba za bustani zinavyonawiri na kuzaa. Yote hayo ni mzunguko wa maumbile ya jua, mvua na upepo. Vyote kwa pamoja.

Bi. Msiri hapa amefika. Pamemlea na kumkuza. Pakamlisha na kumlaza. Pakamliwaza, akaliwazika. Upepo wa pande zote ulimkuta. Ule wa kwenye mto wake nao ukapiga na kupuliza. Akabaki hapa kuutumikia uhai wake. Mwisho akawa anaisubiri ahadi yake. Ahadi isiyoepukika. Mwisho wa pumzi zake.

***

Kilichowasukuma kufika pale kikaanikwa mkekani. Hadithi ya Bi. Tausi yote ikasimuliwa. Ikayasogeza machozi yaliyojificha machoni mwa Bi. Msiri. Machozi ya kugida yalichururika hivyohivyo. Hakuweza kuvumilia. Alijibebesha hatia nzito. Asingekwenda mjini Bi. Tausi kama isingekuwa yeye kumtuma. Yakamfika yaliyomfika. Bado Bi. Msiri alijilaumu na kujuta. Kidogo faraja ikasogea kwenye ukingo wa moyo wake. Labda pale alipoziona dalili za matunda ya safari ile.

Miftaha akajitambulisha yeye na timu yake. Kila mmoja akataja jina lake. Ugeni ule aliupokea vyema Bi. Msiri. Akafurahi kumwona mkuu wa msafara ule ni mwalimu. Aliamini kuwa mwalimu ni kioo kipana katika jamii. Amezungukwa na kila mtu. Anapoamua kufikisha ujumbe, ana nafasi kubwa hasa kwa vizazi vipya. Ana umma. Vizazi vinavyotumainiwa kuleta athari kubwa katika mabadiliko ya jamii na nchi kwa ujumla. Vizazi vitakaposhikamana na wazazi. Pande zote mbili.

Historia ya Miftaha pia imekaribiana na ile ya Bi. Msiri. Wote wametoka katika familia za watu wa juu. Hili lingelimpa fursa nzuri ya kujadiliana naye. Wangepata kuufafanua uwiano na utofauti wa mfumo wa sasa na ule wa zamani. Akapata moyo pia kumwona mwanamke katika msafara ule. Mwanamke huyu kama yeye. Amekoseshwa elimu kama yeye. Wote wameonjeshwa kisha wakapokonywa tonge mdomoni. Alifarijika. Akaikunjua zaidi mikono yake kuwapokea na kuwakaribisha wageni wake. Alipomtazama Machano, fundi wa baiskeli na mkulima mwenye bidii, aliyagandisha macho yake. Akafurahi pia kumpata mtu ambaye ni mkulima. Mtu wa jamii ya kawaida. Kama yeye pia. Ingawa yeye hakuzaliwa nalo jembe. Lakini alikuwa nalo. Makuzi yake yalisimama na jembe.

Yakapambana sawasawa na ardhi. Jembe likafukua. Hili hili likamlisha. Sasa amegeuka udongo. Anamung'unyuka taratibu baada ya kurowa dhiki umri wake wote. Sema dongo hili limeshikana. Lau lisingeshikana tangu alfajiri, lingeshamung'unyuka na kusahauliwa.

Akapiga moyo konde na kulitazama jambo lile kwa sasa. *Mfu hafufuki kwa kilio. Nyamaza Msiri. Lenga macho yako mbele. Zitazame damu changa zilivyovuka viambo kukufuata. Zimeienzi sauti ya Tausi. Wape ulichowaitia. Wana ari. Wana hamu na shauku hawa. Usiwafiche. Wakati umefika. Mvuke kugeuka maji. Na maji kuwa mvuke. Vumbi kuwa mchanga na mchanga kuwa kokoto na mawe. Liteme sasa fupa lako".*

***

"Wanangu nalitema fupa. Nimelimeza zamani. Limenikwama tangu tumbili wangali watu. Si wakati tena huu wa kuliacha likauthakili moyo wangu. Imetosha. Huu sio wakati wa kuliacha likiubebenya mfupa wa kifua changu kikongwe. Nimelimeza fupa. Hakuna anayejua isipokuwa marehemu Tausi. Yeye pekee ndiye aliyekuwa wangu wa ndani. Aliyajua yangu ya furaha na huzuni. Nina imani kuwa m'metoka kwenye udongo wenye rutuba. Ingawa huwenda umeathiriwa na maji taka yapitayo kwenye udongo huo. Lakini sura zenu naziona japo kwenye macho dhaifu. Nazihesabu sura tatu hizi za matumaini. Zimeoshwa kwa mwarubaini. Zimeshikana na mwili uliokanzwa moto wa makaa ya miti yetu ya asili."

Wote watatu waliyakodoa macho yao kwa maneno yaliyofungwa ndani ya hekima. Wakathibitisha kuwa mvi zile hazikukaa bure kichwani kwa Bi. Msiri. Mvi zile ni ishara ya hekima na busara. Wakayapambanua akilini. Umakini wa usikivu wao ukaelemea kwa Bi. Msiri. Mkononi mwa Miftaha mlikuwa na kipande cha ndizi. Kipo katikati ya hewa. Kinang'ong'wa na nzi waliokuwa wakistarehesha nafsi zao juu ya *pukusa*. Ameshaila nusu yake. Kimya kidogo kikapunga na upepo. Ameshindwa kuimaliza. Akatanabahi kuwa nzi wameshughulishwa na kipande cha ndizi yake. *Akakibwakia* kwa pupa na kukisagasasaga kwa magego yake. Mkondo wa mate ukakiburuta tumboni.

"Mbona huandiki?" Mafunda alisema kwa ukali wa kulaumu.

"Oh! Nitaandika." Miftaha akajibu bila ya kupoteza wakati. Alidhukuru kuwa amejisahau.

Ingekuwaje kwa Bi. Msiri kuona vijana wa sasa wakileta usasa! Kuna usasa katika kuandika au kuna ukale. Kuna usasa au umilele? Tangu enzi na enzi, yapo maandishi. Yameishi na kuzaa. Yamejukuu pia maandishi. Ni nani asiyejua kuwa maandishi yapo. Pia hufa. Hufanyiwa hila halkadhalika yafe na kupotea katika sura za mashahidi. *Asahi* yake hupotezwa. Chakarachakara za mikoba zikasikika. Daftari dogo la kumbukumbu likatolewa mkobani. Miftaha akaweka kalamu yake vizuri kuandika kilichosemwa na Bi. Msiri – Kila cha muhimu.

"Wanangu, ningewakatazaje kuitumia kalamu? Ningeanzaje hasa! Sijasoma, lakini natambua kuwa kalamu ina nguvu. Nguvu yake inasimama kwenye ushahidi mzito. Inatosha kuwafedhehesha wenye *ghera* na *ghiliba* zisizopimika. Pia natamani haya niyasemayo yabaki kwenye maandishi. Nayo yatowe mchango katika kumbukumbu za maisha yale na haya. Andikeni. Andikeni kila nikisemacho, mkiweza kufanya hivyo. Kwanini msiweze na hii ndio asili yetu wanadamu. Sisi tuna asili moja na uhusiano wa moja kwa moja na kalamu maana ndio msingi wa mambo. Hebu tazama vibwagizo; Mwanadamu, kalamu na elimu. Vyote ni muhimu kulisogeza gurudumu."

Hapo uhuru wa Miftaha wa kuandika akitakacho kwenye mtiririko wa sauti ya Bi. Msiri ukaandama njia. Ukaifuata hadi kule ilikoelekea. Akaandika kwa ari kila alichokisikia.

"Kumeza fupa hakukati njaa. Wala si sababu ya kuwatia njaa wenye meno ya kutafuna na ulafi wa kupokonya. Laa! Sivyo kabisa hivyo. Wanangu, nimeshakula chumvi si haba. Nimependukia kuta za karne mbili. Yawezekana, ninayajua hayo wasiyoyajua mababu wa mababu zenu. Ninayo. Katika wahenga na mimi nimo. Maana *nishahengeka*." Maneno yaliyochanganywa na mzaha yalitoka kinywani mwa Bi. Msiri. Upepo ukayasafirisha hadi masikioni mwa vijana hawa watatu.

Sura ya Saba

ALIYEMULIKWA na nyota ya jaha katika familia yetu nilikuwa mimi peke yangu. Wote walikwenda na maji katika dhoruba ya ukatili iliyoikumba familia yetu. Tanzia. Upweke. Vikanivaa kisawasawa. Bado damu mbichi ilinizunguka mwilini. Hadi leo, baada ya miaka mia mbili na *ushei* kupita. Ninaisimulia hadithi yangu nzito. Jinsi wingu la mvua ya mawe ilivyoivunja familia yangu. Ikakatakata vigingi vilivyojikita ardhini. Ikaacha wingu la huzuni. Wingu kavu lisilo mvua. Labda, tuseme mvua ya machozi iliporomoka kama dongo la miambani baada ya ile mvua ya mawe. Mvua ya machozi pengine ilikuja kuponyesha huzuni zangu ambazo zingekuwa vigumu kuondoka.

Sikukijua ni kipi kilichonikosesha bahati mbele ya macho ya baba na mama yangu. Kwanini niwe mimi? Kwanini nilizikosa huruma za u – wana. Mwisho nikamwachia Mungu, hakimu wa haki. Hakimu wa mahakimu. Hakimu asiyedhulumu. Yeye pekee. Hakimu asiye upendeleo. Ni yeye. Hakimu asiyesahau. Sasa ndani ya mseto wa akili za kijitu kizima, na si kijitukizima tu, za kibinadamu pia, nawaombea msamaha wazazi wangu. Mwenyezi Mungu awalaki vyema na awarehemu akhera waliko.

Nilipata kusikia kwa watu waliowajua wazee wangu wakisema – Wengine kwa tashtiti na mzaha. Eti mimi nimepatikana kabla ya mama na baba kufunga ndoa. Hili likawa doa jengine katika ndoa yao na kwenye maisha yangu. Hukumu ya hili kamwe siibebi mimi. Lakini wengine walinibebesha.

Nadhani hata wazee wangu. Sijui kama lipo jengine zaidi ya hili lililojenga masafa marefu ya mahusiano yangu na wazee wangu. Lipi? Sikulijua.

Watu wa kando walisema pale walipopata kusema. Wakanishutumu kuwa mimi ni mwana wa.....! Siku zote neno hili sikuweza kulitamka hadi mwisho. Taswira yake ilinipa unyonge na kujishusha thamani. Lakini kwa hatia ipi? Sikuijua. Kama ni kuzaliwa nje ya ulingo wa ndoa, kamwe si mimi niliyepaswa kubebeshwa hatia hii na adhabu yake – Lakini haikuwa hivyo. Kitanda hakizai haramu. Na mtoto hawi wa haramu, bali kitendo ndicho cha haramu.

Mmoja alikuja na kunipa mapya ambayo sikupata kuyatarajia. Aliniambia kuwa mama yangu alikufa mimi nikiwa mchanga. Nikalelewa hadi kupata fahamu zangu. Tangu kukumbuka kwangu nilijikuta mikononi mwa Bi. Mrembo. Ninamwita mama. Na yeye aliniitikia. Si baba yangu wala yeye Bi. Mrembo aliyewahi kuniambia ukweli. Wote hawakuniambia kuwa Bi. Mrembo si mama yangu mzazi. Miaka mingi ilipita. Bi. Mrembo alichelewa kupata kizazi. Akanilea kama mwanae wa kunizaa. Mungu alimfungulia kizazi baada ya miaka kumi na tano. Mapenzi yake yakapungua kwangu. Akamfanya hata baba apunguze mapenzi kwangu. Maskini, siyakumbuki mapenzi ya mama yangu, Bi. Zaina. Niliambiwa kuwa alikufa baada ya kuyakimbia madhila ya nyumba hii. Ndoa yao ilibeba mitihani mingi. Ikakosa mapenzi pale baba alipoongeza mke. Akamdharau mama yangu, na hiki ndicho chanzo cha maradhi yake. Aliumwa sana. Msongo wa mawazo ukamtesa. Mwisho, mwili wake ukakutwa unaning'inia kwenye tawi la mzambarau. Kipovu kinafufurika mdomoni. Mama yangu. Huo ndio ukawa mwisho wa uhai wake. Haya ndiyo niliyofunguliwa na bibi huyu. Niliyathibitisha haya kupitia baadhi ya kauli za Bi. Mrembo. Siku alizokasirika, maneno yalimtoka tu.

"Tabia zako kama za mama yako, wewe."

Yupi? Si wewe? Nilijesemea kimoyomoyo. Siku ambayo mashetani yangu ya udadisi yalinipandia kichwani, nilimwendea baba yangu. Nikamdadisi aniambie ukweli. Kamwe hajawahi kuniambia. Alikasirika. Hakukubali kuwa kuna ukweli mwengine nyuma ya pazia. Hakutaka kuambiwa hivyo.

Japo macho yake yalimsuta. Ukavu wa macho yake ukakiri kuwa kweli, baba anayabereuza mambo. Lakini sikumlazimisha. Nilibaki kuumia. Mama yangu yuko wapi? Amekosa nini?

Kwa maumivu ya upweke yalivyo, sikufurahia kumwona mtu yoyote akidhalilika. Iwe kwa nafasi, kabila, rangi au tabaka alilitokea. Sikutamani. Sikufurahi kumwona mtu akijikweza mbele ya mwengine. Pia nisingetamani kumwona mtu akihukumiwa kwa kosa la mwengine. Iliniuma. Ikanikata maini. Tangu siku niliyosikia kuwa mama yangu alikufa. Tena kifo kibaya. Kwanini wanaume wanathubutu kuwanyanyasa wanawake! Wanawake wamekosa nini katika ulimwengu huu – Huu si ulimwengui wa wanaume peke yao. Ubora wa mtu umo kwenye matendo yake. Ubora si wa jinsia wala rangi. Haya ndio ninayoyaamini. Na sio kuyaamini mimi tu bali hata vitabu vitakatifu ndivyo vilivyoagiza.

Hii ilitokea kwa mfanyakazi wetu wa ndani. Alitumwa akatumika kwa lolote, wakati wowote. Hakuwa na zuri mbele ya baba wala mama. Alipofanya zuri alitwika lawama. Alipotengeneza aliambiwa ameharibu. Aliporekebisha aliambiwa amepangua. Alipovisha aliambiwa amevua. Yote haikuwa kiasi chake. Aliyemhurumia nilikuwa mimi peke yangu kwenye jumba lile. Nilimliwaza. Nikampa moyo. Rundo la nguo chafu lilimsimamia mbele kila asubuhi. Nikaingia kati *kumuauni*. Hapo midomo ya mama yangu, Bi. Mrembo ilimwaga cheche. Kilichokaa mbele yake, nililengwa. Kwa kosa lipi? Kutoa msaada wa hiari yangu. Labda. Kutendewa hayo kwangu niliona ingemfariji mfanyakazi wetu. Amepata mwenza katika mdomo wa chewa. Pengine akiachwa kutafunwa yeye nikatafunwa mimi, hupata afueni – Mapumziko. Chewa akiwa na meno ishirini, basi kumi yake, kumi yangu. Mgao wa faraja. Mgao kwenye dhiki. Kupunguziana machungu.

Kusema haki, baba yangu alisimama dede kwenye maisha. Hakukaa wala hakusota. Hakuomba wala hakunyoosha mkono kupokea kwa walioishi nje ya nchi. Alikuwa ndani ya gurudumu la wachache. Aliyemo yumo. Baba alikuwemo katika msafara huu wa mamba. Uteuzi ulipofanyika wa kuwateua mawaziri wa nchi, baba yangu alikuwemo.

Nisikiavyo, maana nilikuwa bado sijaliona jua. Baba yangu aliutumikia wadhifa huo miaka yake yote. Na mimi nikamkuta yumo kundini. Yumo anatumikia nchi, kama wasemavyo. Yumo anaamrisha na kutiiwa.

Hata lisilofaa kuamrisha wala kutiiwa. Yeye alivishwa uwaziri wa ardhi. Akatumika kadiri alivyotumwa. Pa kukata mapande ya ardhi na kuwamilikisha wenye haki na wasio na haki, alishiriki. Akajimilikisha na yeye maeneo aliyoyataka. Cha kusikitisha, alitoa amri ya kuvunjwa nyumba zilizokuwa karibu na maeneo ya barabara pasi na kuwalipa fidia waliovunjiwa. Kwa taharuki hiyo, wengine wakapoteza maisha. Na wengine wakaathirika kisaikojia. Lazima. Lazima iumize. Iathiri na kuvunjavunja mifupa yao. Umelala. Unaamka. Unawekewa alama ya X ukutani kwenye nyumba yako. Ukiuliza kulikoni. Unaambiwa hapakustahili kujengwa hapa. A–aa! Walioruhusu ujenzi ndio wavunjaji. Tena bila fidia!

Mtu amejinyima. Akajibana. Akakusanya na kuzichanga pesa kidogo kidogo. Alikaa na njaa kusudi ajenge. Leo ameshapata sehemu ya kujisitiri anavunjiwa nyumba yake kirahisirahisi tu. Walipojenga mlikuwa wapi hata wakaweza kujenga! Wengine wameshaishi miaka ishirini. Leo hii ndio hapafai kuwa na makaazi ya watu! Basi angalau walipwe fidia wakatafute sehemu nyengine ya kukaa.

Mfanyakazi wa ndani alifukuzwa baadaye. Sikulijua kosa lake. Niliumia mimi. Na mimi nikageukiwa. Nikatakiwa niyafanye majukumu yake kila siku. Masuria wengine waliendelea na kazi zao kikawaida. Kila mmoja alikuwa na majukumu yake. Baadhi yao walishughulikia bustani. Walinzi wa nje walipishana kwa zamu. Siku hadi siku. Waliokuja kuchukuwa maagizo ya bwana wao na kuyatimiza, walipata chochote cha kutia mifukoni mwao.

Mapambazuko. Sasa kumekucha. Ulimwengu ukachukua sura yake ya desturi. Hamu yangu ilikuwa ni kufua mtoni asubuhi hii. si kwamba maji ilikuwa shida kupatikana. Laa! Leo nilipata bilisi wa mtoni. Nyumbani maji yalitoka na kumwagika kila kipembe. Mifereji yote ilitapika maji. Sijui mama yangu aliamka na nini leo. Amefurahi na kunichangamkia. Akaingia jikoni na kunisaidia kazi. *Hakunighasi* kwa lolote.

Nilipomwambia kuhusu kufua mtoni hakupinga. Akamtaka dereva anipeleke na nguo chafu kisha aje anichukuwe. Hayakuwa masafa marefu kutoka nyumbani kwetu hadi mtoni. Mbona sijiamini! Vyereje leo, siku kweli hazifanani kwa sura, hufanana kwa majina tu. Mtoni kulikuwa na raha zake.

Nafsi yangu huwa tulivu. Huepuka kero na masumbulizi. Huiosha fikra yangu. Ndio maana nilipenda kufua mtoni. Siku hii nilipewa nafasi. Sikuzuiwa na mtu.

Mazoea yasikutese. Mazoea ni mapitio tu ya *jaala* au sadfa wakati mwengine. Yanapogeuka kuwa kinyume yalivyozoeleka yasikutese, maana si mateso. Ni sawa na mabadiliko ya hali ya hewa. Hugeuka. Na wengine hutabiri, maana kwa elimu yao waliyopewa na Mungu huviona viashiria vya yale wanayoyatabiri. Vyengine hutokea kweli. Na vyengine hugeuka na kuwa kinyume na matarajio yao. Yote kwa pamoja, tujikubalishe kuyapokea. Tukabiliane na ukweli na tujifunze kukubaliana nao. Haijawahi kutokea mchana kupindukia zaidi ya saa kumi na mbili. Halkadhalika, haujapatapo usiku kuvuuka na kuendelea kuishi ndani ya asubuhi. Lakini haya yote – Ya mabadiliko ya mchana na usiku na mpishano wake, ni mazingatio kwa wenye kutafakari na wapambanuzi wa mambo. Wenye akili. Si hao tu, bali wenye maarifa sahihi.

Nikashinda mchana kutwa mtoni. Maji kweli ni uhai. Kila nilivyoyatazama niliiona sura yangu ikielea. Nikauona uso wangu ukiyumbishwa na maji. Ukaenda huku na kule. Nikazitazama kazi za maji katika jicho langu la ndani; Yanaoshewa na kutakatisha. Yananywewa na kukata kiu. Yanazibeba meli na manuwari na kuzivusha ng'ambo ya pili. Maji hayo hayo, yanawahifadhi samaki na wadudu kadha wa kadha. Nilipotahamaki mchana ulikuwa unasambaratika. Jua linasogea karibu na lango kuu la mafichio yake. Njaa nayo ilinighasi na mwisho ikamezwa. Ikamezwa na jekejeke la joto la kile nilichokichukia. Kuishi ndani ya utajiri uliopoteza utamu. Utajiri wa utawa na manyanyaso.

Iko wapi faida? Muda wote huu nilikuwa nikimsubiri dereva aje anichukuwe kama alivyoahidi mama.

Kumbukizi zikanijia. Nikayawaza maneno niliyoyatamani siku zote yasemwe na mama, au kama nilivyoambiwa, *mama yangu wa kambo*. Yakanipitikia matendo niliyotamani siku zote nitendewe. Mama, mama yangu! Nikamkumbuka mama yangu mzazi. Nikajenga taswira yake. Sikuwahi kumjua kwa kumwona. Iko wapi sura yake? Sura njoo ndotoni. Niliita. Lakini haikuja.

Angalau ningeyapata kwa mama huyu niliyenaye sasa mapenzi. Nilichokikosa kwake ni zaidi ya uhai. Mapenzi ya kupembejewa na kuchagua. Na yale ya kuomba na kuridhiwa, au kutunukiwa. Mapenzi ya mama. Mimi niliyakosa. Yote haya yalinipitia akilini. Nikatahamaki muda umetangulia mbele zaidi ya pale nilipokuwa. Wala haurudi tena. Shehena ya nguo ilikuwa kubwa mno. Vipi ningeliibeba pasi na msaidizi. Matarajio yangu yameshapotea. Hakuna dereva aliyekuja. Isije ikawa *kigeugeu* cha mama kimemzuia dereva. Pia yawezekana.

Nikazifunga kwenye shuka moja kubwa. Fundo likafungika barabara. Nikajitwika na kuanza kusota nazo hadi nyumbani. Kimya. Hakuna harakati zilizoendelea. Si bure!

Sura ya Nane

PANDIKIZI la jumba limesimama ndani ya kimya kilichoambatana na joto. Jumba limejikusanya na kujitawanya kwenye uwanda wa ardhi. Utadhani limeshushwa kutoka mbinguni. Kwa ukubwa, ujazo, urefu na upana wake. Ufakhari uliomezwa kila upande. Mwonekano huu ulilivuta jicho la kila aliyepita karibu yake. Ukamsimamisha. Ukamsimanga. Akabaki kumeza mate na kuandama njia. Jumba letu. Limezioga rangi na kuzitapakaa. Taa zilitawanyika kama matawi ya miti. Ziliwaka usiku kucha. Wakati mwengine hadi mchana ziliwaka. Ziliwaka kwa inda na fujo. Zikawapa unyonge walioishi karibu. Maeneo ya karibu kulitanda giza. Giza totoro. Na palipoibuka mwanga palififilizwa na ule mng'aro wa ajabu. Ajabu ya taa za dunia nzima kukusanyika kwenye jengo moja.

Ukimya mwingi ulinitia wasiwasi. Mlangoni kwenye ua hakuwepo mlinzi. Lango kubwa la chuma lilikuwa wazi. Ukaguzi wa macho yangu ukakiri kuwa si bure, lipo jambo. Nilipoyalenga macho yangu ndani ya bustani nikauona wekundu na umanjano wa maua ulivyojivuna na kujilabu. Ulivyozivuta pua katika anga la harufu yake. Ukazitamanisha roho kukaa katika vibaraza vilivyopenyezwa ndani ya miachano na mibaguko ya vishungu vya bustani. Ilikaguliwa na mfanyakazi wetu wa bustani kila wakati. Ikamwagiliwa maji. Ilioga na kuogelea. Ikapambwa na kupambiwa. Ikashamiri. Ikakatwa ilipozidi kusudi iwiane kwa kimo. Nilitamani wenye nafasi wazitendee haki nafsi za wanaowasimamia kama hivi. Hawakupenda bustani kuzidiana kimo bali walizisawazisha.

Njia ziliipangilia vyema misururu ya bustani. Miti mengine mirefu; mitufaa, michungwa na mistafeli. Mipea na mipapai. Upepo wote wakati huu uliyasusia mazingira haya. Virukia vya madirisha ya vioo vilibanwa – Havikuwa wazi. Labda kile kidirisha kidogo cha stoo. Dirisha lake halikuwa la vioo. Mabawa mawili ya dirisha hili yalikunjuwa mbawa zake kwa ndani.

Milango ilikuwa wazi. Sikuona ishara ya mtu. Ziii! Kimya kimeitawala nyumba. sikuzowea ukimya kwenye kasri hili. Hofu ikanisimamia mbele. Kivuli changu mwenyewe kikanitisha. Nikarudi nyuma hatua mbili. Nikasogea mbele tena kuukabili mlango. Sikusimama hadi jikoni. Nikaita. Mama! Mama! Mamaaa! Lakini hakuna sauti iliyorudisha jibu. Nikafika hadi jikoni. Nilichokiona sikuamini. Hatua ya kwanza. Woga. Hatua ya pili. Fadhaa. Hatua ya tatu. Huzuni na kilio. Ni nani aliyefanya unyama huu! Ni nani aliyediriki kuyatenda haya. Laa haulaa! Viumbe wamekosa imani. Wanafanya mambo wakiamini nguvu zao zitawalinda. Kichwa kiliniuma kila nilipoitazama damu ikielea sakafuni. Wekundu na weusi wake ukanitia kizunguzungu. Mama amenyooka. Roho yake imeshafarakana na mwili.

Sikuishia hapo. Pumzi zikanisogeza hadi sebuleni. Nikaishika nafsi yangu. Legevu lakini ilisonga mbele. Hivyo hivyo kwa kujisukumasukuma. Mshtuko. Moyo ukadunda kwa nguvu – Puh! Nini kimeikumba familia hii? Sikuwa na jibu. Mkosi au nuhusi? Wadogo zangu wawili wa kiume, hawa walikuwa pacha. Tayari wana miaka mitatu sasa. Mmoja amelala tumboni pa mwenzake. Mmoja alivuja damu kifuani na mwengine shingoni. Nini wamekosea hawa? Nani ameamua kuchukua hatua mikononi mwake! Japo sikupendeza mbele ya macho ya baba na mama, lakini niliwapenda sana. Wao walikuwa roho yangu ya pili. Wamenilea na kunikuza hadi sasa nimekua. Wadogo zangu walikuwa kidonda changu. Kidonda nilichochelea kung'ong'wa na nzi. Nikachelea kukitonesha pia. Niliwatunza wasidhurike. Niliwashauri na kuwaongoza kule nilikoamini kuwa ndiko kwenye mafanikio. Ila baba na mama waliona nawapotosha. Nilijua ndio upeo wa walimwengu wakati mwengine. Kubereuza mambo.

Kuyafunika mazuri kwa maana zao. Kisha wakayochochea mabaya – pia kwa maana zao. Lakini huwa maana isiyo maana. Hakuna hata mmoja kati yao aliyetoa pumzi na kuvuta ndani. Wameaga dunia kwa pumzi moja. Nikathibitisha baada ya kuvigusa vifua vyao. Vimetulia. Haviendi juu wala havirudi chini. Damu imewaruka. Wanazizima. Niseme, ukavu wa umauti umeshaisharabu damu yao ya uhai.

Nilijitisha kabla ya kutishwa. Ni mazingira au mazingara? Unyambi au kisasi cha mtu? Fikra zangu za upande mwengine zikanisahihisha. Ingawa sikuwa na uhakika wa kile nilichokiita mwenyewe kuwa ni masahihisho. Ndani ya siasa zao, toba sikio, nilisikia kuwa baba anapigwa vita sana na baadhi ya mawaziri wenzake. Hata hivyo, sikuwa na uhakika kuwa vita vyao ni vya chuki na uadui namna ya kufanyiana hivi! Yote niliyadhani. Haya yametokea kweli au naota? Sikumwona mlinzi hata mmoja. Pia nikashangazwa. Sikumwona mlinzi aliye hai wala aliyekufa.

Nilijikaza kiume kuyakabili mambo yaliyoubana moyo wangu. Yakaziziba tundu za pua yangu. Pumzi zikapita kwa shida na mashaka. Mapafu yakajaa pumzi. Uso wangu ukavimba. Macho yakageuka pilipilihoho. Njia mbilimbili zikajitengeneza mashavuni. Machozi tele tele. Yakatiririka na kuanza kudondosha matone yake. Makamasi yakajaa puani mapipa kwa mapipa. Ikawa kazi ya kujifuta machozi na kuyapangusa makamasi. Mengine nikayavuta ndani.

Nikamfikiria baba. Yupo ndani au ametoka. Njia panda. Miguu yangu ikanisukuma chumbani kupata uhakika. Lango la chumbani kwa baba lilikuwa limesindikwa. Zulia la manyoyanyoya kama mgongo wa kondoo lilinikaribisha mlangoni. Likanitaka niingie ndani. Nikasita. Kimya kizito kilinisimamisha mlangoni. Miguu yangu ilipolikanyaga zulia ikahisi ubaridi ulioirusha damu yangu. Nini? Nikajiuliza. Nikainamisha macho chini kama niliyevutwa na mshipa wa aibu. Uzi mrefu wa rangi ya buluu. Umechomekwa kwenye kibati kilichoshikana na gamba la pembe nne. Ndani mlikuwa na kipande chenye picha na maelezo mafupi – Kitambulisho. Afisa upelelezi! Kafikaje hapa? Amekuja kufanya nini? Sidhani kuwa ujio wake ni kwa ajili ya kufanya uchunguzi wa tukio hili.

Ubaridi wa kimya kilichotanda pale ulionesha dhahiri kuwa hapakufika mtu tangu kujiri yaliyojiri. Nikakiokota. Mikono inanitetemeka. Siimudu hata kidogo. Moyo ukaniripuka. Nini? Kishindo. Kitu kilipita. Nini? Moyo ukaniripuka. Ah! Kumbe paka. Paka alijipitisha kama aliyekuwa akisimamia ushahidi.

Nikayatuma macho yangu juu ya kitambulisho – Jicho la upekuzi na upelelezi. Macho yangu yakatazamana na macho ya sura iliyokuwemo pichani. Sura ile ikanikataza; Acha mara moja. Ondoka. Kimbia. Usijeukakifungua chumba hiki. Hata hivyo, sura ile haikuwa ngeni sana machoni mwangu. Huwenda mtu yule alishawahi kuja nyumbani. Pengine alikuwa mgeni wa baba. Bado miguu yangu ilitetemeka. Mikono ikafa ganzi. Nikahisi joto limenivaa na kunifunika.

Kitasa cha rangi ya dhahabu mlangoni kiliikusanya sura yangu. Ikawa ndogo kama peremendi. Kisha ikauvuta mkono wangu na kuukuza kadiri ulivyosogea. Sikuiona tena sura yangu. Imezibwa na ganja langu. Nikakifumbata. Mlango ukafunguka taratibu. Hadhari. Fungua, usifungue. Nenda, usende. Hebu ingia, hapana usiingie. Sauti mbili mbili zilijirejea masikioni mwangu. Za shime na za kuvunja moyo. Za kuamrisha na za kukataza. Zote zikanitia wazimu. Uchizi kamili. Mwaka wa hasara ni hasara. Mwaka wa kufikwa ndio kama ulivyo, kufikwa tu.

Zungusha. Nikazungusha kulia hadi mwisho. Kikagonga. Uwazi mdogo ukajiacha na kuitoa hewa ya ajabu iliyovumbikana chumbani. *Kupuu.* Likatoka kama *popobawa.* Hiki ndicho chumba nilichokizoea! Chumba cha uturi na marashi. Chumba cha aina lukuki za manukato. Ya Omani. Ya Dubai. Ya…ya..ya…Yote yalijaa humu. Moshi haukuzimapo. Ulirindima kwenye chetezo na kufuka. Ukafukiza na kutawanya harufu nzuri kila kipembe cha chumba. Bi. Mrembo aliyaweza mambo ya ule ulioitwa ustaarabu na umaridadi wa pwani. Kweli, ustaarabu wa kushughulika. Kujipamba na kupamba. Kubadilisha nguo kila dakika na saa. Akiacha dera la laki moja alivaa la laki tatu. Kila mtindo na mvao. Alivaa. Mabaibui ndio usiseme. Mrembo, Mrembo kweli. Jina limemsibu na kumsubu pengine. Alivaa yale yaliyojaa vito na punje za kung'ara.

Akayavaa yenye mikono mipana ya kuning'inia. Akajifunga na vilemba vya rangi zote za dunia. Uzuri ukatimia. Waliomwona akawavutia. Mama yangu. Leo amelala chini na damu zinamiminika. Mwisho wa dunia. Mwisho wa *ghururi*. Leo chumba kinatoa kupuu la damu. Damu iliyoenea.

Nguvu mpya ya kuusukuma mlango ikaingia kwenye mishipa ya mikono yangu. Nikausukuma hadi mwisho. Mkono mmoja umelala kwenye meza ya kujipambia yenye pande la kioo. Damu zilishakaukiana. Mwengine ulikuwa mvunguni. Vidole vilichungulia nje. Vinne kwa hesabu kwenye mkono huu. Kimoja sikukiona. Gimba la mwili wa baba yangu, Bwana Umea lililala chali kitandani. Macho yamefungwa. Damu ilikuwa ikivuja sehemu ya kichwani. Kitanda kimerowana.

Nikasogea nikiwa nimebebwa na ujasiri. Nikavutwa na ari. Miguu ikanyo'yon'gonyea. Mara nikauhisi mwili wangu mzito. Damu ikaniruka. Hapa ndipo uchungu wa dunia ulipojaa kwenye mate yangu. Hayendi wala hayarudi. Yametuwama mdomoni. Ya baridi kama yaliyotoka kwenye friji. Macho yangu yalikunjana kama niliyetoka usingizini kwa kulia kihoro. Kwikwi ikanipanda rohoni na kunishuka. Ikakirusha kifua na kukitua. Ikazibana pumzi na kuziachia. Nikaukamata moyo wangu kisawa sawa. Nao ukaniambia kwa sauti ya chini niliyoweza kuisikia peke yangu. *Fanya ukimbie. Fanya uondoke. Si pa kukaa hapa. Hapa hapakufai. Hawa si watu. Wauwaji. Wamwagaji damu. Wasio kisisi. Kimbia Msiri. Kimbilia ukujuwako. Kimbia na upotee machoni mwao.*

Machoni mwa nani? Nimkimbie nani? Nikimbie petu! Kwa nini? Hapa ni petu, mali yetu. Nimwachie nani. Sikujibiwa. Wala asingekuwepo wa kunijibu. Kitu cheusi kilinivuta chini. Nikainama kukichukua. Kilikuwa kipochi kilichotuna. Woga ukanizuia kukifungua. Ujasiri ukanilazimisha kukifungua. Nikakifungua hatimaye. Makaratasi yamejazana. Yamekunjwa na kuchomekwa kwenye vyumba vilivyokatwa ndani ya kipochi. Upekuzi wangu ukanisukuma kuitoa moja ya karatasi zile. Jina lililokuwemo lilikuwa lile lile lililomo kwenye kitambulisho nilichokiokota kwenye zulia.

Nimekaa chini. Sijui la kufanya. Mvumo wa gari nikausikia kwa mbali. Nyumba nikaiona ndogo. Bado nimo chumbani. Ikabidi niingie mvunguni mwa kitanda. Toba Mungu wangu. Nitauaminije mvungu? Mlango ukafunguliwa kwa shindo. Nusu duniani nusu akhera. Nilishaiweka rehani nafsi yangu kwa lolote lijalo mbele yangu. Pengine huu ndio mwisho wa mwanzo wangu, au mwanzo wa mwisho wangu. Maana kila lenye mwanzo halikosi kuwa na mwisho. Viatu vya buti nyeusi vilidunda utadhani vitadidimia ardhini sasa hivi. Sikuiona sura. Miguu ilizunguka. Ikenda na kurudi. Ikasimama. Woga ukaniandama. Dua zote nikaziomba. Ghafla akainama chini kuokota alichokifuata. Kipochi nilikitupa palepale chini baada ya kukichunguza ndani. Akainuka pasi na kulenga macho mvunguni. Kidogo moyo ukanitua. Kisha sauti nyengine ikafuatia nyuma. Ikahimiza.

"Fanya twende zetu bwana. Kwani hujaviona?"

"Tayari. Vyote viwili. Afadhali. Maana vingetosha kuwa ushahidi wa mauaji haya."

Sauti iliyokuwa nje ya chumba ikanadi kwa jeuri na kiburi. Ikapanda na kushuka ikiwa imejivishwa gonda la majivuno.

"Mawaziri kama hawa sisi tunapoteza tu." Sauti moja ilisema kwa jeuri.

"Unajua. Huyu juzi alisema kuwa raisi inabidi abadilike kimitazamo. Akasema kuwa sheria ya ardhi nayo ibadilishwe. Ati raisi asiburuzwe na matakwa yake na kundi lake dogo. Mh! Anajipendekeza kwa watu sasa huyu. Hajui kuwa hii nchi haikupatikana usiku mmoja. Haikupatikana kama tunavyokamata kuku na wanyama! Hajui?"

"Ah! Kumbe wewe unajua hivyo tu! Huna ujualo. Mambo yana wenyewe. Unajua kuwa ukaribu wake huyu jamaa na mke wa mheshimiwa mkuu ndio uliomponza?"

Nikashtuka kwa kauli ile ndani ya kiza cha woga. Ukaribu na mkuu. Mke wa mkuu! Mambo ya watu hayanihusu. Lakini iweje hadi watoto wahusishwe na hili! Bado nilitanzwa na utando wa mawazo. Watoto wasio na hatia wanauliwaje kwa kesi za wazazi wao!

Walibishana huku wakitoka nje. Sauti ikazidi kupungua kila sekunde. Ikamezwa na masafa. Ikapotea. Sikujua lipi liliendelea. Mwili wangu ulikuwa kama uliomwagiwa maji. Umeroana. Chapachapa. Jasho linatiririka. Nilikuwa katikati baina ya baridi na joto. Jasho lilinitiririka lakini sikuona joto. Upepo, sijui ulitokea wapi. Ukanipepea ila haukunitia baridi. Au niseme sikuuhisi kamwe. Hakuna nilichohisi ila woga. Kiza cha woga.

Sauti zikarudi tena masikioni. Zilezile. Walipopita chini ya dirisha la chumba hiki nikasikia tena maneno mengine yakiwatoka bila ya wasiwasi.

"Ah! Sisi tunatimiza utumwa tu. Mkuu mwenyewe anajua kwanini aka.." Sikusikia neno baada ya hilo. Kimya tena.

Kisha mlango wa nje ukafungwa kwa nguvu. Puh! Nikadamadama hadi chumbani kuelekea upande mwengine wa chumba cha baba. Kama niliyevutwa. Nikaangaza kwenye makabati na droo zake. Nikakutia majalada mengi. Nikachakura. Nikapangua, wala sikupanga tena. Kila nilichohisi kitakuwa na maana, kama si leo ni kesho, nilikibeba. Nyaraka nyingi nikaondoka nazo ndani ya begi la nguo zangu. Sijui kilinisibu nini kuamua kufanya hivyo. Kama ilhamu iliyonijia tu. Ikaniamuru kuchukua nyaraka na kila karatasi niliyohisi ina haja. Sikuweza kukunja kila kitu kutokana na mazingira ya hatari yaliyokuwepo. Pia, nisingeweza kubeba kila kitu ikiwa mimi mwenyewe sijaijua hatima yangu kutoka pale nilipokuwa. Mimi mwenyewe nimeelemewa na uzito wangu wa mwili. Uzito wa akili. Lakini nilizidiwa na nguvu ya ilhamu ya kuwa bora niwachie kila kitu. Niache chochote kile lakini si nyaraka. Nisiyaache yale ambayo akili yangu inahisi yatafaa. Sijui yangefaa kwa maana gani. Kwani kuna kifaacho siku hizi? Ndio. Tusiofaa ni sisi tunaoharamisha kila kitu. Tunaharamisha visivyotupendeza. Tunahalalisha vinavyozikuna nyoyo zetu. nilikunjakunja na kupunguza nguo zangu.

Sura ya Tisa

NDANI hamkaliki. Nje hamtokeki. Maiti wameenea. Damu zangu. Mama na baba. Pia ndugu zangu wawili. Cha kushangaza, hakuna aliyekuja mazingira ya nyumbani zaidi ya wale waliojitwika dhambi ile. Sijamshuhudia mtu mwengine kama ilivyo kawaida. Si aghlabu nyumbani kwetu kukosa watu – Waliokuja kutujulia hali. Wengine walimfuata mama kupashana hili na lile. Si haba, marafiki alikuwa nao. Tena wale walioshindana manunuzi na mavazi. Wakaoneshana matoleo. La jana na la leo. A–aa, hili lishapitwa na wakati. Wengine walikuja kuzidoea fursa za kuwapatia chochote – mradi nao wapate fungu lao kupitia kwa waziri wa ardhi. Riziki mafungu saba. Ila leo kimya kirefu tangu nirudi mtoni.

Nilitoka na kuingia kwenye banda la gari. Nikajificha nyuma ya gari ndogo aliyoitumia mama yangu katika safari zake, yeye na dereva wake. Hapa niliangalia usalama wangu. Jioni pevu ilizuka katikati ya mwangaza ulioanza kufifia. Wingu jeusi lilifanana na hali niliyokuwa nayo. Nimeshalia shiba yangu. Kipi ninachokisubiri kuendelea kubaki hapa? Pana lipi la kungojea? Kiza. Nilikitamani ili niselemee kule nisikokujua. Nisikokupanga wala kukutarajia. Nilikitamani kiza ili nipate kujifunika guo lake. Kikaingia. Ingawa niliuhisi kama wakati umesimama. Lau wakati ungekuwa kamba ningeuvuta na mimi nikaudandia kusudi nitoweke pale kwenye zahma ile. Na nikitoweka nisitirike kwenye giza. Mwezi ukachomoza ndani ya wingu jekundu.

Sauti. Zogo. Kimya. Vishindo vya miguu. Chakarachakara. Milango ilifunguliwa na kufungwa. Gari ziliingia na moto na kunyamaza. Baridi. Kisha zikaondoka. Nilijificha. Nikajua leo huku ni kupenya ngamia kwenye tundu ya sindano. Shuari sasa. Nikatoka. Nikaingia chumbani mwangu na kuchukuwa begi langu kubwa. Nikachagua harakaharaka nilichohitaji. Nafasi nyengine nikayatumbukiza makaratasi ya baba. Nikadamadama. Nikanyatia kama tumbili aliyeona ndizi mbivu.

Nikawa naifuata akili yangu. Akili yenyewe imepotea kwa muda. Nikaitafuta ili niungane nayo. Sikuiona. Iwapi akili? Kwa mbali nikahisi unyevuunyevu kwenye nywele. Tone la maji limenitojea kichwani. Sikutaka kujua lilipotokea. Kwa mara nyengine nikaitafuta tena akili yangu. Hii hapa. Nimeishika sasa. Labda ilirudishwa na lile tone la maji lililoniangukia kama sadfa. Ilivyoniambia akili na mimi nikabaki *hewalla*. Nikatii amri bila ya kuichuja katika kipimo cha ubongo. Nikatii amri bila shuruti kama wasemavyo wenyewe. Niliogopa kukamatwa na kufanywa kama walivyofanywa watu wangu. Hata tumbo lilinifa ganzi, maana njaa ilipotea. Sikuhisi. Sikujali wala sikufikiria. Niliwaza kufika nje. Kuokoka na kupapata hapo Mungu atakaponifikisha. Maana sikuwa napo.

Nilipotoka sikuuona hata mwili mmoja. Yote ilikuwa imeondoshwa. Imetolewa kabisa ndani ya nyumba. Machango yaliniwaka moto. Nikahisi kama yaliyokuwa yakisokolewa kwa visu vya buchani. Niliumia. Nikalia. Sauti ikanikauka. Akili ikaniruka. Sijielewi. Ni ndoto labda. Au yote haya yanatokea kweli! Mwaka gani huu wa nuhusi! Mwaka wa huzuni. Ama kweli, kua uone mambo. Nayaona kwa macho yangu mawili. Nayabeba kwa moyo wangu mmoja. Watu wanabeba mizigo. Wanabeba shehena. Wanasahau kuwa dunia mti mkavu, haya yote ni mapito. Tunakokwenda ndiko kwenye hesabu. Kheri adui shetani kuliko adui kiumbe.

Mapito tuyapitayo, twajikusanyia kuni
Matendo tuyafanyayo, lipi litatuauni
Twafanya tuyatakayo, hata yawe ya shetani
Akhera kuna hesabu, tusisahau twendako.

Ghururi zimetushika, tunasema bora tumbo
Tumo tunaaibika, kwa uchafu wa majambo
Kesho twenda fedheheka, huko ndiko kwenye mambo
Chenda funguka kitabu, siri ziwe uwanjani.

Sura ya Kumi

DORIA. Ilianza saa moja kamili za jioni. Kuzurura kuliwekewa kikomo. Aliyethubutu kuzurura pasi na kazi maalumu wakati huo alishughulikiwa na mkono uliojiita 'wa sheria'. Mkono uliojifanya mtakatifu zaidi ya vitakatifu. Ukawakamata wale uliowaona wakitembea muda walioita wao 'usiku'. Muda waliouona kuwa haukuwa wa binadamu wote. Ulimilikiwa na binadamu wale waliojiita walinda amani. Ati! Wakilinda amani! Wakajitwika taji la walinzi. Huku mabegani mwao mkinin'ginia mitutu. Magwanda yakawapa vichwa vitatu vitatu, si kimoja.

Iweje amani ilindwe, watu wadhibitiwe, halafu asubuhi mashamba yawe yamehujumiwa! Hiki kikawa kitendawili kwa jamii. Ni nani anayelinda? Nani anayelindwa. Au *vibwengo* wanag'oa mihogo mashambani? Wanaovamia majumbani na kuiba wakiwa wamefunika nyuso zao ni akina nani? Hawa mbona hawakamatwi! Wanaowabaka mabinti na wake za watu. Hawa ni nani? Ukiuliza, unaambiwa hakuna taarifa hizo. Hawa kamwe hawatuhusu na hatuwajui. Ni watu wasiojulikana. Hivyo ndivyo mtondogoo wa majibu ulivyofuatana. Watendwa walikata tamaa kesi zao kushughulikiwa. Walioshikwa na kudhihakiwa walikuwa wale waliohitaji huduma za dukani. Waliosahau kununua mafuta ya taa na vibiriti. Waliobanwa na shida za usiku. Si kwa makusudi bali katika hatua ya ubinadamu na kasoro zake. Walioumwa na kwenda hospitali. Hawa yaliwafika yaliyowafika. Wengine wakaozea magerezani. Wengine wakafa.

Wengine wakachezea mkong'oto wa bakora kama punda. Na wengine wakapotea. Hadi leo hawakuonekana. Ndivyo nchi hii mambo yalivyo.

Sikuwa na jinsi ila kutoka ndani usiku huo huo. Mtoto wa kike. Kigori, bado ni mwanamwali mbichi. Nilijua kuwa fisi walafi wangenivamia iwapo wangenikuta. Wala siwaiti fisi, stahili yao ni mafisi yaliyoshindwa kuyazuia mate yao yaonapo mfupa wa *mtu mke* ukipunga. Potelea pote. Mapambano yameanza. Uchungu wa kuipoteza familia yangu yote ulinifufurika. Ukajaa mapafuni. Ukaivimbisha mishipa ya uso. Ukazikunja nyama za paji langu la uso kama niliyeramba limau. Bora nitoke. Muda umekwenda mno. Nikapambane na ghadhabu zangu kwa adhabu zao. Rabi tusitiri. Kuendeshwa kichura, kupigwa bakora na kibaya zaidi, unyama uliokosa macho. Haya, ndio mambo.

Niliandama njia. Nikaduruduru na kudamadama. Nilijificha kila nilipoona ishara ya mtu. Kweli, askari walishatanda kila upande. Mwangaza uliozungukwa na moshi ukatokea kuliani kwangu. Nikasimama. Nikaimakinisha miguu yangu juu ya ardhi. Hapa palikuwa kwenye upenu wa nyumba ya Bwan'Saidi. Nilisikia sauti za watoto wakilia na kudai. 'Chai yangu. Mama, Babuali amelikata andazi langu.' Mama, kwa sauti ya khofu. Iliyonong'ona. ' Nyamazeni. Hebu mpe asituwekee kelele. Askari atakuja sasa hivi. Humuogopi wewe askari? Au nitamwita Babun'duma aje akuchukue 'ukooo. Mbali uko'.

Askari. Anatisha askari. Au analinda askari. Usalama wa mali na raia. Upi? A–aa. Huu wa doria labda. Mbona mji unazizima ifikapo usiku? Hata walio majumbani pia waliogopa kupaza sauti zao zikasikika na askari. Kimya chao kinalindwa pia! Furaha zao zimewekewa mipaka. Zisivuke kiwango! Zisifurutu ada! Wakati mwengine, walinzi wa nchi waliingia majumbani. Wakahitaji chai, wakapewa. Watu chango zikawatetemeka. Wakajinyima wao na kuwapa walinzi wa nchi, kama isemwavyo.

Sikujua ni muda gani, machozi yalitiririka. Nikalihisi tone moja limedondokea mkononi pangu. Ule mwangaza na moshi ukasogea karibu na pale nilipokuwa. Harufu ikaenea. Harufu gani?

Nikajiuliza. Kumbe sigara! Mh! Nikaziba pua yangu. Moshi wa sigara uliuchefua moyo wangu. Ingawa baba yangu aliifanya chajio. Akaifanya maji ya kunywa pia. Yeye hakuikosa hata mara moja. Mimi sikupatapo kuizoea. Nikarudisha sura yangu nyuma. Sekunde moja, mbili, tatu. Nikarudisha tena kujua upande alioelekea yule mvuta sigara. Alikuwa hayupo tena.

Nikasogea mbele hatua kenda. Kabla ya kuikamilisha hatua ya kumi nikasimama. Mguu wangu ulikuwa hewani. Katikati baina ya juu na chini. Katikati baina ya uhai na umauti. Nini tena? Nikauweka chini kwa hadhari. Uchochoro huu ulizungukwa na majumba mengi yaliyotoa chochoro nyingi nyembamba. Mapaa yalielekeana. Uhai wa majumba haya haukumbukwi tena na hawa wanaoishi. Historia, kama zingalipo ndizo zilizoijua asili. Uhai upi wa kuitwa uhai! Nyumba zilizofanya nyufa na kuoza boriti. Bati zilizotoboka kama chujio. Ukizitazama zinatoka machozi. Hazisarifiki kwa ukarabati wala kwa matengenezo. Sehemu nyengine zimeekewa mwega. Ziliitwa nyumba za vijiji. Kweli zilikuwa za vijiji. Walioishi humu wenyewe walifanana na nyumba hizi. Palipoharibika paliwashinda hata kuparekebisha. Pakabaki hivyohivyo palivyo. Walioweza alau kupaweka vizuri walipaweka. Ingawa si vizuri kwa maana ya uzuri. *Stirihali* tu.

Kumbe alikuwa mtoto. Shiiii. Aliumwaga mkojo karibu na kizingiti cha nyumba yao. Akaingiza *dhakari* yake surualini mbiombio. Mwanamke mmoja, labda alikuwa mama yake, alikuwa amesimama akimsubiri mwanawe. Walirudi ndani na kuufunga mlango mbiombio. Sikujua nimwelekee nani wakati ule. Nani angelinisitiri hadi kupambazuke? Nilijiuliza. Wengi waliotuzunguka hawakutupenda. Ninaijua sababu ya kupoteza upendo kwa watu. Kinywa cha baba yangu kilikuwa chepesi kutoa amri. ' Kuanzia leo hii ardhi itamilikiwa na serikali, hii yote ni ya serikali.' Wakati mwengine ilinyakuliwa mikononi mwa mtu. Tena mtu na nyaraka zake.

'Kata eka tatu, hizi za kwako. Na wewe huna kitu'. Baba yangu aliyagawa mapande ya ardhi kama njugu. Aliyagawa namna alivyotaka yeye. Watu wakamchukia. Wakatuchukia na sisi.

Miaka sitini ilipoanza kumsogelea baba yangu alipoa kidogo. Akafuia na kufifia. Taratibu akaonekana kuyachukia matendo yake. Akakerwa na rangi ya ngozi yake, au hata damu yake. Vyote vilimkera. Ajabu. Baba kurudi nyumbani na kuyakemea yale yaliyokuwa yakifanywa kwa mikono yake. Akinung'unika kila mara kwa matendo ya wenzake. Mara ngapi sasa, baba yangu alijibizana hadi kutukanana na wenzake. Kisa baba amewasemea wananchi wake. Nikadhani. Labda anajisafisha. Mto wa toba uko wazi. Wakati wowote unaweza kuogelea na kutoharika pia. Au ndio sababu ya kufanyiwa unyama aliofanyiwa? Nilijisemea. Msikiti aliufanya rafiki yake. *Tasbihi* mkononi kama mnyororo wa baiskeli, nayo ilining'inia. Yote yalipita na upepo wa dhana. Yakini sikuwa nayo kwa niliyoyawaza.

Sikuwaamini watu wa mtaa wangu. Walikosa imani kwetu, nami nikapoteza imani kwao. Walikuwa watu wazuri, lakini visasi vimejaa mioyoni mwao. Visije vikamalizia mwilini mwangu. Mh! Kwani baba yangu hakuwa na mtu hata mmoja wa karibu naye? Na mama yangu je? Wale mashoga zake mama waliokuja nyumbani! Wakaoneshana madera na mabaibui. Manukato na yaliyoingia mjini yote. Mbona wapo. Niende? Hapana. Siendi pahala. Wacha nisusume na begi langu. Nje ya mji kama nitapapata. Pengine na mimi nimo katika orodha ya waliokusudiwa kuuawa. Ni kweli wangenikuta wasingeniacha. Pia nikaogopa zaidi.

Mstari mrefu wa mwangaza ulikatiza katikati ya uchochoro niliokuwa *nikiutataga* kwa mwendo wangu wa kunyatianyatia. Tochi ikamulika karibu na miguu yangu. Nikarudi nyuma hatua mbili. Nikajibanza kwenye susu lililowekwa mezani. Hapa palikuwa pakitumika kuuzia samaki mchana. Mh! Vumba nimelivaa mkononi. Nikaupeleka mkono puani. Mungu wangu, kama mpagazi. Meza iliyosimamia miguu minne ilizibwa mvunguni upande mmoja. Ilizibwa kwa maboksi. Nikaona pananifaa kujificha. Nikae hadi huyu niliyemchukulia kama *bilisi mtu* aondoke. Wameifunga njia. Wanatuzuia. Ndani hamukaliki na nje wamekufunga, hakutokeki. Chini ya meza mlinipa mwasho wa miguu.

Mbu wakapata riziki yao. Waliokosa bahati kama mimi wakaambulia makofi ya chini chini. Ukelele wa maumivu ukatoka kinywani. Sikuweza kuuzuia pamoja na jitihada zangu za kubana meno. Pia nikauweka mkono wangu kinywani sauti isisikike. Ah! Wapi! Mwangaza wa tochi ukanipiga miguuni. *Ukanidumba* na kuitoa siri yangu. Nikaonekana. Nimechoka. Nikajua huu ndio mwisho wangu.

"Wewe, kumbe ni wewe! Unafanya nini hapa muda huu?" Sauti ya huruma ya Tafakari iliingia masikioni mwangu. Kidogo, pumzi za faraja zikasukumwa nje ya tundu zangu za pua. *Zimwi likujualo halikuli likakwisha.* Siye huyu Tafakari aliyetumika nyumbani muda mwingi kwani! Afadhali, nikajisemea.

"Usiwe na wasiwasi Msiri. Lakini kwa nini upo hapa usiku wote huu?" Akaitazama saa yake ya mkononi.

"Dah! Saa tatu sasa, maskini. Mbona unatoka damu?"

Kweli, nilipojiangalia niliiona damu kidogo mkononi pangu. Tandu limenitafuna. Ndilo lililosababisha usiyahi kunitoka.

Nilipoyakumbuka ya nyuma niliumia. Wakati ule Tafakari alipokuwa akija nyumbani kama mwao. Akitumwa hapa na pale. Naye akatumika. Aliniwinda kila siku. Nilikuwa mtoto wa waziri wake, hivyo aliyaficha sana makucha yake. Hata mimi binafsi, kwa moyo wangu wa upekuzi niliyajua yaliyojificha. Tafakari aliingia nyumbani na kutoka. Hata kama hakuwa na maagizo alikuja mara kwa mara. Mara; "Msiri, hebu nitilie chai kikombeni nitoe mate machungu." Mara wakati mwengine. "Da Mrembo," Alimwita mama. "Hapa sikubali mpaka bosi anikabidhi mali hii." Yaani mimi. Mali tena! Mazoea na ucheshi wake yalinifariji katikati ya wingu la utawa nililofunikwa nalo. Alipokuja nyumbani kidogo moyo wangu ulipoa. Lile jekejeke la vitimbi lilizima, ingawa si sana. Ila lilipoa kidogo. Hata hiki kibarua cha ulinzi alikikwapua mikononi mwa baba yangu. Baada ya kuona siku nyingi Tafakari ameshatumika pale nyumbani – pasi na kazi maalumu. Baba alimuunganisha na wakubwa wenzake kusudi naye awemo kundini. Sasa naye yumo kwenye doria. Kwa jinsi nimjuavyo Tafakari, aliwahurumia sana watu. Hakupenda kulitumia vibaya gwanda lake.

Ingawa alikuwemo. Kama yalivyosemwa kuwa kwenye msafara wa mamba na kenge wamo. Lakini pia ilikuwa kinyume chake. Maana kwenye msafara wa kenge na mamba wamo. Simtetei Tafakari. Nilimzoea na kuzisoma nyendo zake; Ukarimu, ucheshi, ukweli na uaminifu – vyote hivi vilimjengea sifa na kumvisha taji. Mzee Umeya, baba yangu alimtumia katika shughuli zake nyingi.

Pengine, wakati na mazingira, au hata makundi yambadilishe Tafakari. Na hilo pia linawezekana. Nilijisemea. Taratibu na mimi nilianza kuhisi. Katika maji yangu ya ujanajari nikasimama na kujipa moyo. Nikasema na kujisemesha. Nikajijibu mwenyewe. Mtu kama huyu nataka aje awe mume wangu. Sijui kwa nini nikayawaza yote haya. Lakini nakumbuka kikubwa zaidi kilichonipeleka katika ufukwe huu, si chengine bali ni ule ukakamavu na uchapakazi usio na malalamiko. Ulipomtuma, akatumika pasi na manung'uniko. Hujui akiwa amechoka wala akiwa hajachoka. Alitumika kama buldoza. Sasa imekuwa nadra kumtia machoni. Hayakuwepo tena yale mazoea ya kuja nyumbani mara kwa mara. Mazoea ya kula na kunywa. Kuomba akitakacho kama nyumbani kwao. Yote hayakuwepo. Nafasi hiyo ingepatikana wapi? Akitoka kituoni yupo kwenye doria. Akiacha doria anabadilishiwa zamu au kituo. Mradi amekuwa mtu wa kazi. Asingetamani kibarua chake kiote nyasi. Leo ndio nimemuona tena katika fadhaa hii.

Nikashangaa! Hata Tafakari anayajua yote yaliyojiri nyumbani. Naye akakiri kuwa na mimi ninatafutwa. Hili nililijua. Lilishanipitia akilini. Sauti ikaita upande ule aliotokea Tafakari. Aliitwa na wenzake. "Nakuja." Alijibu kwa mkato. Akazima tochi. Askari wenzake walikuwa wameshakaribia pale tulipokuwa. Hakuweza kuendelea kubaki na mimi. Aliwasogelea wenzake, kusudi kuwababaisha wasiendelee kuja upande niliokuwapo. Waliponipa kisogo tu sikubakia. Niliondoka. Nikaendelea kuikabili safari nisiyoijua mwelekeo wake. Nikawa bendera – Kufuata upepo. Kiundani sikuwa bendera. Nilikuwa vitani. Naongozwa na hamasa. Nawakimbia makatili. Naitafuta njia yangu.

Sijatia kitu tumboni tangu asubuhi. Sasa njaa ilirudi na kasi yake. Ikanipunguza mwendo. Nikapita katikati ya uwanja wa mpira. Huku sikupishana na mtu. Labda mbwa waliokuwa wakiranda kujitafutia mizoga. Wengine walijaribu kubweka. Nafsi yangu ikanitaka nitulie. Miguu yangu ilikuwa tayari kwenda mbio. Nilipata kusikia kuwa ukienda mbio mbwa ndipo wanapokutaka. Tulielezana tulipokuwa watoto. Na mimi nikaifanyia kazi kauli hiyo. Hivyo, sikwenda mbio. Mbwa mmoja alikuwa akija kwa kasi nyuma yangu. Nikainama kama niliyetaka kuokota kitu. Yule mbwa akarudi mbio. Ufff! Nikashusha pumzi. Kisha nikasonga mbele. Njia iliyoelekea bondeni ikanimeza. Nikaliwa na vichaka. Nikahiyari kufia huko, kuliko kufa mikononi mwa watu waliojifanya Miungu watu, *astaghfirullah*.

Huku sikupishana na mtu. Nilihisi amani ndani ya kiza. Kiza kilinipa utulivu. Msitu ukanipa faraja kiasi fulani kuliko kwenye majumba. Mji wangu ukanitoka moyoni. Nusu akhera, nusu duniani. Nilikwenda mwendo wa kilomita sita kwa miguu bila ya kupumzika. Wadudu, wafalme wa usiku waliyatawala maeneo yao. Sauti za vyura zikapaa. Komba wakachupia mti huu na ule. Nilikakamaa. Nikasimama kishujaa. Mwembe mkubwa ubavuni pangu umetamalaki ardhini. Nikasogea hadi shinani. Nikaketi. Nikalifungua begi langu. Nikaitoa kanga yangu na kuitandika. Mwili uliachana kabisa. Mwendo ukanishinda. Nikafungua makao yangu hapo hapo chini ya mwembe. Nikaulaza mwili wangu. Begi langu likawa mto wangu.

Sijui nilijiaminisha vipi kulala pale, lakini nililala. Bahari ya mawazo ikanikokota hadi nyumbani. Nikaiona sura ya mama na unyama aliofanyiwa. Kisha ndugu zangu wamelala chini. Roho zao zimesharudi kwa Muumba. Isitoshe, baba yangu amekatwa mikono. Amelala kitandani. Kisha nikamfikiria dereva. Yeye aliuliwa kwenye banda la kuwekea gari. Nilipopita nyumbani hata sikumshughulikia. Nilikimbilia kuiona familia yangu tu. Nikabaki kushukuru. Nikamwachia Mungu. Dua ya mwenye kudhulumiwa ina nguvu sana. Nikajiridhisha kwa kujipa moyo. Nijinyonge? Nikajiuliza. Kisha nikajisahihisha mwenyewe.

Nikijinyonga sitakuwa tofauti na wale walioiteketeza familia yangu. Na mimi nitakuwa katili zaidi ya makatili. Kuiua nafsi yangu mwenyewe. Nafsi isiyo hatia.

Usingizi uliyanyemelea macho yangu alfajiri. Kwa mbali, sauti za majogoo zikaingia masikioni mwangu. usiku huu ulikuwa mkubwa sana kwangu. Majogoo yalipoanza kuwika, nilishukuru. Nilitamani asubuhi iingie, hwenda ikanifungulia mikono ya uombezi. Wakati mwengine nikatamani usiku uendelee kuwepo. Kila nilichokiwaza hakikunipa msimamo sahihi. Kitendawili changu hakikuwa na jibu. Kiza. Mbele kiza. Giza. Giza totoro.

* * *

Kelele zimeacha maji ndani ya jumba hili. Msiri yuko jikoni. Ameajiriwa kushughulikia watoto. Jumba kubwa. Hajapatapo kuliona tangu azaliwe. Lashinda lile la baba yake. Jumba la fahari. Limejaa kila kitu. Hamna kisichokuwemo. Dhahabu kila kipembe. Msiri akasikia kelele za wenye nyumba.

"Baba Tembo, mbona hili vundo la panya linazidi kuzagaa humu chumbani, la nini panya bovu, hebu tulitowe." Bi. Gowe akapaza sauti yake kwa mumewe. "Mke wangu, vundo lipo chumba kidogo wala halijakera. Chumba chenyewe cha watoto. Hawajui jambo hao. Huo mzoga namwachia paka wangu. Akiamua kuutoa, atakuja. Wasi wasi wako ni nini?"

Bwana Tembo alijifanya ameshika mpini. Aamuacho yeye, hakipingwi na mtu. Na apingaye atakiona kilichomtumbua chui chunusi. Baada ya siku tatu, kwa macho yake, analikuta panya juu ya kitanda chake. Mafunza yanashindana kujililia minofu ya mzoga wa panya. Paka wake aliyemsubiri kuuondosha mzoga ule chumbani mwa watoto amekaa pembeni. Anautazama mchezo wa mafunza ulioliteka jukwaa la kitanda. Harufu inakaribia kuipasua mishipa ya pua. Mama Gowe anakuja na vigelegele. "Arerereeeeh, sinema ya leo kali. Ndani ya chumba cha Baba Tembo. Chumba kisicho kufuli. Maana hii ni kufuli jina tu. Haifungi. Nilikwambia chumba kidogo kina mzoga. Eeh, mara haukuhusu. Ni chumba cha watoto. Unamsubiri paka wako auchukue. Sasa unaona ameshauchukua. Pumbavu zako. Mume bwege"

* * *

Vurugu za mbwa ziliniamsha. Ndoto ikapotea. Liko wapi hilo jumba la kitajiri. Kumbe nipo chini ya mti mkubwa. Nikayafikicha macho. Nikasimama mzima mzima. Kundi la mbwa wasiopungua wanne lilinipita. Wakanichupa na kusonga mbele. Afadhali hawakunidhuru. Nililala kama pono. Sikujitambua tangu kitambo kile alichowika jogoo. Kanga yangu iliroa. Maji haya yametokea wapi? Kumbe umande. Akili yangu ikajikusanya. Fikra zangu zikapambanua kuwa nipo hatarini. Nimefika pale mwenyewe. Nimo ukimbizini. Ni nani wa kunisaidia katika janga hili? Bumbuazi ikanipiga kisawasawa. Kama asubuhi ndio hii imefika. Sasa niende wapi?

Jua likaisabahi dunia. Dunia ikaitika. Shauku za viumbe hai zikashamiri. Ndege angani. Wadudu na wanyama ardhini. Wakaingia mbugani kujichumia kile walichoweza kumudu kukipata siku ile. Makundi ya mabata yalipita kwa mwendo wao wa kujiburuta. Wakaongozana misururu kwa misururu. Msafara mmoja.

Nikasimama kama ujiti. Macho yangu yakaanza upelelezi wake. Kulia, kushoto, mbele, nyuma –mwisho wa duru zangu. Kwa mbali, mng'aro ukayagonga macho yangu. Mwakisiko wa maji ulitokana na jua lililoanza kuchonga ukali wake. Mto mdogo ulikuwepo ubavuni pangu. Mwendo wa hatua kama thelathini kutoka pale nilipokuwa.

Nikaupinda mgongo wangu. Macho yangu yakakutana na macho yaliyokuwemo mtoni yakielea. Hapo nikagundua jinsi uso wangu ulivyofifia. Umefifia fififi. Mkavu, umesinyaa kama jani lililoanguka na kupigwa na jua mchana kutwa. Nikazamisha mkono wangu. Sura yangu ikachanganyika na maji kwa kishindo cha mkono. Hapo zikanijia sura za wazee wangu na ndugu zangu. Moyo ukanigonga. Machozi yakanibubujika. Mkono wangu ukazamuka na konzi la maji. Nikaupangusa uso wangu. Nikachota konzi jengine. Nikautosa tena uso wangu. Machozi yakachanganyika na maji.

Vishindo vya miguu vikanifanya nisimame. Kuna mtu alikuwa akinyemeleanyemelea kitu. Hatua mbele. Anakuja mtoni. Nilishindwa kumtambua. Nikauokota mkoba wangu na kusonga mbele. Nilihofia kuwa ni mimi ninayenyemelewa.

Kila nilipoongeza mwendo naye aliongeza mara dufu. Nilipoamua kwenda mbio na yeye alinifukuza.

"Msiri, Msiri, Msiri simama. Ni mimi."

Sauti haikuwa ngeni kwangu. Ni nani huyu? Tafakari! Mbona sauti kama ya Tafakari? Kweli alikuwa yeye. Nikasimama. Pumzi mbilimbili. Hatua ya kwanza, ya pili, ya tatu. Nikageuka kumtazama. Kumbe Tafakari! Niliketi chini. Nikakenua kidogo. Moyo ukanitua. Kisha nikashusha pumzi kwa nguvu. Nikamtazama machoni. Amefikaje huku! Amekujuaje? Akakaa palepale nilipojibwaga mimi. Maana nilijibwaga chini nilipobaini uwepo wa mtu nimjuwaye. Kwenye majani yaliyokaliana na kujaa katika ardhi iliyoshiba maji. Huyu nilimuamini. Nilikuwa na yakini kuwa hawezi kunifanyia ubaya. Kweli, alikaa na kunipa pole. Akanifariji kwa maneno laini. Maneno yaliyoipunguza huzuni yangu japo haikupungua.

Tafakari alikuwa tayari kunisaidia kwa hali yoyote ile. Kwa hali na mali. Ndani ya macho yake nikaishuhudia huruma yake. Nikauona utetezi wake katika ulimi uliokuwa ukihubiri amani na mitazamo chanya. Nikamuona kijana aliyeyachukia mengi yatendwayo na walioshika mpini wa kisu. Huku sisi tukishika makali ya kisu. Akanionya. Akanifunza. Moyo wangu ulipozwa na maneno baridi ya Tafakari.

"Msiri. Najua huu ni wakati mgumu sana kwako. Piga moyo konde. Furaha ya kweli haipokwi na vitimbi vya maadui. Ila vitimbi vya maadui humezwa na kufunikwa na furaha ya kweli. Stahamili. Mimi ni wako wa bega kwa bega. Nitakutafutia sehemu. Utaishi na watu wangu. Utaishi ng'ambo kabisa. Hakuna atakayekufuata huko. Hakuna atakayekughasi huko."

Ingawa sikuamini kuwa ningesalimika kuishi popote kwa sasa, ila kurudi nilikotoka sikutaka kabisa. Nikaitikia kwa kichwa kuonesha nimekubali. Nikastaajabu kuyaona machozi ya Tafakari. Yanachururika hadi ncha ya midomo yake. Akajipangusa kwa kiganja chake. Akaufungua mfuko aliokuwa ameushika mkononi. Akanitolea mkate wa kusukuma. Sikuleta *marango*. Nikaupokea kwa mikono yangu miwili.

"Najua una njaa. Kula. Na maji haya hapa." Akanitolea chupa ndogo iliyojaa maji pomoni.

Sikuweza kula. Nilikata kipande kidogo tu. Nikakaa nacho saa nyingi kukimaliza. Nilipokimaliza nilijipangusa midomo. Tabasamu la kushukuru likaibuka kwenye kipaji changu cha uso. Uso ukakunjuka. Ukatoa mng'aro kama wa mwezi. Mng'aro wa matumaini.

"Naona huna ulaji. Umekata njaa kidogo, si ndio?" Tafakari aliuliza. Akasimama na kunitaka nimfuate. Sikuwa na pingamizi. Niliamini kuwa niko katika mikono salama kabisa. Angenikinga na maadui wangu. Akanibebea begi langu. Tukaifuata njia iliyotokomea mashariki. Bonde kwa bonde. Hatua kwa hatua hadi kijijini.

Harufu nzuri ya karafuu ilitukaribisha. Matawi ya mikarafuu yalibeba makocha kwa makocha ya karafuu. Ardhi ilisheheneza utajiri wa kipekee, lakini haukujulikana ulikoelekea. Wananchi walilima na kuchuma karafuu. Waliuza na kupata riziki zao. Wengine walianguka na kuvunjika viungo. Wengine wakapoteza uhai wao kwa zao hili. Nilijihisi mtu mwengine leo. Nimekuwa mtu mwengine tangu siku iliyopita. Sijawahi kulala nje ya nyumba yetu. Mwituni kusiko watu. Ama kweli siku ya kufikwa, la haramu lageuka halali. Msafiri kafiri. Na mimi leo nimekuwa msafiri. Ndivyo ilivyokuwa siku hii.

Kila niliyepishana naye alikuwa ameshughulishwa na jambo. Nikawaona watu wakitembea huku wamejitwika ndoo za maji. Makundi mengine yalikuwa yamebeba majembe. Na wengine wamepinda migongo mashambani mwao. Vishindo vya majembe pekee ndivyo vilivyosikika vikidunda. Vikachimba na kukata mapande kwa mapande ya ardhi. Haya ndiyo maisha ya watu wa kijiji hiki cha Jendele.

Nilitambua kuwa Tafakari alikuwa mwenyeji sana kijiji hiki. Alisalimiana na watu vizuri. Wakamwita kwa jina lake. Na wengine wakamtania. Alipotaniwa alibaki kucheka tu. Na mimi nikakaa kimya. Sikutia neno langu. Mara moja moja nilicheka kuikimbiza nuhusi ya ugenini.

"Tafakari, umeshaoa? Naona leo umetuletea wifi yetu!" Bibi mmoja aliyekuwa ameshika jembe na korija ya kuni kichwani, alitania. Tafakari alikaa kimya. Akacheka. Kicheko kikamung'unyuka ndani kwa ndani.

Uwanja wa nyumba ulikuwa umefagiwa vizuri. Alama za njia za fagio zilichoreka mtindo wa nakshi juu ya mchanga. Michoro ikakatana na kujenga picha nzuri machoni mwangu. Nikavutwa na mchezo wa watoto waliokuwa kwenye uwanja huu. Mchezo wa *nage*. Nguo zao zimekunjwa hadi magotini. Hapa ndipo tulipoibuka mwisho wa safari yetu.

"Naurushweee." Mpira ukarushwa. Msichana mmoja aliyekuwa katikati baina ya wasichana wawili alikimbilia upande ambao hakuna mpira. Ameikunja kanzu yake hadi magotini. Mpira ukaelea hewani. Ukadakwa. Kwa nguvu ukalengwa tena. Mwendo wa kasi, nusura umpige tumboni. Akakwepa, ukamkosa. Mbio tena. Huku na kule. Kule na huku. Ukarushwa. Yule mtoto aliyekuwa akenda mbio katikati, akaudaka. Akaulenga kwa mmoja kati ya wale waliokuwa *wakidima*. Akamkosa. Kelele za kushangiliwa mafahali hawa zilisikika. Zikaniingia. Zikanileta ulimwengu mpya. Nikaiona pepo ya watoto hawa machoni mwao nilipowatazama. Nikatamani ningekuwa wao. Na mimi ningekuwa naruka nao. Nacheza nao. Lakini, maskini naruka kuwakimbia watu waliokosa imani. Wanaotamani damu ya mtu wainywe.

Tafakari alikuwa amesimama mlangoni. Watoto walikuwa hawajamuona. Mpira ulipotoka nje ya uwanja. Kimya kikapita. Punde, sauti za mayowe zikapanda hewani kwa nguvu.

"Kakaaa, kaka Tafakari. Amekuja."

Wakamvamia Tafakari. Naye akatia mkono mfukoni. Akawatolea pipi na biskuti. Muda wote huu nilikuwa nikiwaangalia watoto wale. Nywele timutimu. Zimejaa mchanga. Furaha yao ilielea nyusoni mwao. Uhuru wa utoto wao umeota kwenye mifupa. Sijawahi kuiona furaha yangu ikisimama wima kama ilivyosimama ya watoto hawa.

Sijawahi kuiona furaha yangu ikipiga mbizi kama furaha ya watoto hawa. Kipi kimewafanya watoto hawa wafurahi? Wanaishi kwenye nyumba za udongo. Zimeezekwa makuti. Ikinyesha mvua watu huanza kupiga mbio. Ngazi huegemezwa kwenye paa kisha wakapanda juu. Wapi panapovuja? Hutafutwa pakazibwa. Lakini furaha yao ni zaidi yangu mimi Msiri. Nimetoka katika jumba kubwa lenye kila kitu. Jumba lililotupa vyakula kila siku. Jumba lililokusanya nguo za kila aina likawa kama ghala. Ila haijapata kutokea furaha yangu kama ilivyo furaha ya watoto hawa. Ninajua kipo kitu nilichokikosa katika familia yangu. Nimekosa mapenzi ya mama na baba.

Nilikuwa nimesimama nyuma ya Tafakari. Nilipotakiwa nisogee, nilisogea. Aibu tele usoni, na hofu tele moyoni. Vipi wangenipokea watu wale. Nikasogea na kuamkia. Kwa unyenyekevu, shikamoo ikanitoka. Kabla ya kufanya lolote tukakaribishwa ndani. Alitupokea mama mmoja aliyeshika fagio mkono mmoja na kizoleo mkono wa pili.

Ulitandikwa mkeka mpya uani. Ulikuwepo uwazi uliogawiwa na mapaa ya nyumba. Mapaa manne yalielekeza ncha za makuti yake chini. Nyengine zikapokewa na kingo za bati zilizowekwa kuyakusanya maji ya mvua na kuyaangusha chini. Uwazi uliokuwepo uliyaruhusu macho yetu kuziona mbingu na mapambo yake. Pembeni palikuwa na ukumbi mdogo kwa ajili ya kulilia na kupumzikia. Tukaketi. Sahani iliwekwa katikati ya mkeka. Imefunikwa kawa lililorembwa maua mazuri ya rangi. Macho yangu yakaganda kwenye maneno yaliyoandikwa kwa rangi nyeusi juu ya kawa. *Nyumbani ni nyumbani hata kama vichakani.* Ni wapi nyumbani? Maneno haya yalinirejea mwenyewe. Ninakokukimbia au ninakokwenda? Wapi nikuite nyumbani? Majonzi yakazidi kuuinamia moyo wangu.

Tafakari alilinyanyua kawa. Sinia kubwa iliimeza sahani ndogo na vikombe viwili. Muhogo wa kuchemsha na dagaa ulijaa sahanini na kibakulini. Chakula cha tunu kwangu hiki. Moyo wangu ulisuuzika kuiona tunu hii. Buli lilijazwa chai. Paka mdogo mwenye manyoya rangi ya kijivujivu alianza kuniingia miguuni. Akazunguka huku na kule.

Nyau, nyau, nyau – Aliukariri mlio wake kwa zahma ya kitoweo kilichohanikiza harufu. Sikuwa na mazoea na paka. Nilihisi ananifanyia *adha* kuwepo pale. Tafakari alijua kuwa sipendi paka.

Akakata kipande cha muhogo. Akakitumbukiza kwenye kibakuli cha dagaa. Akamtupia paka pembeni. Mbio. Akakifuata na kuanza kukiramba kitoweo. Kisha akaula muhogo.

Tulipomaliza alikuja mtoto mdogo wa kiume, kuviondosha vyombo. Kisha yule mwanamke aliyetupokea akasogea hadi pale tulipokuwa. Akatuuliza hali zaidi. Nikauona vizuri uso wa mama yule aliyetupokea kwa ukarimu na upole wa hali ya juu. Lugha yake laini iliyochanganyika na ile lafudhi ya kijijini. Kichwani amejitupia tambara la kanga lenye picha ya mmoja wa majemedari wa nchi hii. Kamwe usingeweza kuipambanua vizuri sura ya picha ile. Ilikuwa imeshachanika upande mmoja. Miguu imepasuka na kuidhihirisha kanuni ya watu wa kijijini. Jembe ndio kanuni yao kuu. Kanuni hii iliandamana na ile ya bahari. Kilimo na uvuvi vilikwenda sambamba na umri wao. Pamoja na ule weupe wa miguu yake peku ukayadhihirisha mazingira halisi ya watu wa pale.

"Tafakari mwanangu umetuhama. Mh! Sivyo mwanangu hivyo. Mtu na wazee wake hawaishi hivyo." Yule mama alizilenga lawama kwa Tafakari.

Tafakari akajichekesha na kujitetea.

"Hapana mama yangu. Ulimwengu *hau* raha. Tumo tunahangaika tu."

"Lakini hujatutambulisha mgeni wetu." Mama akalalamika. Meno ameyaacha nje kuonesha tabasamu na hamu ya kutaka kumjua mgeni wao mwengine. Nikalibaini pengo lililoipunguza idadi ya meno ya mama yule.

Bi. Jamila ni mama mdogo wa Tafakari. Yeye na mama yake mzazi wametoka tumbo moja. Na wote ni watoto wa Bwana Tafakari, *somo* yake Tafakari huyu. Mama yake Tafakari alifariki miaka miwili iliyopita. Naye alikuwa mmoja wa wahanga wa mikarafuu. Alianguka na hapohapo akafariki. Tafakari hakusita kuyaanika yote yanayohusu maisha yangu. Nilimwona Bi. Jamila akidondosha machozi yake kwa huruma. Akajipangusa ili asinirudishe katika huzuni, lakini na mimi sikuweza kujizuia. Wakati Tafakari anayazungumza maisha yangu nilitokwa na machozi. Niliuona moyo wangu mzito. Kwikwi zikanila ndani kwa ndani.

Picha ya tukio lote la familia yangu ikaja papo hapo na kuondoka. Haikuondoka kwa kufutika. Iliondoka kuvuta kasi kwa ujio wake wa mara kwa mara.

Tafakari akaniombea nafasi ya kuishi pale kwa muda huku tukiangalia hali inavyokwenda. Bi. Jamila alikuwa mzito kuliafiki jambo hili mara moja. Kweli, ni haki yake kuwa mzito. Ni sawa na kulifunika kaa la moto kwa nguo ya mpira. Isingekuwa rahisi kukubali. Hata kama ni wewe. Hofu yake ni kumuingiza yeye kwenye mchezo huu wa kifichoficho. Nitakuwa nimemtosa baharini. Chombo kikizama na yeye si rahisi kupona. Moyo wa ubinadamu haukuwacha kumsuta. Hasa pale alipoambiwa kuwa familia yangu ina asili ya Komoro. Wake zake wote baba yangu, hata mama yangu aliyenizaa, pamoja na mama yangu wa kambu walikuwa watu wenye asili ya huko. Jamaa zetu wote walirudi nyumbani baada ya kuona ukiritimba wa nchi hii. Baba na mama waliendelea kung'ang'ania kubaki kwa sababu walionja, kama si kula kabisa, keki ya uhuru. Bi. Jamila akashindwa kuniacha nikiteseka. Moyo una sehemu nyingi. Sehemu ya ubinadamu ikawa tayari kunihifadhi. Hii ilizizidi nguvu sehemu nyengine zote.

"Msiri, pole sana. Dunia ina mengi. Dunia ni safari. Yote hayo yaliyokukuta ni vituo vya safari hii. Wazee wetu sisi walifanyiwa mambo ambayo hata mnyama hakustahili kufanyiwa. Seuze binadamu. Kwa hiyo, usijute ukajiona ni peke yako. Marehemu dada yangu, mama yake Tafakari. Sisahau na sitasahau maisha na milele. Tulimpeleka hospitali baada ya kuanguka, mkarafuu. Badala ya kupewa matibabu, a-aah, tulichojibiwa sikisahau. Simsahau mtu yule aliyekuwa na moyo wa chatu. Alitwambia kama ni kufa hakuanza yeye.

Ati dada ana hamu ya pesa na leo zishamuangusha pesa. Maneno gani haya yakumwambia mtu. Kisa sisi tulikwenda hospitali usiku. Lakini tutafanya nini? Hatuna. Japo maisha yetu ni hayo hayo. Mume wangu aliniacha zamani tena. Hadi leo sijaolewa. Na hapa nilipo sitaki mume. Na wewe stahamili. Utaishi na mimi. Hakuna atakayekubughudhi hapa.

Ila usipende kutokatoka sana hasa kipindi hiki."

Nikatoa shukrani zangu. Hapo nikakabidhiwa chumba. Nikatambulishwa kwa Mwanahawa, mwanae wa kwanza Bi. Jamila. Alifurahi sana kupata mwenzake, rika moja. Maisha yangu kuanzia siku hiyo yalikuwa Jendele. Na rafiki yangu alikuwa Mwanahawa.

Sura ya Kumi na Moja

SIKU ya mwanzo ndani ya kijiji cha Jendele. Juu ya kitanda kikongwe. Nimelala chale. Nikasimama kutoka kitandani moja kwa moja hadi nje. Mlango ulikuwa wazi. Nadhari yangu na macho yangu ikatunga nje. Sauti za redio zikashindana kudunda. Na mimi bado nazisikia sauti tu bila ya kuziona redio zenyewe. Akapita babu mmoja. Jembe kubwa begani. Shati lake limeraruka nusu mgongo. Kofia yake imesogea mbele. Kisogo kiko nje. Nikazishuhudia nywele zake kavu zilivyosokotana. Suruali ameikunja hadi kwenye miundi. Imefanya *pasigaa*. Miguu peku.

Jicho langu la umbea likaitunga miguu yake ndani ya maastaajabu ya ugenini. Miguu imefanya *kea*. Haishughulishwi na kitu ilichokanyaga. Nikagundua kitu chengine ambacho nilikuwa sijakiona kabla. Uzi mrefu juu ya bega jengine unaning'inia. Redio ya mbao. Alaa. Ndio hii iliyokuwa ikitumbuiza muziki wa taarabu. Nikakumbuka kile kipindi cha asubuhi njema ndio kinaendelea kwenye redio yetu ya taifa. Nikavikumbuka vipindi ambavyo marehemu baba yangu akipenda kuvifuatilia. Taarifa za habari, asubuhi njema, salamu za asubuhi njema, kipindi cha matangazo ya biashara na muziki, matangazo ya vifo, burudani, salamu za lala unono. Yule mzee akapita na redio yake. Akaelekea nisikokujua mimi. Macho yangu yakaacha kumsindikiza. Nikajikuta bado nimesimama palepale mlangioni.

Midundo mengine ikaingia masikioni mwangu. Kwa nguvu zote. Hii ilikuwa ni midundo ya mchuano wa mchi na kinu. Umesimama kwenye meza. Mapigo kama ya moyo. Yanapishana na kupokeana. Mmoja unatua na mwengine unainuka.

Unadunda kwa kasi zote. Unasaga. Unapondaponda. Mpishano na muachano wake ukanikumbusha mbali. Kama ule mpishano wa fikra zetu. Hazifuatani. Zinapishana na kutafautiana. Nikaikumbuka ile hadithi ya mfalme. Aliyetenda pasi na kufikiri. Sisi tulihisi hafikiri. Mwenyewe alijiona mkamilifu. Fikra zake hazipingiki. Fikra zake haziendi kombo. Hakuwa na mshauri. Alijishauri mwenyewe. Nikafuatana na midundo ya michi hadi kwa bwana mfalme.

***

Mfalme anavitazama viganja vyake. Matone ya machozi yamejaa kiganjani kadiri yalivyokuwa yakipukutika kama mvua ya masika. Uso ameukunja kama wingu la usiku. "Ah! Nimekutumeni muukate ule mti uliokuwa karibu na dirisha la mwanangu wa kwanza, maana amesema unamkera. Nyinyi mumeukata mti mingine, rasilimali ya kwangu! Hamjui, na hamjui na wala hamstahili kujua. Nyinyi bora mkatwe kama mlivyoukata mti wa matumaini. Maelekezo mmeyapotosha. Sivyo kabisa nilivyowaagiza." Mtumishi wa kwanza akajitetea. "Mtukufu mfalme, tumekosea, hatukuelewa vyema." Mfalme akaishika tena hoja yake ya awali na ukali zaidi sasa. "Wewe, shika akili yako. Wala huelewi tena. Hujui kuwa mimi naishi kwa mti huu na kivuli chake? Hamjui!" Akasita kwanza. Inaonekana kuna donge limemkwama kooni, chupuchupu aliteme, kinyume na makusudio yake.

Mtumishi wa kwanza akakurupuka na kusema. "Mtukufu mfalme, tutapanda mwengine."

Mfalme ghadhabu zimemjaa. "Kata vichwa, ni bora muwauwe watu wote mji huu, ni bora muiangamize familia yangu, lakini si mti huu. Huu mti ni hazina. Hazina ya maruhani na *wavyele*. Watukufu wa enzi. Watukufu wa jadi. Leo mtakwenda. Siendi peke yangu. Najua nguvu zangu zinapukutika maana mti ndio mshaukata. Kufeni. Mti niliahidi nitaulinda kwa gharama yoyote.

Ila ah! Mti pumzi yangu. Punde wingu lililotanda kwa muda wa siku mbili likaangusha mvua kubwa. Mvua iliyochanganyika na dhoruba kali. Gofu likaroana. Govu likamung'unyuka. Ile mimweso na radi nikataka kulazimisha zifanane na midundo ya michi. A-aah, hapana.

Vishindo vya michi havina uzito ule. Havina kabisa. Akili yangu ikasimama tena palepale mlangoni.

* * *

Sauti nyengine nikazisikia zikichanganyika. Shida kuzibagua. Ya muuza mikate akinadi. Ya muuza dagaa. Nikayaona masusu ya wachuuzi yamefuatana. Muuza mikate naye akapita. Vilio. Mtoto aliyekuwa akichapwa bakora kwa kutokwenda chuoni. Maamkizi – Watu wanasalimiana. Nikarudi ndani. Nikatazama kule ulikotoka moshi. Hili ndilo jiko. Jana nilipokuja sikulijua. Nikakutana na ugeni wa kila kitu. Haya mengine sijawahi kuyashuhudia. Bi. Jamila amejitwika lemba kichwani. Mkononi ameshika kijiko. Dagaa linapwaga. Harufu ya vumba la dagaa inashindana na moshi uliokuwa ukifuka jikoni mle. Bi. Jamila akainama na kuchungulia ndani ya majifya matatu. Akazisukuma kuni ndani. Zimebaki vibutu. Zimeshaliwa na moto nyamunyamu. Pembezoni mwa nyungu iliyokuwa jikoni palikuwa na mbuzi iliyoegemezwa ukutani. Kwenye ncha zake kali palibakia masalia ya chicha. Vumbi limeifunika sakafu ya jikoni. Bingiribingiri zikanishtuwa ghafla. Pande la panya likapenya nyuma ya ungo na masufuria yaliyozegemezwa kiambazani. Sikujua hata lilipoelekea. Hapo nikazigundua nyufa zilizojenga kambi kwenye kiambaza cha jikoni.

Tafakari ameshika ujiti mrefu mkononi. Sijui anatokea wapi. Nikataka kujua amebeba ujiti wa nini. *Mbura*. Aliukata kwa ajili ya mswaki. Akaugawa sehemu mbili. Mimi akanipa wangu. Kila kitu ndani ya wimbi la ugeni. Akanitaka niutafunetafune mwenyewe kusudi nipate vinyuzi vilaini vitakavyoweza kukwaruza meno yangu. Nikamwona Tafakari anachukua jivu jikoni na kuliweka kwenye nyuzi za mswaki wake. Akacheka na kuniambia anaweka dawa ya mswaki. Na mimi nikakenua nikidhani mzaha.

Ugeni wangu ukanishughulisha nilipomwona Tafakari anaupeleka mdomoni mswaki wake wa jiti na jivu lake bila ya ajizi.

"Vipi dawa ya mswaki na wewe ije? *Kolgeti* hii." Tafakari aliuliza kimzahamzaha. Kicheko kikamghilibu. Labda alitaka kuuondosha *ulitima* wangu ulionishika siku hizi.

"Hapana. Basi tu inatosha." Tafakari hakuendelea kunisaili. Alifuata chaka na kutokomea alikokujua mwenyewe.

Yaliyojiri mjini sikutamani hata kuyafahamu. Watu walipokwenda kisimani na mimi nikawa mstari wa mbele kuanzia siku hiyo. Nikaelewa zinavyobebwa ndoo. Na hata kujitwika mahando. Sasa nikajua linavyoshikwa jembe na kulengwa ardhini pia. Haya ndio maisha mapya niliyoyafurahia na kuyashangilia kila siku. Bi. Jamila alikuwa zaidi ya mama yangu. Alinipa nafasi ya kudeka. Akanijengea furaha na mapenzi ya mama na mwana. Usiku tulikaa pamoja na kusimuliana paukwa pakawa. Tukaweka duara kama tuliotaka kula karamu. Midomo nayo ikatimiza wajibu wake. Maembe kisahanini na chumvi. Siku nyengine mafenesi yalizagaa mkekani. Mwana kipande chake. Midomo inavutana kwa utomvu – Mdomo wa juu ukaulazimisha mdomo wa chini kurudi juu. Na wa chini halkadhalika. Vuta n'kuvute.

Msimu wa karafuu ulituweka pamoja. Tukabarizi na kufurahi. Kila mmoja akashika *shada* lake. Zikachambuliwa ndani ya anga la upepo wa pwani. Ndani ya kishungu cha karafuu mbichi pakawekwa njugu zil'ochemshwa. Kila mmoja akazidisha bidii kuzifika njugu. Na mara nyengine zikawekwa haluwa katikati. Mradi kuiongeza kani kazi yetu. Vicheko, *vikorombwezo* na utamu ukanoga. Nikasahau kwa kitambo yaliyopita. Nipo na yaliyopo. Tafakari alirudi mjini na kuniacha ndani ya jamii mpya. Jamii niliyoifanya yangu. Ikanipa furaha yangu. Nikawa na mazoea yaliyoipa uhai mpya akili yangu. Nimeshazoea. Vyakula vya mataka. Matunda pia tuliyapata bure bure. *Bwererebwerere*; Mapera, maembe, machungwa, matufaa, mafenesi na mapapai.

Nyota na mwezi ukautia sura mkao wetu. Upepo wa miti ukatupepea na kuyanogesha mazungumzo yetu. Pakazungumzwa ya furaha. Yakaletwa uwanjani ya huzuni.

Historia za kweli na hadithi za kubuni zikatanda. Huu ulikuwa muda pekee adhimu uliozijenga fikra zangu. Muda niliotamani ufike siku zote. Hadithi zilizojaa hekima.

Tafakari hakukaa siku nyingi alitutembelea na kusikiliza shida zangu. Alikuja kutujuulia hali. Akalala siku chache kwenye mapumziko ya wikiendi. Au pale achukuapo likizo huja na kukaa siku zote za likizo yake.

Miaka ilipita. Sehemu ya moyo nayo ikahitaji kutimiziwa haki yake. Siku nyingi Tafakari alinishikilia niwe mke wake. Nilikuwa mzito kuingia kwenye ndoa. Ingawa naye hakutaka nimkubalie kama jaza ya ihsani yake. Laa hasha! Alipenda kuiona ridhaa yangu ikitoka pasi na shinikizo lolote. Moyo si jiwe. Ni mwanamume gani mwengine angefaa kuwa mume wangu zaidi ya huyu ambaye amekuwa ngao na njia ya kunifikisha nilipokuwa nikipatafuta miaka mingi. Ni yeye. Sikuwa na pingamizi. Sikuthubutu kumwangusha. Kumwangusha yeye ni kujiangusha mwenyewe. Maana na mimi nilishalenga jicho kwake. Jicho lilishafuma ndipo – Kwa nilivyohisi.

Harusi ikafanywa. Tafakari akanioa. Karamu ikaliwa. Ngoma ikachezwa. Ilikuwa siku pekee iliyoitimiza ndoto yangu. Nakumbuka miaka ile niliyopatwa na njozi hizi za kumpata mume mfano wa Tafakari. Sasa haukuwa mfano. Umekuwa uhalisia. Uyakinifu. Na ndoto ikatimia. Sikushika tena hewa. Nilishika vitu halisi. Vyote viyabisi na vimiminika.

Harusi yetu haikuwa na shangwe. Sisahau, mahari yangu yalikuwa pete ya dhahabu aliyonipa Tafakari mwenyewe. Alichukuliwa shekhe kuja kuniozesha mume na majukumu yote akayatimiza yeye. Kwa vile maisha yangu ya Jendele yalijawa na usiri, majirani wawili tu, ambao Bi. Jamila aliwaamini, ndio walioalikwa. Nikapambwa. Na bwana akanioa.

Nyumba yetu ilirudi mikononi mwa serikali. Sikutaka kujua lolote kuhusu taarifa za mali zetu. Ingawa Tafakari alinijuulisha kila kilichotokea. Upya wangu sikutamani uingie dosari. Yaliyopita si ndwele, nikataka kuyaganga yajayo. Nikataka kuisimamia dunia yangu mpya baada ya *kuichama* ile ya zamani.

Tafakari aliishi mjini kutokana na kazi zake. Kila alipopata nafasi alinitembelea. Akaniletea mahitaji yangu. Nilitamani niishi kwangu sasa.

Kwangu na mume wangu. Nilimwambia mume wangu kuwa *nyumba haikai nyumba*. Japo yeye hakukaa sana kijiijini, lakini nilitamani niyajuwe maisha ya kuishi nyumba kama nyumba. Tafakari hakuwa tayari. Hakulitia *maanani* suala hili. Alilipuuza. Nikaishi na Bi. Jamila miaka mingi. Popote ningeishi, lakini si mjini. Mjini kwangu kulikuwa uwanja wa fujo na vita. Sikukutamani kamwe.

Ajali kazini. Mauti yatafutapo sababu ndipo ajali na kifo viangukapo. Miaka mingi nilimshawishi Tafakari aachane na kazi ile. Niliichukia. Sikuichukia kwa damu na ngozi yake bali kwa vazi iliyovishwa na waja. Wameiharibu. Kila mtu aliichukulia kazi ile kuwa ni ya ukatili. Imekosa maadili. Baadhi ya viongozi walijificha nyuma ya kichaka cha askari. Wakawapa majukumu mazito wayatekeleze. Ukajengeka ukuta wa uadui baina yao na wananchi. Kila aliyekuwemo Ging'ingi aliitwa mchawi. Angefuata nini Ging'ingi ikiwa na yeye hazifanyi shughuli za watu wa huko! Watu ndivyo walivyoemewa na mawazo lukuki.

Giza liliendelea kutafsiri giza. Manung'uniko ya watu yakaendelea kuvuma kama sega la nyuki na nyimbo zao – wakali wakichokozwa. Moto ukazidi kuwaka mjini. Siku hii ilidhamiriwa na baadhi ya watu. Watu waliosema 'yatosha'. Ingetosha kwa nani lakini? Kwa mtoa amri au mtekeleza amri? Hapa ndipo nilipotatizwa na tendo lile lililozuka na joto au moto wa kifuu. Waliofanya doria kuwawinda waliozurura usiku waliendelea na utumwa wao. Waliowindwa nao wakawawinda wawindaji. Ukawa mchezo wa kuwindana. Kundi limeshika bunduki na marungu. Na kundi jengine limeshika mapanga, mawe na marungu. Walipogongana vichwa, uso kwa uso wamekutana, vikaanguka vita. Hapo watu wakapigana. Mawe, mapanga, marungu na risasi. Watu wakararuana kwa mapanga. Wakavunjana kwa marungu. Wakatoboana kwa risasi. Visasi juu ya visasi. Hicho ndicho kilichojiri siku hiyo. Ndani ya usiku wa giza.

Asubuhi mjumbe amefika kwa Bi. Jamila. Barobaro, mtoto wa jirani yetu. Ujumbe tuliopokea ulizizima fahamu zangu siku nzima. Sikujua liendalo wala lirudilo. Watu walikuwa na majonzi ya tukio lililotokea mjini na mimi kuzirai. Nilipozinduka sikumkuta Bi. Jamila. Aliniacha na majirani kunitazama hadi zitakaporudi fahamu zangu. Kilio changu kikafunguka. Machozi yangu yakamwagika.

Tafakari ameuawa kinyama. Loh! Ulimwengu una maana gani kwangu? Ikiwa kila aliye wangu alipotea kwa namna hii! Niliropokwa. Nikajilenga. Nikajitwanga na kuranda huku na kule kama niliyepandisha pepo kichwani. Waliokuwepo wakaniambia kuwa Bi. Jamila amekwenda kuufuatilia mwili wa marehemu. Na mimi nikasimama kumfuata hukohuko mjini aliko. Watu wakanizuia. Hakuna aliyeniweza. Niliziba masikio nisisikie nasaha. Nikayafungua macho kutazama mbele. Njia ileile tuliyoipita na Tafakari ndio niliyoifuata. Nguvu sikuwa nazo ila nilijikaza. Nyuma yangu nilifuatwa na mtu – lakini hili nilikuja kulibaini baadaye.

Katikati ya njia, Bi. Jamila alizuka mbele yangu. Macho yamemwiva. Simuoni marehemu. Maskini, kumbe amezuiwa asimchukuwe marehemu. Serikali ilitaka kuzika yenyewe. Hakuweza kupapatuana na serikali. Alirudi shingo begani. Tulipokutana akalia na mimi nikalia. Sote tukalizana.

Moyo wangu unanisukuma niende mjini. Nikafanye nini mjini? Ati nikapambane kupapatua maiti wetu. Nani angenisikia ikiwa shauri limeshapita! Hakuna. Nikakumbushwa kuwa mimi niko mtegoni. Nikiufyatua mtego nitakuwa nimenasa kwa kuuvaa mwenyewe. Miaka haijawa mingi ya kuwa uhuru wangu umeshapatikana. Maneno ya Bi. Jamila yaliiningia. Sikuwa na namna nyengine ila kurudi Jendele na Bi. Jamila. Hapo ndipo nilipobaini kuwa kuna mtu nyuma yangu niliyefuatana naye. Kuanzia hapo, maisha yangu yakachomwa na ncha zote mbili za uchungu. Uyatima wa utotoni kwangu. Na sasa nimekuwa kizuka baada ya kumpoteza mume wangu. Na wote niliowapoteza walipotea kikatili.

***

Mwaka wa sita sijaikanyaga ardhi ya mjini. Ushawishi ukaniingia. Na imani ya kwenda mjini kukiwa salama ikanivaa. Upande mmoja nikajiambia kuwa mjini ni salama. Kivuli cha miaka iliyopita hakiwezi kunitafuna. Upande wa pili wa mawazo yangu ukaniasa. Ukaniambia kwa sauti nyenyekevu ya ndani, hakuna kilichosahauliwa. Subira yangu ni kinga yangu.

Ila sauti ya mwanzo ikaighilibu sauti yangu ya pili. Na mimi bila ya wasiwasi nikamwambia Bi. Jamila.

"Leo safari yako ya mjini tufungashe pamoja." Hakuweza kupinga wala kukubali moja kwa moja. Nililiona paji lake la uso lilivyosawijika kwa sekunde na kukunjuka kwa sekunde. Ncha ya ulimi wake nikatabiri kauli ya kunizuia nisiende. Mambo yakawa kinyume chake.

"Ningekwambia usiende kutokana na usalama wako, lakini nadhani kwa muda huu sasa yatakuwa yameshazima mambo yaliyopita au?" Ukubalifu wake ulifungiwa na swali lililoshikana na ushauri.

"Nadhani mwendo huu hautabeba tuhuma. Miaka sita na ushei kuna atakayenijua mimi! Inawezekana nikajulikana, lakini sitarajii watu kushughulika na mimi tena sasa. Na kwa vile tunakwenda na kurudi."

Tulikubaliana twende bila ya wasiwasi wowote. Mguu mosi, mguu pili. Kumbukizi zangu zikanijia na kukitawala kichwa changu. Nikayavuta yaliyopita. Nikaiona picha halisi ya maisha ya mji huu katika uhai wa baba na mama. Vichochoro vyake, uhai na umauti wake. Picha ya marafiki zangu niliocheza nao, nayo ikaniandama. Japo sikuwa nao wengi kutokana na utawa wangu. Nilijiiba wakati mwengine na wengine walioweza kunifuata tulicheza ndani ya uwa wa nyumba yetu. Majumba mengi sana yamekuwa magofu. Yamehamwa. Mitaa niliyokuwa nikiipita usiku kuwakimbia watu nisiowajua nayo nikaiona. Nilipodamadama na kujificha hadi Tafakari akanikuta na kunihoji. Yote haya yalirundikana kichwani na ukawa mzigo mzito. Yakauthakili moyo wangu. Nikashindwa kuvumilia. Nashkuru machozi hayakusogea lakini moyoni nilisononeka.

Nilidhani nimeshasahaulika lakini baadhi ya watu walinijua. Nilijisahau. Sikujua kuwa aingiaye mjini huchunguzwa. Hasa akiwa mgeni. Tangu siku aliyouawa Tafakari na wenzake, pamekuwa na ufuatiliaji wa hali ya juu. Sura ngeni zilinisimamia mbele yangu. Nani? Nikajiuliza. Sikuwajua. Sura wamezikunja. Bi. Jamila akatakiwa atupishe kidogo. Akasogea kando na kuniacha mimi na watu nisiowajua.

"Sisi ni askari. Wewe ndiye Msiri?'

Wamelijuaje jina langu hawa? Nikajiuliza lakini sikuwa na jibu. Wakaniamuru niwafuate kituoni. Bi. Jamila akatakiwa arudi nyumbani.

Yaliyotokea nyuma yangu miaka mitano kuanzia hapa sikuyajua. Kuta nne zilinizunguka. Sikulijua kosa langu. Na liliposomwa lilisomwa kama ni tuhuma, halikunihusu. Lilikuwa mbali na mimi. Ati mimi nimesababisha kifo cha familia yangu. A-aah! Yametokea lini haya! Nimeambiwa hiyo ni tuhuma, ushahidi unaendelea kuchunguzwa zaidi. Yalivyolazimishwa yawe yalikuwa kwa namna walivyotaka. Ila nimehusikaje, hivyo hakuna aliyethubutu kunieleza. Ataniaelezaje ikiwa hakuna mashiko katika hoja za kupanga! Hoja zilizopangwa kuwafichia wale na kuwaangamiza hawa – wasiohusika. Kumbe kuna kundi nyuma yangu lilishasekwa ndani na kuyapata madhila kwa kisingizio cha kuwauwa wazee wangu. Pia kumuua Tafakari na wenzake. Hadi leo sura iliyokuwemo kwenye kitambulisho ilicheza machoni mwangu. Ikacheka pasi na aibu. Sikujua kuwa mtu huyu alikuwa bado yu hai au.... Lakini......! Nikawashangaa watu walionikalia ushahidi siku za usoni. Sikuwa na mtetezi. Ati mimi nimehusika na wenzangu walishatumikia kifungo.

Miaka mitano nilitumika kifungoni. Kosa langu sikulijua. Nikatamani ashuke msema kweli anitetee. Siku nyengine nilitamani izuke gharika itugharikishe sote. Sikuiona haja ya kuendelea kuishi. Siwezi kuyasimulia mengine. Yote nilifanyiwa mimi mtoto wa kike. Mengine hayasemeki. Watu walikata kiu zao pasi na ridhaa yangu. Wakanifanya walivyonifanya. Siwezi kuwasamehe watu hawa. Walionilazimisha kuyakata matamanio yao.

Oooh ! Laiti moyo ungekuwa jiwe, naamini ungelikwishagawika vipandevipande. Moyo si jiwe. Ila wangu mimi ni zaidi ya jiwe. Wameniachia kidonda kisichopoa. Bora ingekuwa kovu.

Macho niliyafumba. Sikutaka kumuona mtu aliyekuwa mbele yangu. Masharubu yamesimama wima na mengine yamesokotana chini ya tundu za pua yake. Macho yake yaliingia ndani na mashavu yake yakaja juu. Macho madogo.

Kofia yake aliikamata mkononi. Akakiacha kichwa chake kilichofilisika nywele juu ya utosi kikimsimanga mwenyewe. Huyu ndiye? Ndiye au siye? Kiza kilichokuwepo ndani ya vifuniko vya macho yangu kikaileta tena sura yake. Sauti lake zito kama gari moshi likaingia masikioni mwangu. Likaigonga ngoma ya sikio na kuziamsha hasira zangu zilizolala tangu siku iliyolala familia yangu. Leo zikaamka tena. Zikasimama dede. Zikatembea na kuzunguka ndani ya mishipa ya damu yangu.

"Mtoto mzuri hadi leo hujatolewa humu? Mwaka wa ngapi huu!" Lile jitu lilijisemea.

Uzuri upi? Nikajisemea na kumlaani kimoyomoyo. Uzuri upi alionao Msiri kama si kujeja huko! Mumeupaka matope. M'meniumbua mwana wa mwenzenu. Nimebaki mifupa tu. Alipoona nimejiinamia pasi na kumtazama aliondoka. Kidogo moyo wangu ukanitua. Vundo la gerezani lilishafanana na mimi. Hadi mishipa ya harufu ilishakufa hisia. Utando wa nyumba ya buibui ulishikana juu ya uso wa dari pasi na buibui kuwemo. Ukakaliana siku, miezi na miaka. Nzi wakanasa. Wengine wakajipapatua. Na wengine wakafa hapo hapo. Mijusi wakajiokotea ndu bandani.

Niliihesabu miaka na kuiona jinsi ilivyomezwa na dunia. Dunia yangu ilikuwa ya ndani. Kama niliyekuwa tumboni mwa chewa. Sikujua liendalo wala lirudilo.

Sura ya Kumi na Mbili

MIAKA ya mateso, madhila na idhilali ilikanyagana. Ikachupana.
Kisha ikagonga kwenye mwamba wa jiwe imara – Jiwe la ukomo.
Nilijisabilia kuwemo, hata wangeniweka milele, kamwe si milele,
maana roho ina mwisho wake, lakini nisingepoteza uhai wangu
mwenyewe. Maana, kujikatili kwa mikono yangu, mhh! Kamwe
haiwezi kuwa busara ya muungwana. Kifungo cha miaka mitano ni
kitambo cha kufa mtu akasahauliwa. Zilipita siku zikawa za faraja.
Macho yalipofumbuka na kuona mtu kanisimamia. "Kuna mgeni
wako" Sauti ya ukakamavu, kutisha na kujipa ukamanda ilinguruma
kwenye tundu za masikio yangu.

Hamu ikaninyanyua. Nikajisogeza huku nikiyumbayumba. Ukavu
wa macho yangu ukapotea. Yakanyekenya machozi. Mseto wa furaha
na huzuni ukapwaga usoni. Ni nani? Yule yule aliyenipa sitara.
Mamkwe wangu, Bi. Jamila. Mkono mtupu haurambwi. Bi. Jamila
alifungasha na kikoba chake kidogo cha ukili kilichoshehenezwa
chakula cha nyumbani. Tunu kwangu siku hizi. *Bondo* la gerezani
limeshanikomaza. Utadhani chumvi imeadimika siku hizi. Nazi
ilikuwa nyota ya jaha kuwemo kwenye chakula cha gerezani. Kweli
hii si sehemu ya kukaa hata dakika moja, seuze miaka mitano.
Mwanamke kama mimi. Mbu waliufanya uwanja wao wa riziki.
Kufyonza damu za watu waliomo humu.

Gereza zima tulikuwemo wanawake wawili. Mimi na Mshonge, mwanamke wa maajabu huyu. Yeye aliliona jua mwanzo kuliko mimi. Na hata mwarubaini aliooshewa yeye ulikuwa wa kale, amenizidi umri. Nilimstaajabia siku zote. Alilipenda gereza kuliko sehemu nyengine yoyote. Nilitamani niijue sababu ya kuletwa humu Mshombe.

Unene wake aliokuja nao kwenye jengo hili ulimezwa wote ndani ya miaka kumi aliyosota humu kama alivyoniambia mwenyewe. Mifupa ikahesabika na kuidhihirisha dhiki aliyokuwa nayo. Ila tabasamu na uchangamfu wake, licha ya kuwemo humu, iliificha dhiki iliyomvaa. Shingo yake ikazidi kusimama wima na *kubokoka* uso mzima. Fupa lake la usoni likachomoza na kukifanya kichwa kidogo. Huyu ndiye aliyekuwa rafiki yangu. Mwenza aliyeujenga ujasiri wangu. Akanifundisha maisha ya kukubali na kukabili. Ya kukataa pia. Kukubali jambo lenye manufaa. Kukataa lile litakalouharibu utu wangu. Jambo litakaloiyeyusha haki yangu ninayostahili kuipata. Ni huyu huyu aliyenifanya nijue kujenga hoja na kuweza kujiamini kwa jambo ninalolitetea. Nikasahau mfumo wa kufuata mkumbo. Upepo usingelinipelekesha kiholela sasa. Tangu kukutana na Mshonge – Huruma zake, licha ya *uhabithi* wake, zilisimama kwa ajili ya mtu mwengine kabla ya nafsi yake. Hili nilimpendea.

Sikuwezana naye katika mambo mawili. Yalizifarakanisha itikadi zetu mashariki na magharibi. Yeye alijiridhisha kwa yoyote aliyemhitaji. Akawaridhisha pia waliomhitaji. Walimtumia na kujiauni. Walimfanya mama gereza. Aliishi alivyopenda kwenye anga la uhuru wa gerezani. Ungemkuta wakati mwengine, usingefikiria kuwa alikuwa mfungwa. Alivyoaminiana na maafisa na wakuu. Alivyotaniana nao bila hofu. Maneno aliyorushiana nao, ya matusi ya nguoni. Hakuogopa. *Mwehu* kwisha kazi. Akiyaendesha yake.

Jengine lilotubagua ni ulevi. Mshonge alikunywa gongo kama maji! Alilewa hadi akalewalewa. Aliletewa gongo chumbani. Siku za mwanzo alinishawishi sana kuungana naye, nilikataa katakata. Tukagombana. Mwisho, uadui wetu ukazaa urafiki. Urafiki ukakua. Hatukuweza kukosana. Aliyaheshimu maamuzi yangu.

Nikawa najiuliza wale walioleta pombe ndani hadi kumfika Mshonge ni akina nani? Humu si ndimo wanamohukumiwa watu kwa dhambi zao kama hizi! Inakuwaje pombe inakuja hukuhuku! Nikaijua siri ya humu ya maonevu na usahihi wa mambo. Mengine yakawa ya 'funika kombe mwanaharamu apite.' Kwani huijui desturi ya sivyo ndivyo? Hii ni ile ya mlinzi kuwa mwizi. Wakati mwengine mwizi kuwa mlinzi. Mjenzi kuwa mvunjaji. Na mvunjaji kuwa mjenzi.

Alinitetea kwa wale waliokusudia kunifanyia ubaya. Wakati mwengine hadi kuliziba pengo langu. Sisahau na wala sitasahau. Siku moja afande Kigoda alipokuja na kunilazimisha kuyakidhi mahitaji yake. Kumridhisha kimwili. Akabiringishana na mimi katika vita vya kupapatuana. Kadiri alivyokuwa akiniingia maungoni ndivyo na mimi nilivyompapatua. Tukapapatuana papatupapatu. Mwanamume kasimama. Roho inampapatika na kumpwita kwa kutaka lake. Mishipa ya aibu imemtoka na kukatika. Hana aibu chembe. Atakavyo jambo lake liwe tu. Mshombe na mbwembwe zake za kilevi akatokea. Ameshalewa chakari. Maneno yake ya kilevi yanamtoka kama mwendawazimu aliyekerwa.

"Mwache mwenzako usizinguwe mshakaji. Toka hapa kabla sijakufanyishia."

Mshonge alinishangaza kwa namna alivyojikweza. Akaamrisha huku akisogea pale tulipokuwa. Alipofika akamng'waruzia macho yule afisa polisi aliyenisimamia. Upande mmoja wa kanga yangu alikwishaurarua.

Hapo ndipo nilipoanza kujenga urafiki naye. Yule askari alitoka kidogo kidogo. Akajichekesha kwa Mshonge na kumrushia maneno.

"We' Mshonge nuksi, kimbelembele kama mfuko wa koti." Alisema huku akiondoka.

Kama aliyepewa amri ile na bosi wake, ilhali ni mfungwa mwenzangu. Hili lilinishangaza. Madaraka yale Mshombe aliyatoa wapi! Kuna lipi la ndani kuhusu Mshonge! Udugu wetu ulistawi katika shamba ongofu. Mara nyingi walipotaka kunipata mimi walimwondosha Mshonge. Walimuweza hasa walipomtajia pombe. Hapo hakusikia wala hakuona.

Akili yake ilizugwa ikazugika. Akasamehe kila kitu. Chumba hunielemea peke yangu. Matakwa ya mabwana wakubwa, kinyume na ridhaa yangu yakatimia kwa taabu na papatu. Hayo ndio maisha yangu ndani ya jengo hili. Maisha, siri yangu. Siri ya aibu na ukakamavu wa kijasiri. Siku nyengine nilitamani nife kwa matendo niliyofanyiwa pasi na ridhaa yangu. Lakini nilijisikia kupoteza uhai wangu kizembe.

***

Bi. Jamila alinisogezea chakula. Tuliketi pamoja kwenye eneo la makutano ya wageni wa wafungwa. Tepe la furaha liliuzunguka uso wake aliponiona nikistaladhi upishi wake. *Maashaallah!* Alijua kupika. Chakula chake, hicho hicho cha kinyonge alikipika kwa ustadi. Kama ni muhogo aliumwagia tuwi ukarowana. Akaukoroga na kuukorogea vipande vya tasi. Siku nyengine pono walibiringia na kubiringishana. Au zile siku alizouchanganya na kombe sawa kwa sawa. Furaha ilipomzidi aliubadilisha rangi. Akauchanganya na harage. Hata watoto wasiopenda muhogo siku hiyo *walifakamia*. Akaukoleza vumba, ukakolezeka. Na mimi nilifakamia. Nikatafuna na kuikosha nafsi yangu. Mabadiliko. Ladha isipobadilika moyo hukinai upesi. Nilipopata chakula cha nyumbani; mara muhogo, mara ndizi, siku nyengine ugali wa muhogo. Nikajisahau kuwa nipo gerezani. Macho yangu yamwonapo mkwe wangu. Mkwe mlezi wangu. *Mtu mkwewe ni moyowe.* Huburudika na kutulia kwenye ufukwe wa mapenzi. Huzuni ilirudi. Askari alinijia. "Muda mama, muda umemalizika."

Hapo Bi. Jamila aliaga. Nilikwenda na kugeuka nyuma. Mkono nikaunyanyua. Ukapunga hewani. Kulia na kushoto kama uliokuwa ukiisafisha hewa. Ukapembua mabaya na mazuri. Nikamsindikiza kwa macho. Alipofika mlangoni akasimama. Akanitazama tena. Nikausoma moyo wake. Nikayasikiliza maneno yake ya ndani. Kisha nikayajibu.

"Najua una huzuni. Lakini ipo siku yatakwisha. Utatoka na kuja maishani. Utakuja tena duniani. Uje ukae nasi. Wende shamba nasi. Umeusahau ule msimu wa karafuu? A-aah, hausahauliki. Unakumbuka tulivyonyang'anyana halua.

Nusu yangu, nusu yako. Unakumbuka tulipochoka na kuziacha karafuu zikitutazama kwa wingi wake. Tukafukuzana kama si mtu na mkwewe."

Niliyasikia yote haya. Hadi pale Bi. Jamila aliponiachia kivuli chake. Nacho kikitoweka naye ndani ya sekunde. Akaniachia sauti yake. Ikaniliwaza. Ikanituliza na kunipa moyo. Sauti yake na sauti ya Tafakari zikaungana pamoja. Naziita sauti hai. Hapo nikaingia ndani ya msitu wa mawazo. Njozi zikanisimamisha msituni.

Naumia ndani kwa ndani. Machango yananguruma, lakini si kwa njaa. Moyo unanienda mbio. Homa imeufunika mwili wangu. Ndio! Damu inachemka na kuzunguka kwa mwendo usio wa kawaida. Nayaona makundi kwa makundi yanapita. Kundi la kwanza, la pili, la tatu......la kenda.....Nasimamisha hesabu – sipati jibu kamili. Nafasi ya kujinadi na kujinasibisha na kilicho changu imetoweka. Imekimbia na kuselelea kusikojulikana. Labda kwa wasiojua watathubutu kusema 'kusikojulikana'. Ni wazi kuwa kunajulikana.

Njia mbilimbili za michirizi ya machozi zinajichora mashavuni. Chiriri, machozi hadi masikioni, mdomoni na matone mengine yanamezwa ardhini. Nabaki nalia. Nikiulizwa 'Walilia nini?' Hubaki kimya. Si kwa jeuri, bali maumivu yasiyo na donda, ya ndani moyoni yananithakili. Naumia. Nateketea. Naathirika kisaikolojia. Nayaona. Nayashuhudia. Hamkani, hekaheka za majirani. Hofu za waumini. Zote naziona. Zimejikusanya pamoja. Zinatazama juu. Zinahesabu nyota na kutikisa midomo.

Niyasikiayo kwenye vinywa vyao ni mazito. Yanaliza. Yanaumiza kuyasikiliza. Mikono wameinyoosha. Wanaita. Wanamwita nani? Mmoja. Pekee. Asiye mshirika. Mwenye nguvu, mfalme wa wafalme. Hakimu wa mahakimu. Huyu tu, wanayemuamini. Yeye hapitikiwi na usingizi. Hasahau. Katika wingi wa vilio vyao vinavyosikika angani, vikapanda mbinguni, wingu zito likajikusanya. Kimya. Tena kimya. Nje kunazizima. Kiza. Giza totoro. Mvua. Dhoruba. Maji yanateremka kwa kasi ya ajabu. Yanayaosha machozi yao. Yanakatika. Kimya tena. Jua linachomoza. Linakausha huzuni zao. Furaha inachomoza mithili lilivyochomoza jua.

Maafisa walifuatana kama siafu walioikimbilia punje ya wali. Wakanizingira kama ngumbi walioizingira taa. Kuna nini tena leo? Au ndio hukumu ya kunyongwa! Ati, kama ilivyosemwa siku za mwanzoni nilipoingia humu. Nimesababisha kifo cha familia yangu. Nimesababisha au nimeua? Nimesababisha kivipi? Hakuna aliyewahi kulijibu swali hili hadi leo. Na hatotokea nadhani. Hukumu ya kuua ni kuuliwa au kifungo cha maisha. Nikabaki humu nikiwa siijui hukumu yangu. Nusu mahabusu nusu mfungwa. Maafisa wameshika makabrasha yao na kalamu. Wakajidai kuandikaandika. Sijui liandikwalo wala lifutwalo.

"Mama, tufuate huku." Afisa mmoja aliyevaa suti nyeusi na tai aliamrisha. Viatu vyake viling'ara kama jongoo aliyerowa. Nikanyanyuka. Nikawafuata hadi nje ya chumba chetu. Afisa mmoja akanivisha pingu mikononi. Nikapelekwa upande wa pili wa gereza. Huko kulikuwa na ofisi ya jaji mkuu. Yeye alikuwa ameketi juu ya kiti chake. Meza imefunikwa majalada na kuzungukwa na makabati ya kuwekea majalada na vitabu. Mkononi ameshika jalada la kesi yangu. Juu ya ukuta alioupa mgongo jaji palikuwa na picha ya Rais. Tukatazamana. Macho yale yakanifuata kila hatua niliyosogea. Nikayakwepa, lakini sikuweza. Kila aliyenitazama nilihisi amehusika kwenye uonevu wangu hata kama hahusiki. Kwa nini asinitetee! Bado ilinitazama picha ile. Nikageuza uso wangu kuitikia wito. Jaji alikenua aliponiona. Nikashangaa leo, jua kuwaka usiku. Sijawahi kuyaona meno yake bwana huyu. N'nayaona leo. Amelifungua geti la mdomo na kuyatoa meno yake. Kipi kinachomfurahisha! Dhiki yangu? Mararu yaliyoufunika mwili wangu? Nywele zangu kavu zilizotimka na kupiga wekundu? Haukuwa wekundu wa jua, ulikuwa wekundu wa vumbi la mateso.

Ukiwa ulioota mizizi ndani ya uhai mahututi. Uhai ulioifyonza rangi halisi ya nywele zangu. Ukausharabu uhai wa sura yangu. Ukaliacha bupuru tupu la kichwa likikauka na kuikausha hata ile thumni ya faraja iliyolindwa na Mshonge. Kamwe si thumni tena. Ni ya kwenda na kurudi. Mwisho hutoweka. Maukio yake huanza pale ninapoziona sura zilizonileta eneo hili. Hasa ile iliyojileta nyumbani kwetu siku ya kifo cha familia yangu.

Sura ile ile iliyokuwemo kwenye kitambulisho nilichokiokota. Hii siisahau. Nayo ilikuwemo kwenye kundi hili lililonileta katika ofisi hii.

Jaji mkuu akaliita jina langu.

"Msiri, Umzima lakini?"

Uso wangu umestakimu kwenye uso wa sakafu. Ukaifuata sauti kule kule ilikotoka. Nikajibu kwa kichwa. Moyo ukajibu pasi na kusikika. Sauti ya ndani nikaisikia mwenyewe.

Uzima upi wa Msiri! Msiri wa kifungoni! Amewakosea nini? M'meshika kalamu na makaratasi kiganja tele. Mnachokiandika hakina mizizi. Sijui vipi ungesimama mti huu ikiwa mizizi yake imekatika. Matawi yamelizidi shina. Uzito wa matawi umeyabeba machungu ya akina Msiri na wenzake. Hangeupata uzima namna hii. Hangeupata abadani asilani. Labda uzima kwa maana ya uhai. Yu hai kwa kuwa kwake kundini mwa walio hai. Nafsi yake ni maiti. Haihisi tena ladha. Imekufa ganzi.

"Msiri, upelelezi wetu umeivumbua furaha na faraja yako."

Faraja, Furaha! Yote haya yamevumbuliwa wapi? Yalikuwa wapi? Nilikuwa katikati ya upotevu na uongofu. Nimepotezwa na maneno yao. Uvumbuzi – Wamevumbua kitu walichokikwapua mikononi mwangu. Uongofu! Nimeongoka kwa kufahamu jambo. Nimefahamu kuwa wanajua wanachokitenda hawa watu. Matendo yao pengine yamewasuta. Sikuibua kitu ndani ya maelezo ya jaji.

"Namaanisha kuwa upelelezi wetu umefikia hitimisho. Tumebaini kuwa wewe hukuhusika katika tukio la kuuawa kwa familia yako."

Nani kahusika? Nikauliza kwa sauti ya chini. Ilisikika, ila haikufahamika. Pia nikashangaa kusomewa mashtaka sehemu ile. Kwani si ziko sehemu maalumu za kusikilizwa kesi!

"Usiogope Msiri, sema usikike." Jaji akanipa nguvu ya kusema. Na mimi nikasema kwa nguvu.

Sauti yangu ya pili ikapanda juu kidogo, ikasikika bayana. *Nani kahusika?* Wote wakatazamana. Wakajichekesha na kumwachia jaji mpira autoe tena mikononi na kuulenga kweupeni. Cheko la tahayuri. Maelezo yaliyokosa jibu la uhakika. Yakaendelea kumwagika tena.

"Msiri. Tupo kazini. Tumegundua kuwa wewe hukuhusika. Kwa maana, tuna kibarua chengine zaidi kumpata mhusika." Akayatafuna maneno ndani ya mtafuno wa kifuniko cha kalamu. Nayo yakatafunika kama kilivyotafunika kifuniko. Akazungusha kichwa chake chini. Akaokota ufunguo wa kabati.

"Subiri kidogo….." Akaelekea kwenye kabati na kulifungua. Akatoa karatasi iliyoandikwa michoromichoro – kwangu ilikuwa michoro. Kamwe sikuifahamu. Aliporudi mezani akawaita maafisa wenzake. Wakainama kwenye karatasi. Wakanong'ona kisha wakarudi nyuma. Sasa nikaweza tena kuiona sura ya jaji. Uso umempwaya. Uso umeparama.

"Unaruhusika kunzia leo. Kesi itaendelea kufuatiliwa hadi tuwatie mikononi watu hawa. Kisha hukumu itafuata."

Nikatakiwa nirudi nyumbani baada ya kufunguliwa pingu. Nilitoka ofisini pasi na kusema hata neno *ahsante*. Nilipofika nje ya chumba nikajilaumu. Kwanini sikusema ahsante? Lakini niseme ahsante kwa lipi? Kusamehewa kwa jambo nisilolifanya? Mkosa husamehewa. Mimi ni msingiziwa, siwezi kushukuru. Hakuna ihsani niliyofanyiwa labda niseme. Miaka yote hii nilikuwa kwenye uonevu. Nishukuru kwa uonevu! Hapana. Nimetenda haki. Wanapaswa wao wanilipe kwa wakati wote wa maonevu. Ila nani angekuwa tayari kunilipa! Nikatoka nje ya jengo na bahasha ya nguo zangu. Maneno ya jaji yakaakisika. Furaha imevumbuliwa. Faraja imezaliwa pia. Sasa nikawa njiapanda kwenda au kurudi tena kule nilikotoka kwa jaji. Kwanini nisingesema pale ninachotaka kukisema! Nikajishangaa. Maamuzi yangu nikayaafiki. Kweli nikarudi tena.

Sauti zilikuwa zikivuma mle chumbani. Kimya kikazizima mara baada ya kuhodisha. Wote waligeuka kwa pamoja pale mja mimi nilipotokeza tena mbele ya macho yao. Kwa ujasiri nikasogea palepale nilipokuwepo mwanzo.

"Vipi, naona umerudi, kwema lakini?" Aliuliza jaji.

Nikamtazama kwa sekunde kadhaa. Kisha nikaufungua mdomo wangu bila ya kigugumizi. Mliniambia kuwa mimi sikuhusika, kwa hiyo nimefungwa kimakosa na sikupaswa kuwemo humu.

"Naam, hakika maneno yako." Jaji aliyaunga mkono maneno yangu ya utangulizi.

"Sasa kuna fidia yoyote kwa tukio la uonevu iwapo mtuhumiwa alipewa kifungo kisichomhusu?"

Swali lilimkamata kisawasawa Jaji. Akajichekesha na kutikisa sharubu zake.

"Sisi tulikuwa katika upelelezi. Na upelelezi ulikuwa haujakamilika. Na sasa tumegundua kuwa wewe hukuhusika. Hatukufanya kwa makusudi, bali bahati mbaya imetokea upelelezi kuchelewa kupata ushahidi."

Maneno ya jaji hayakuikata kiu yangu, bali iliyachochea machungu na kiu yangu. Nikatamani kuongeza neno jengine, lakini kuna afisa pembeni alikikanyaga kidole cha mguu wangu kwa makusudi. Nilifahamu alichokimaanisha. Alidhani kuendelea kudai haki yangu ni kujitia matatizoni. Mimi niliamini kinyume na alivyoamini yeye. Matatizo ya kifungo cha miaka mitano ati kwa upelelezi ni makubwa mno. Ni mazito hasa pale yawapo ya maonevu – Kuna matatizo yapi makubwa zaidi ya haya! Iweje leo huyu anionee huruma kuingia matatizoni! Nikafungua kinywa changu kwa ari zaidi ya mara ya mwanzo. Ujasiri ukanisimamia kifuani pangu.

"Ushahidi kukamilika una muda maalumu. Usipopatikana ndani ya kipindi hicho ingetosha kuwaridhisha wahusika kuwa kesi imekosa ushahidi. Ushahidi wenu unatafutwa kwa miaka mitano? Ifike wakati haki tuisimamie kuliko tunavyoiamini. Na tuiamini ili tuisimamie."

Jaji akanitisha kidogo alipoona nimekuja wanguwangu kuwananga na kuwasugua kwa sabuni na mchanga. "Umeshatolewa wewe, toweka tafadhali, usiendelee kuifundisha kazi mahakama. Sisi tunajua tunachokifanya."

Hapo niliiona tena sura halisi ya jaji. Sikutaka kuongeza neno. Nikageuka mlangoni. Ila neno la mwisho nikalilenga kama ni neno la kuagia.

"Na wale ambao ushahidi haujakamilika kama mimi, wenye miaka saba humu ndani nao naomba muwatazame tena. Wapo mliosema wanachanganya dini na siasa.

Ni nani awezaye kuitenganisha siasa na dini! Nimewaza tu kwa sauti. Pengine kimaandishi yawezekana ila.... Wanasiasa ni watu wenye imani pia. Wananchi ni watu wenye imani, pia wanaishi kwenye mfumo na wanafanya miamala tofauti na watu. Hivyo vipi wataikwepa siasa? Yanapotokea mambo yakaikwaza jamii wanayoiongoza, na wao pia, watayasema kwa kinywa kipana kama uhuru unavyoruhusu pasi na kuvunja sheria za nchi. Miaka saba ikiwa halijabainika kosa lao hakuna ushahidi hapo. Waachiwe na wao."

Waliniacha nikasema. Nilipomaliza jaji alisimama. Akanyanyua kidole huku akisema.

"Utakaposema neno moja tu zaidi ya ushaposema nitakurudisha ndani. Na kamwe usitarajia kuwa nje maisha yako yote." Alisema ndani ya mngurumo wa sauti ya vitisho. Sikutetemeka. Nilitoka taratibu. Nikageuka baada ya kuupa kisogo mlango. Pia nikageuka kuliani kulitazama jengo. Nikasogea mbele, hapo nikapishana na maafisa walionitania. Wakanihoji wengine. Wakaniachia. Na mimi nikauende uchochoro mwembamba kuelekea nje.

Hatua kumi hadi mlangoni. Kizingiti kilishikana na nyayo za *ndara* zangu. Zimelika na kupoteza rangi yake ya asili. Zimepiga weusi. Ndani ya miaka midhalilifu vilitumika kifungoni pamoja na mimi. Unaweza ukashangaa uwepo wake. Vingalipo kwa sababu vimeshikana na kivuli hai. Kinaishi ndani ya fikra zangu. Haikupita siku hata moja pasi na kumkumbuka Tafakari. Siisahau siku aliyokuja na zawadi ya viatu hivi.

Furushi kubwa alilitia kwenye begi lake kipindi cha likizo yake. Usiku akalifungua. Jozi mbili za viatu. Ndara na viatu vya urembo wa kike. Viatu vya ndara vimehimili mengi, hadi leo vipo hai. Vile vya urembo vilikuwa pambo tu la viatu. Si haba, viliishi miezi mitatu. Nikavikata mabondeni kwa msukumo wa *panda-shuka*. Nikizitazama ndara zangu, naziona siku zilizopita ndani ya kiini cha macho yangu. Naliona deko langu lilivyoenziwa na Tafakari. Aliipa nafasi furaha yangu hata pale alipokuwa na wakati mgumu kazini. Majukumu yalimzidi. Licha ya yote hayo hakuacha kunitembelea, kunishauri na kunijali kama pumzi zake.

Tafakari aliniacha kwenye tafakuri zisizopotea. Makemeo, maonyo na mafundisho yake yamo ndani ya damu yangu.

Nilizubaa kitambo mlangoni. Nikazungusha kichwa changu kila upande. Sijamuona. Amekwenda wapi? Nisingeridhika kuondoka pasi na kumwona Mshonge. Gerezani aliachiwa kama nyumbani mwao. Alipoamua kutoka nje alitoka. Akibaki ndani hakuulizwa. Alipoamua kufuata wanaume kulima aliruhusiwa. Maisha haya hakutamani kuyahajiri. Yeye hapa alikuwa paka wa nyumba, hakuwinjwa.

"Oyaa! Mshkaji wangu mbona na kago ya nguoooo! Au unatutenga mwanaa!" Sauti ya kike iliyoburutika na kuyaacha maneno yakiachana katika masafa marefu ilisikika kuliani kwangu. Jasho linamtiririka. Mshonge ameshika jembe. Mkono wa pili amebeba mfuko wa viazi vikuu.

Uchangamfu aliokuwa nao Mshonge ukatiririka na jasho. Ukakaukiana pamoja. Mwendo mmoja. Na mwengine ukatoja na jasho. Ukapotea ardhini. Sura ya huzuni ikalizoa tabasamu lake. Sasa tumekuwa zaidi ya marafiki. Ndugu wa damu. Amepunguza sana kunywa pombe siku hizi Mshonge. Tabia zake za maajabuajabu pia zimewekewa kipimo. Si kama zamani. Ukikaa na waridi huachi kunukia. Mara moja moja alionja, kama alivyodai mwenyewe. Niliamini kuwa *taa haachi mwiba'we. Ila tabia si ulemavu.*

Utukutu huu ni wa kurithi kama alivyonihadithia mwenyewe. Mazingaombwe ya wazazi kwa vizazi vyao. Mshonge alizaliwa ndani ya familia ya Binti Mau na Bwan'tambo. Nyumba iliyokosa staha. Nyumba iliyopokea wageni saa ishirini na nne. Walitoka masafa na kufuata pombe. Hapa palikuwa chemchemi ya pombe. Matusi yalichipua, yakakua na kuota mizizi. Mwisho yakazaa matunda. Vioja vya waliokuja na kuondoka. Mshonge aliyaona haya tangu yuenda tata. Maneno yake ya mwanzo ya uchanga yalikuwa matusi. Hakuna aliyemkana. Alipolengwa tusi alilirudisha bila ya kujali ni nani aliyemjibu. Mama yake, baba yake na kila mtu. Hakuna aliyeshughulika kumpeleka skuli. Akakulia kwenye magenge ya wanaume. Alirudi kwao muda aliotaka. Uhuru juu ya uhuru. Maji ya utu uzima yalipomwingia, hapo Mshonge alizidisha kasi.

Aliiba. Akakamatwa na kufikishwa polisi. Alivuta bangi na kunywa pombe. Arubaini yake ikamponza. Wizi wake ukamtia gerezani hadi leo hii. Siku aliyomuibia mheshimiwa mmoja nyumbani kwake. Akajifanya anatafuta kazi za ndani. Alipopewa uhuru alikunja na kuiba kila kitu. Hili likamuweka kifungoni. Maisha haya ndio aliyoyafurahia sasa.

Mshonge alinipa maneno matamu. Yakapita sikio la kulia na kushoto. Yakakutana katikakati. Yakamezwa moyoni.

"Ishi ukiwa na mtazamo wa mbali wa ukombozi. Na ili uufikie ukombozi katika maisha ni lazima ukombolewe kimawazo. Penye mawazo finyu basi hakiwezi kufikiwa kilele cha utawala bora wa maisha ya mtu binafsi na hata taifa kwa ujumla. Ishi kwa kufuata dira. Kipimo cha suluhisho la nafsi zilizotengana huwa mikononi mwa mtazamo mmoja wenye mwelekeo mmoja."

Mtazamo mmoja. Kweli inawezekana mtazamo kuwa mmoja kwa watu wote? Si sawa. Lakini nikajiambia kwa kujisahihisha na kumuunga mkono Mshonge kimoyomoyo. Mtazamo mmoja kwa wengi! Maana wengi wape. Na mkataa wengi mchawi. Ikiwa mtazamo mmoja, kwenda mwelekeo mmoja ni kwa kundi kubwa, basi nguvu ipo. Ikaapo nguvu haiungushwi kwa ubavu wala mabavu. Na wachache dhidi ya walio wengi ni sawa na yale ya mtia maji pakachani.

Pakacha kuwa na tundu si dosari bali ni sifa yake. Si jambo la kushangaza. Mwenye akili ataitumia pakacha kuhifadhi vitu vinavyostahili kuingia pakachani – Wala havitavuja. Wa kumshangaa ni mtia maji pakachani. Kila jambo na nafasi yake. Na kila jambo lina kiasi chake. Ikiwa mtia maji pakachani hajatanabahi kuwa pakacha halikai maji, basi ni shida kuzinduka (hasa katika dunia ya sasa). Maana wahenga wamesema kuwa sikio la kufa halisikii dawa. Ni kweli sikio la kufa halisikii dawa! Ila kwenye dhana hii huibuka tena dhana kinzani kuwa: SIKIO LA KUFA, KIFO NDIO DAWA YAKE. Ni dhana kwa wadhaniao.

Hapo Mshonge akaongozana na mimi kidogo. Tukasogea hatua mbili tatu. Nyuma yetu palikuwa na askari ambaye alikuwa akimsimamia Mshonge, lakini hakusikia kile tulichokuwa tukizungumza. Nikabaini kuwa licha ya Mshonge kuwa na tabia zile, alikereketwa na baadhi ya mambo aliyoyashuhudia mle ndani. Alinijia tena na kuniambia.

"Msiri, nashukuru kuona umeachiwa leo. Upo huru. Haki imepatikana ingawa ilishaporwa na kucheleweshwa. Msiri, wapo wenzako ndani. Ukiswali waombee na wao waione nje tena. Ushahidi wameambiwa haujakamilika. Ni vijana wanne wale. Wao wameambiwa wamechanganya dini na siasa. Wameanzisha vurugu na kuchochea uasi. Lakini ni mwaka wa saba sasa kesi yao haijakamilika ushahidi – kama wewe. Tuombe na wao watoke wakaishi na familia zao."

Nilimtazama Mshonge na machozi yakimlengalenga machoni mwangu. Mtu huyu aliwatazama wenzake kabla ya kujitazama yeye. Aliiona nyeupe na hakuzugwa kuukana weupe kwa kuuita weusi. Ila yeye ameridhika na maisha yale. Mwenyewe hudai kuwa yeye pale ndipo alipostahili. Pale panaendana na maisha yake, si nje. Ile ndio haki yake maana yeye ni mwizi. Ni mlevi pia. Kuwepo kwake pale, watu wengi wamenusurika kuibiwa mali zao. Pia amepunguza kunywa pombe sasa tofauti na zamani. Anasema ipo haja awepo pale azidi kujenga tabia. Nilizidi kumwona mtu wa maajabu.

Maneno yake siku zote yaliniacha hoi. Sikumwelewa ni mtu wa namna gani Mshonge. Kimoyomoyo nilianza kumwombea yeye – Mungu amwongowe. Kisha nikaelekea kwa wale walioswekwa ndani. Nikawaombea. Nikawaombea waliosibiwa na mambo kama haya pia. Hapo nikaondoka kurudi kwetu.

Sura ya Kumi na Tatu

KWEUPENI. Hewa iliyotokea kwenye njia kuu ilijificha ndani ya joto kali. Nilitembea kama mwendawazimu. Watu wote wapya. Njia nikaziona mpya. Kila kitu kipya isipokuwa mimi mwenyewe tu nilijiona mkongwe. Watu wamejazana njiani, magarini na madukani. Sura nilizozizoea miaka iliyopita, leo sizioni. Akili ikapapasa kwenye sura mpya zilizojitokeza mbele yangu. Ajabu – Haikugusa ila hewa tupu. Hewa ngeni. Yale maduka tuliyoyazoea na kuzoeleka kipindi hicho, tukenda na kupata vijizawadi wakati mwengine, yote yalikuwa na watu wapya. Na mengine yalikwishafungwa. Idadi ya wazee ikaifunika idadi ya vijana.

Uchochoro. Nikaufuata hadi nilipokaribia kugonga ukuta wa nyumba kongwe, nikasimama. Imenibadilikia. Akili yangu ikakataa kuwa ile ndio nyumba ya mayatima. Sadaka zilifika hapa na kugawiwa kwa watoto waliowapoteza, wazee wao. Kimya kikubwa eneo hili. Nimeozea ndani ya miaka hiyo – kale si leo tena, watoto wakiimba. Wakawaigiza walimu wao walivyosema. Sauti zikapaa na kugonga darini. Zikapitia madirishani. Zikatoka nje na kufuata njia hadi masafa ya mbali. Leo kimya kimesimama wima. Limekuwa soko. Linauzwa nini lakini! Nikazunguka nyuma kwa upekuzi wangu. Mh! Ni soko lakini pia halitumiwi tena. Sasa kila kitu kinapoteza haiba yake. Ilivyoachwa zamani sivyo ilivyo. Sivyo pia inavyokuwa. Nini kinachotarajiwa? Nyumba ya kulelea mayatima sasa ipo wapi? Imekufa au imehamwa?

Afadhali ingehamwa. Imekufa na imeshazikwa. Nilijibiwa na akili yangu mwenyewe. Na hili jengo limekuwa yatima. Yatima kwisha kazi.

Nikasogea mbele kidogo nikakutana na mzambarau. Tulishughulika kipindi kilichopita. Mzambarau huu tuliziteketeza zambarau zake. Kila nilipopata nafasi ya kutoroka nyumbani nilitoroka. Michezo ya kitoto iliniteka; *Kobole*, nage, *kifichoficho* na *majani ya mdimu*. Nikalitazama juu hadi chini gogo la mzambarau. Upepo ukaiteka akili yangu. Nikarudi utotoni. Nikayafumba macho. Nikatamani niwaone marafiki zangu tuliocheza pamoja. Niiguse furaha yangu ya wakati ule. Nizisikie zile kelele za ugomvi na maigizo ya maisha ya kijitukizima. Yote niliyatamani. Nikumbuke jinsi tulivyoiba mchele nyumbani. Tukafanya moto. Kisha tukapika *kijungu-nje*. Ama kweli, utoto una raha zake. Vyakula vya kila aina vilivyopikwa nyumbani sikuviona vitamu. Nikakiona kitamu kijungu-nje. Wakati mwengine nilijifanya mama. Mh! Kama niliyeuombea dua ukubwa na utu uzima. Ulikuja na majambo yake. Ukaniingia kisawasawa. Nikayabeba yasiyobebeka. Kwenye kiza cha ndani ya macho yangu mkawaka taa.

Mwanga ukaja na sauti iliyoakisika masikioni. Mawimbi yake yakanitia hofu, lakini sikuyafumbua macho. Bado nilitarajia kuugusa utoto. Pengine hata kuuomba urudi tena. Uwarudishe wazee wangu. Baba na mama nawakumbuka nyote. Ngoja niisikilize sauti, inasemaje. Ina lipi la kuniambia?

Fungua macho utazame usoni. Unaona nini? Mimi ninaliona kundi kubwa la watu. Linazunguka huku na kule. Sauti zao zimeenea mashariki na magharibi ya dunia. Upepo ng'oa hili zizi na gogo lake lilochichipaa ardhini. Mvua ingia tumboni mwa ardhi unyesheze maji yako. Hii italainika na zizi litang'oka.

Upepo ukavuma na kutongoa maneno mazito.

Ah! Una wasiwasi! Zizi halitaki upepo. Oneni mulivyojikusanya. Lenu moja. Mumesimama pamoja. Kauli yenu moja. Kipi kinashindikana ikiwa munachosema kinatoka moyoni? Mumesahau kuwa Mwenyezi Mungu yu pamoja na wengi walio wamoja?

Si wingi wa povu na pumba. Hebu acheni kupiga kelele. Kwa umoja wenu zizi litakuwa kisiki, wala si kisiki cha mpingo. Upepo ukanyamaza. Watu wakatazamana. Ukabaki upepo ukipepea. Mvua haikuitikia wito. Baadaye ikanyesha. Wakati huo muda mrefu ulishapita. Watu hawajakata tamaa. Wanaiita mvua. *Kuku mweupe na kuku mweusi ramba ramba mvua itoke. Kuku mweupe na kuku mweusi ramba ramba jua litoke.* Mvua ikamwagika. Baadaye jua likawaka. Likakausha maji yaliyokera. Zizi likaungua kwa jua. Kundi liliposogea, likaingia kazini kiulaini. Unajua walifanya nini? Kila siku ikawa kuna kazi ya bandubandu. Kazi ya kila mmoja. Sasa gogo na zizi limekwisha. Nimeamini; *bandubandu huisha gogo.*

Nikafungua macho. Mh! Nikabaini kuwa nilikuwa kwenye njozi. Mzambarau upo bado mbele yangu. Nini kimeng'olewa? Nikajiuliza tena. Nini kimesemwa? Gogo lipi? Wako wapi hao wamoja? Mbona nawaona wapo mbali mbali. Jirani huyu hajui jirani yule kala nini? Jirani yule anapika na kumwaga kama alivyokuwa mama yangu. Toba mdomo wangu, usimtaje marehemu kwa ubaya. Majirani zetu walipita wakiombaomba. Wakaomba hadi chumvi. Wako wapi? Waombaji wamekufa na waombwaji nao hawakubaki. Tunayakumbatia maisha. Tunasahau kuwa maisha ni nyuki. Na nyuki hakumbatiwi.

Nikapita kulia. Nikaifuata njia hadi nyuma ya nyumba yetu. Nikachupa karo zilizozagaa. Hazikuwepo hizi. Zimetokea wapi! Harufu ikapanda. Maji ya karo yakatengeneza njia. Yakakata kwenye mitaa, mbele ya majumba. Yakenda yalikokujua yenyewe. Hapa nikasimama. Utoto ukajileta mbele yangu. Baba yangu namuona kwenye mboni zangu. Ameniweka mikononi. Ananizungusha hewani kisha anasema.

"Uje uwe mwanajeshi, msomi wa kimataifa."

Yote haya yakajirejea, nilipouona mlango wa nyumba yetu. Nikayastaajabu maisha katika mtindo wa mabadiliko yake. Kweli jana si leo. Yaliyojiri jana hayaoani kamwe na yapitayo leo. Sikuendelea kukaa, maana kengele ya majonzi ilianza kulia kichwani mwangu.

Nikaendelea na safari yangu. Mji huu sasa unabaki historia. Kwetu si
hapa sasa. Kwetu ni Jendele.

Uswahilini. Ni nini uswahili? Nikawaza vitu vyengine. Vyengine
kabisa. Niliuthamini sana uswahili wangu. Sisemi niliuthamini tu.
Laa! Niliuthamini na ninaendelea kuuthamini. Ninaithamini pia
lugha yangu. Ninaithamini kwa maana ya kuithamini. Uzuri wa
matamshi yake ni ishara ya ustaarabu wa hawa waitwao waswahili.
Kinachonishangaza ni dhana za watu. Tena waswahili wenyewe.
Wanapokaa na kuleta kauli za kebehi. Naziita kauli za kebehi maana
ni za kebehi kweli. Iweje kila kibaya hunasibishwa na dhana ya
uswahili? Uswahili ni ubaya au utukufu! Tunu itokayo kwa Mungu.
Zawadi iliyonenepa. Inayong'ara hulka na pambo la utamaduni
mwema. Hii ndio asili. Imetoka kwenye mifupa ya wazee. Bado
maneno yao yanaendelea kuishi. Bado mitazamo na fikra zao
zinatosha kutuongoza kufika tunakotaka.

Nakaa najiuliza, wapi yetoka asili
Kama kila la kukwaza, huitwa la uswahili
Dhana inaambukiza, isemwapo kwa kejeli
Ni nini uswahili?

Mitaa is'opendeza, kwa hali na mandhari
Mitaa iliyojaza, lalahoi wa ahiri
Ni nani aliyeanza, hadi ikawa si siri
Ni nini uswahili?

Mitaa ya uswahili, huitwa bila ya wasi
wa kuwa kwake dhalili, jina wameliakisi
Nataka nijue kweli, ya Juha na Bunuasi
Ni nini uswahili?

Aumwapo mwanakwetu, usugu wa ugonjwawe
Husemwa ni gonjwa mwitu, huchezwa kwenye msewe
Hulemwa mbele za watu, jina halina mwenziwe
Huitwa la uswahili.

Nilitembea kwa miguu masafa marefu. Nilijiona kama ndege aliyetoka tunduni. Kwani kuna tofauti gani maisha ya huku na ya gerezani?

Ipo Msiri, ipo. Unakwenda kwa watu wako. Wazee wako. Walezi na marafiki zako. Kiambo kilichokulea na kukuonesha aina zote za mapenzi ya mama. Ya mtoto. Ya mke na mume. Umekuwa na marafiki hadi wanyama. Umesema hata na kuku. Umelea vifaranga na kuvikuza. Umecheza na paka na kuwaita majina. Wakakuzoea, nawe ukawazoea. Leo useme hakuna tofauti! Hapana Msiri. Ipo tofauti. Ipo Msiri.

Nikajijibu kimoyomoyo. Nikazidi kufyekuza miguu. Nikayatazama maisha ndani ya kiganja changu kama mpiga ramli. Nikaizungusha mizimu ya kichwa changu. Ikapanda na kujichagawisha. Kuku mweupe. Mara nataka kuku mweusi. Sasa nikawa naipekuwa siri ya rangi hizi. Kuku mweupe. Halafu kuku mweusi. Kuna siri gani? Na ile nyimbo tulioitumia tulipokuwa watoto je? Tukaomba mvua na jua. Ati kuku mweupe na kuku mweusi ramba ramba mvua itoke. Zina siri gani rangi hizi? Mashetani yakaendelea kuja kichwani.

Mara nikione chano mbele yangu. Ubani kwenye chetezo. Moshi unafuka. Tawire baba, tawire. Nikimtazama aambiwaye tawire ni mwanamke, lakini bado anaitwa baba. Haya. Ngoma ile ya msewe ikavuma sasa. Ikapigwa na kupuliziwa zumari. Ikanguruma hadi chango zikapata habari. Nazo zikanguruma. Zikafuatana na ngoma. Yale niliyoyaona kiganjani, kumbe haikuwa kiganjani tu. Kwenye uwanja mkubwa niliokuwa nikipita wakati naelekea Jendele yalikuwepo yote. Mtu aliyelemwa. Ngoma zilizopigwa. Watu waliocheza. Mpiga zumari aliyetunisha mashavu yake, yakatuna utadhani yatapasuka. Nikayaacha mambo ya watu. Nikasogea mbele. Safari ikaendelea. Mwendo haukuwa mdogo. Na mimi niliamua kutembea kwa miguu. Njia zile zile tulizofukuzana na Tafakari. Nilizipita zile zile.

Kundi la kuku lilisimama nje ya nyumba. Mavi yalizagaa uwanjani. Hapakuwa na mtu aliyewafungulia mlango. Walichakura. Wakachora. Wakaziacha alama. Nikazunguka nyuma. Sikumuona mtu. Wako wapi hawa watu wa humu ndani! Mbona kimya! Kwa mbali nikamuona Bi. Jamila amejitwika ndoo ya maji. Nikasogea karibu yake. Aliposikia sauti za hatua za miguu aligeuka. Hakuamini macho yake kuwa ni mimi niliye mbele yake. Akafungua uzio wa tabasamu lake lililorowa machozi. Akaiutuwa ndoo na kusogea karibu yangu. Mikono yetu ikashikana kwa furaha. Sikujua ni muda gani nimeshayavaa maungo ya Bi. Jamila. Kilio changu hakikuwacha kutoa sauti iliyosikika na mtu yoyote aliyekuwa karibu. Mikono yake ilizunguka nyuma mgongoni kwangu, na ya kwangu pia ikazunguka nyuma mgongoni kwake.

"Maskini, mwanangu. Karibu nyumbani." Akageuka kulia na kushoto kuangalia kama niko peke yangu au laa. Nikamwambia mama usihofu, nimeshakuja zangu. Niko huru. Furaha yake ikatamalaki usoni. Watoto nao waliporudi kisimani wakafurahi mno kuniona tena. Niliwaachia majonzi sana nyuma yangu. Wameshakua sasa. Wamerefuka. Nilivyowaacha miaka mitano nyuma sivyo kabisa walivyo sasa. Kuondoka kwangu katika familia hii kulileta huzuni. Siku, miezi na mwaka, walibaki kunitaja. Wakanikumbuka. Leo nimerudi tena.

Sura ya Kumi na Nne

ULIMWENGU umenionesha mengi. Licha ya umri wangu wa kati na kati, lakini nimeyaona. Nimejifunza. Sasa mawazo yangu yakaelekea kwengine. Nilihitaji kuishi mbali zaidi ya pale nilipoishi. Hakuna aliyeliafiki wazo langu. Ukaidi wangu ukanivuta. *Shakawa* ikanifungulia taswira mpya ya ushawishi. *Nikashadidia* kuondoka na kuishi mbali zaidi. Sikujua ni jambo gani lililonisukuma zaidi hata nitamani maisha ya kujitenga.

Sitasahau vituko nilivyowahi kusikia vikisemwa kuwa vilipata kutokea miaka ya nyuma. Na mimi sipendi kuwaficha vijana. Mafunzo niliyoyapata ni makubwa. Hapo kale, walioitwa Tumbo na Pembe waliulizana. Wakabadilishana fikra.

"Kwa nini tuwaache wakipige mawe kivuli cha mzimu wa babu. Hawajui wakitendacho hawa maana hawakuyawahi *mageuzi matukufu*. Kivuli cha mti mkavu kwetu kina thamani kuliko uhai wao hawa wapishi wa ubishi." Tumbo alianza kuingurumisha sauti yake nzito iliyotetemesha chango zake.

Naye Pembe akasimama akiwa ameishika kalamu yake kwa vidole viwili. Mawe yananing'inia mabegani mwake. Akang'aka huku macho yakimtoka. "Kivuli hakipigwi mawe pekee bwana Tumbo. Wanakikanyaga kwa miguu yao na miguu ya vizazi vyao. Wanakitukana kivuli, hawakijui thamani yake. Fikra za kivuli ndizo zilizotufanya tukawa *waachiliwa* na *watambaji*, haya hawayajui."

Sauti ya mtoto mdogo ikatoka kwenye dirisha. "Mama, kivuli changu nakiona ukutani, ninakikamata lakini kinakimbia."

Mama, kwa sauti iliyochanganyika na ujasiri, akayanena maneno yake kwa mwanawe. "Kivuli chako kina thamani, maana kinawafunika wadudu wa ardhini. Kivuli chako kinalifuata umbile lako na kuutambua utoto wako. Kinarefuka kwa matilai ya jua na kudogoka kwa mwendo wa jua. Kivuli chako si kile kivuli cha mzimu wa babu. Ni kivuli kinachotarajiwa kuleta fikra na uono wa mapya *manyemi*. Mapya *mafaafu*. Mapya maongofu"

Tumbo na Pembe walipoyasikia maneno yakitokea dirishani walitazamana. Wakaivamia nyumba. Wakamchukua mtoto na mwana. Hawakujulikana walipopelekwa. Lakini kivuli cha mtoto kipo. Kinaishi. Kinawaza na kuwawazisha wengine. Mungu awarehemu mama na mwana.

Haya, tuyaache hayo. Tuendelee kwanza. Lakini kwani yanaachika? Lazima tuyadokoe na tuyadokeze. Lazima tuyaeleze. Vidokezo vyake vinatotoa vijimawazo vya mageuzi. Haya, tuendelee.

Alinisihi Bi. Jamila nibaki Jendele. Sikushawishika. Sikubadilisha msimamo wangu. Kwa upole nikamwelewesha hadi akanielewa ingawa hakukubali. Mwisho akakubali shingo upande. Hakuna aliyenikera. Hakuna nilichokichukia pale. Maisha ya *figifigi* sikuyataka tena. Imeniamuru nafsi yangu. Imenipa sababu pia za kukaa mbali. Nilihisi kama Jendele palikuwa karibu na mjini. Na mimi mji nimeuchukia. Mji umechupa mpaka katika mtawanyiko wa dhuluma na hujuma. Nilidhani hivyo, lakini haikuwa hivyo. Sasa kila pahala pamechafuka. Umdhaniaye ndiye kumbe siye. Kinachohujumiwa ni kilekile kichache cha walewale *hohehahe*. Sikupenda kukiona kikifanyika machoni mwangu. Inatosha. Nilihisi yale yafanyikayo yangeleta maambukizo yake vitongoji vya karibu.

Ati, nikajisemea na kujipa moyo. "Aliye mbali haangukiwi na mti." Ndio maana nikawa na uchu wa kuhamia Maukio! Je, jiwe likilengwa halitampiga? Tena moyo ukanikosoa na kuniambia. "Kulenga si kufuma. Almuradi moyo, moyo, moyo…. Uliposimama kutimiza matakwa ulisimama. Wangu ulisimama kweli. Suala la usimamizi wa shamba la marehemu mume wangu lilikuwa sababu kubwa ya mimi kuishi Maukio. Ningekuwa karibu sana na shamba. Ningeweza kulisimamia ipasavyo. Ningeweza kuiengaenga ndoto yangu na kuifanya ijirejee. Kwangu Tafakari nilijua hajafa ila amepumzishwa.

Siku hizi ukienda kulikagua utakuta *ufujifu* wa waliojitia uhayawani. Utadhani wamelimiwa wao. Miaka mingi sijalitia machoni shamba langu. Tangu nilipotiwa jela. Bi. Jamila hakuliacha mkono. Alilikagua na kulipalilia. Akalilimia na kujipatia riziki yake. Hicho hicho kidogo kilichosalia.

Mashimo mengi. Jembe hili si la juzi, hili ni la leo leo. Ni nani huyu aliyekosa imani kwa Mungu? Ameng'oa muhogo kama wake. Visiki vya muhogo vililala chini. Vikabaki kuduwaa juu ya matuta na kuning'iniza mizizi yake. Alama za mihogo hazijakauka. Ardhi mbichi. Kama aliyejua kuwa leo nina matembezi ya huku. Binadamu kiumbe mkorofi. Binadamu hajali. Mwokozi gani huyu! Nikabaki kushukuru. Nikiwa karibu na hapa itakuwa afadhali. Wezi wataliogopa shamba hili.

Vijana walioishi jirani na Bi. Jamila wakaungana na mimi katika kazi ya ujenzi. Kazi ya kutafuta fito, nguzo pamoja na makuti ya kuezekea ikaanza. Tukaijenga nyumba kwa siku kumi. Shamba lililomilikiwa na Tafakari halikuwa mbali na hapa – katika kijiji cha Maukio. Nyumba yangu ikawa ya kwanza kwenye bonde hili. Watu wakaniona mwendawazimu kuishi Maukio. Bondeni, mwituni pia. Hakukuwa na nyumba zaidi ya nyumba yangu. Kila mtu akashangaa kwa ujasiri wangu wa kuishi kule.

Bi. Jamila alinipa mtoto wake mmoja niishi naye. Isingekuwa busara kuishi peke yangu. Na mimi nikakubaliana naye. Hadi alipoolewa nikabaki peke yangu. Nyumba zikasogea. Msitu ukatoweka. Watu walijenga na kuhamia. Wakahama na wengine Mungu alipotaka amana yake akachukuwa. Mimi Msiri bado nipo. Miaka ilikatika hadi nikajishangaa namna kifo kilivyonikwepa kwa muda wote huo. Hata Bi. Jamila tulishamzika kitambo.

Sikumhitaji mume tena maishani mwangu. Hadi baada ya miaka mingi kupita nikampata jirani. Nikamfanya zaidi ya jirani Tausi. Akawa rafiki wa kufa na kuzikana.

Tausi rafiki yangu. Umekwenda na sisi tuko nyuma yako. Tunakuja huko huko. Safari yetu ni moja. Mungu atakulipa kwa kuniletea vijana niliowaota siku nyingi. Mume sikumhitaji tena. Uzuka wangu ungali nami. Nenda nao, narudi nao. Ni alama ya historia yangu. Nadhani ni alama ya maisha yangu.

* * *

Miftaha alichoka kuandika. Kalamu ikagaragara chini. Daftari limetupiliwa mbali. Hadithi ya Bi. Msiri imewachukuwa na kuwapeleka mbali. Imewapeleka gerezani. Ikawatoa na kuwarudisha Jendele. Sasa wapo Maukio. Wanamuona Bi. Msiri kwenye kigoda chake. Ameshazeeka tena. Sasa kashuka juu ya kigoda. Akakaa juu ya mkeka. Mafunda ameshakunja na kunyoosha miguu mara mia moja. Machano alikaa kama mwenye usingizi. Macho mazito, Shati amelifungua vifungo viwili kusudi apate upepo. Upepo ulikuwa umesimama kitambo. Mti uliwagawia kivuli tu, si upepo. Upepo umewahama. Utadhani ulikuwa sambamba na simulizi yao.

Mafunda aliyafumbua macho yake. Akamtazama Bi. Msiri. Akatikisa kichwa. *Ajabu – Mtu gani huyu! Yote yaliyomsibu yamemkuza. Ameweza kuishi miaka yote hii! Miaka ya kudhikika, kudhalilika na kuanguka. Miaka ya hekaheka za uvamizi, ushurutishi na mvutano wa walio juu dhidi ya walio chini. Walio chini dhidi ya walio chini pia. Papa na madagaa. U-mimi ukazinajisi nafsi za watu wa eneo moja. Lakini wa eneo hili wakajifanya wao ndio wenye nchi na wale wa eneo lile hawakustahili kuwepo pale. Na wakiwepo wawe kama wageni. Chuki za waziwazi. Hofu na wasiwasi. Si siri tena. Ni nani aliyekemea? Ni nani aliyethubutu? Mabango na vipeperushi vya ubaguzi. Mitandao ya kijamii na maredio. Wale, sisi. Sisi, wale. Vyetu, vyao. Vyao, vyetu.*

Vijana wako wapi? Bi. Tausi aliwatafuta sana hadi akapoteza uhai wake. Alihangaika kiguu na njia hadi akaumwa na nyoka. Vijana. Wako wapi? Nchi imekauka vijana. Anayechuchuka anahama na kutafuta sehemu akenda. Anaeanza kuita mama anaichukia nchi hii. Anadhani kuishi Ulaya au Baraarabu ndio kufuzu kimaisha. Wanadhani. Tunadhani wengi. Petu tumetelekezwa. Uzalendo umewashinda. Sote, umetushinda.

Nguvu moja zimetawanyika. Zimeachana mashariki na magharibi. Zinatafutana wala hazionani. Ila kwanini uzalendo tusiwe nao! Madamu mapenzi kwa nchi yetu ni jukumu letu basi hatutaichukia nchi hii.

Bi. Msiri alibaini kuwa Mafundaa alimstaajabia yeye. Kwa ujasiri wake wa kuyabeba mambo namna ile na urefu wa umri wake. Wengi hukongeshwa na mawazo. Hufa kwa *zilzala* za maisha. Bi. Msiri ameishi na kuyaona ya zamani na ya sasa. Anayalinganisha. Anayaingiza katika kipimo cha akili yake. Yamebadilika? Hapana. Labda, kheri ya jana kuliko ya leo. Kila siku zikisogea mambo huzidi kwenda mrama. Zile ahadi zilizotolewa sijui ziliishia wapi. *Tutajenga maskuli. Tutawapa ajira. Elimu bure. Matibabu bure tena yaliyo bora. Lipi lililotekelezwa? Kimedamirishwa kila kitu. Hata furaha zetu zimedamirishwa.*

Bi Misiri aliiokota fimbo yake. Akanyanyuka na kujongea ndani. Akawataka Miftaha wamsubiri. Mwendo wa tata. Akasogea hadi kizingitini. Akageuka nyuma. Akarudi tena.

"Mnauona mwendo wangu? Mnaona ninavyojisukuma. Mwili hautaki. Unakataa na kurudi nyuma. Huu ndio mwendo wa nchi yangu. Kijinchi changu. Kichanga. Hakikuwi. Kila siku kichanga. Chenenda tata." Bi. Msiri alituambia. Kisha akageuka tena na kuelekea kibandani mwake. Akazama ndani kwa muda. Alipotoka alibeba begi. Akaliburuta taratibu. Miftaha akasogea kumpokea.

"Hapana. Usinipokee. Nitafika nalo hili. Nimetoka nalo mbali. Na leo bado ninalo. Nimetoka nalo tangu miaka hiyo. Halijanipotea. Ninalo."

Begi jeusi. Limejaa vumbi. Ukilikupua linatimua vumbi. Harufu ya vumbi ikaudhihirisha wingi wa muda wa kukaa kwake. Akalifungua. Zipu yake ilishakatika. Limekuwa jumba la mende sasa. Mbio nyingi. Hata wadudu wana hofu. Mende alitoka mbio. Akapotea majanini. Majalada yamekaliana. Yamegandana. Mengine yameshawekwa alama na panya ili yasipotee. Meno ya panya yalizikatakata ncha zake. Chambilecho Bi. Msiri. Akawafurahisha Miftaha kwa maneno yake ya tashtiti na inda. Jamani jungu kuu hili, halishi ukoko. Wote wakakaa mkao wa kula. Hawajui Bi. Msiri amekuja na jambo gani.

Akatoa kila kitu nje. Akalikupua begi lake na kuanza kubagua kimoja kimoja. Nini hiki? Alijiuliza. Kumbe wangalimo! Mende alikuwa ameshakufa katikati ya makabrasha. Ameganda. Mkavu. Bi. Msiri ameyahifadhi mambo yake tangu miaka yote hiyo. Miftaha na wenzake wakamshangaa. Kila kitu walichokishuhudia kwa Bi. Msiri kilikuwa na sura tofauti na zile walizozizoea. Umri alioishi, na yale yaliyomsibu. Mtu aliyekutana na masaibu kama haya kwa dunia hii, dunia mti mkavu, angekwisha kufa au kuugua wazimu. Asingekuwa mzima kama alivyo Bi. Msiri.

"Sijawahi kukutana na mtunza kumbukumbu makini kama wewe Bi. Msiri!" Machano alimsifu Bi. Msiri. Wote wakacheka na kumsifu.

***

Mnaweza mkajifunza kitu humu. Mna mambo ya kale. Haya nimetamani niwashuhudishe vijana wa kileo. Naamini mtiririko wa juu kujia chini unafanana sana. Hata kama unatofautiana basi ni hatua ndogo tu. Haya yote alikuwa akiyahifadhi marehemu baba yangu. Siri nyingi ameziweka humu. Kitabu hiki alikitunga mwenyewe kipindi cha mwisho wa uhai wake. Akayaandika yale aliyoyajutia na kuyachukia. Kilipigwa marufuku kuuzwa. Nashukru nimebahatika kuipata nakala hii. Hii zawadi yenu. Kitawasaidia kuyajua mengi ya ndani. Ingawa magamba ya nje yameshatoka. Lakini kurasa takribani zote zimo. Labda baadhi zimeliwa na panya.

Na hii barua isomeni hii. Nimewahi kusoma skuli ya msingi kidogo. Na baadae kuachishwa kutokana na kuzidiwa na shughuli za nyumbani kwetu. Pia msukumo wa nyumbani ulikuwa mdogo. Hakuna aliyejali na kuisimamia haki yangu ya msingi ya kupata elimu.

Miftaha akaisoma barua. Ilionesha majibu ya makubaliano ya kutoa eneo la ardhi kwa ajili ya wawekezaji. Eneo kubwa mno. Baada ya kumaliza kuisoma, Bi. Msiri akawafafanulia undani wa eneo lililotolewa na baba yake.

"Miaka michache kabla ya baba kuaga dunia, nilimsikia akisikitika sana. Eneo kubwa hili lilikuwa la familia moja iliyoufuma urithi huu kwa mababu zao. Shamba kubwa aliliidhinisha kwa wawekezaji. Hakikuonekana walichokiekeza.

Zaidi ya kuipoka mali ya familia hii kubwa. Wakawaacha wanafamilia na huzuni kubwa. Hakuna aliyewatetea. Baada ya miaka kupita nikamwona baba yangu anashika kichwa na kuzungumza peke yake kila mara. Anasema, kisha anajiuliza alichokisema. Anaangaza kila upande. Anahakikisha kuwa hakuna aliyemsikia. Anaendelea kuelea katika mawazo. Anabaki kushika tama. Sikumshuhudia baba yangu kuendelea kuwa na furaha yake ya zamani. Alibaki kama aliyechanganyikiwa. Vicheko vya dhihaka vikampitikia. Akajicheka. Kilio cha majuto kimkamsimamia. Akalia. Hivyo ndivyo yalivyokuwa maisha yake. Alikaa na kalamu yake na kuandika. Akaandika. Mwisho usingizi ukamchukuwa hapo hapo. Akalala hadi mama alipomuamsha. Akaelekea chumbani kulala.

Faili jengine hili hapa. Hili lina nyaraka nyingi za nyumba na mashamba ya watu. Waliosikika wakilia na kulaani kila dakika. Waliomboleza kwa kuzipoteza mali zao. Humu imo orodha yao. Pia mlikuwa na orodha ya viongozi waliotawala nchi hii pamoja na nyadhifa zao. Mambo mengi yaliyofanyika. Mengine ya siri. Yalifanywa na kuishia tu huko huko ndani. Waliokuwa nje wakazugwa. Nimezitowa leo kwa sababu miaka mingi sasa imepita. Lau wangekuwepo na zama zikawa zile za wakati ule basi ningeambiwa natenda kosa kutoa nyaraka hizi. Nimezitunza na kuwaonesha nyinyi kusudi mjuwe tu.

∗∗∗

Kimya kilikitawala kikao kile. Bi. Msiri alinyamaza kidogo. Akakohoa. Akawasubiri Miftaha nao waseme neno. Kimya tena. Miftaha alikuwa na maswali mengi ya kuuliza.

"Bi. Msiri, kwanini kipindi chote hichi hujawahi kuyatoa haya mafaili, unayoyatoa kwetu leo?"

"Sijayatoa kwa sababu maisha yangu ya muda mrefu yamekosa uhuru. Furaha yangu imekosa kuwa ya kweli. Nilipoolewa na Tafakari nilidhani furaha yangu itadumu. Kamwe haikudumu. Na sikuwa huru kuyatoa haya, kwa sababu Tafakari alikuwemo katika mfumo wa hawa hawa niliowaogopa. Sikuwaogopa kwa ubabe wao. Hapana. Niliogopa kuyachukuwa haya na kunipoteza mimi.

Nilimuamini sana ila kwa hili sikuwa radhi kulitoa. Ulifika wakati nikamwomba aachane na kazi ile lakini alikuwa mzito kuachia ngazi."

Wakatazamana. Wakaambiana kwa hisia za moyo. *Uliza wewe. Hapana, wewe uliza tu.* Mafunda akabadilisha mkao. Akaukunja mguu wake wa kulia kwa nyuma. Na kuuacha mguu wa kushoto ukinyooka kwa mbele sawasawa.

"Bi. Msiri........" Aliita Mafunda.

"Naam Mwanangu."

"Wengi tunakutana na matatizo katika maisha. Tunashindwa kuyakabili na kuyatatua. Kipi kimekufanya uweze kuishi miaka yote hiyo pasi na kuathirika? Umeishi hadi leo!"

Bi. Msiri akacheka sana. Kikohozi kikamjia. Akakohoa. Kisha akajibu.

"Kuishi umri mrefu ni mipango ya Mungu. Huko sina uhuru nako." Akawatazama waliomzunguka baada ya kujibu suali hili. Akaendelea.

".........Suala la kuwa kwanini sikuathirika. Hili....a-aah. Niliamini kuwa matatizo ni sehemu ya ubinadamu. Kuyakinga kwa kifua kunahitajika. Matatizo yapo. Yanapokuja lazima tuitangulize subira kwanza. Na tutumie hekima ili tunapoyatibu tusijetukasababisha madhara. Kukinai. Tunapokinai kwa kile tulichonacho, tutaidumisha furaha yetu kwa kile tukipatacho. Umoja wetu ni wa maana sana. Umoja wetu ni shina la mafanikio yetu."

Maneno yaliyomtoka Bi. Msiri yalimtwanga Mafunda. Akatikisa kichwa kuonesha kuwa amefahamu.

Miftaha alinyoosha kidole. Ishara ya kuuliza suali. Mazoea yana ila, yakikuganda hayaganduki. Miftaha alinyoosha kidole kama mwanafunzi wa skuli.

"Unadhani kuna tofauti gani kati ya vijana wa kipindi chenu na kipindi cha sasa?

Suali hili lilionekana kuikuna nafsi ya Bi. Msiri. Alikenua kidogo.

"Umefikiria nini kuniuliza suali hilo? Suali nililotamani kuulizwa. Nimetamani kwa sababu linajibika sana......ni.. ni suali suala lenye upana wa mashariki na magharibi. Suali hili jibu lake linaijaza dunia."

Bi. Msiri alitazama juu. Mchana ulikuwa umeshaipokea jioni. Alihofia usiku kuwafika pale wageni wake. Siku imekuwa ndogo. Kila mmoja alifurahi kuendelea kuwepo mbele ya Bi. Msiri. Waliokuwepo kwenye shamba kubwa. Limehodhi aina zote za mimea na nafaka. Matawi yananing'inia hadi chini. Matunda yanagusa mchanga. Hakuna shida ya kupanda juu. Bwererebwerere. Walijizolea mengi kwa Bi. Msiri. Nia zao zimeelekea katika kujifunza na kuitumia elimu yao.

"Tofauti ipo Miftaha. Wazee wa zamani na wazee wa sasa ipo tofauti. Wazee na vijana wa sasa pia ipo tofauti, sijui ungependa nilijibu zaidi upande gani?" Aliuliza tena Bi. Msiri.

"Lijibu kwa uoni wako. Wazee na vijana wa sasa, wanatofauti gani?" Miftaha alisisitiza.

"Haya. Sisi hatukuthubutu kuwatangulia wazee wetu. Ni kosa ikiwa umefuatana na mzee ukamtangulia mbele, na yeye ukamuacha nyuma. Hekima yake ni kuionesha nafasi ya mkubwa mbele ya mdogo. Kivyovyote sikio halizidi kichwa. Njoo uwatazame vijana wa sasa. Wameyaacha haya. Yapo, kwa sababu yana maana kuwepo. Yasingekuwa na maana yasingekuwepo."

Miftaha akaingia kati. "Kwa hiyo kila kilichopo kina maana, na kisichokuwepo hakina maana?"

"Hujanifahamu kinying'inya changu. Kwenye msafara huu wa maadili, yaliyozingatiwa na kupewa kipaumbele yalikuwa na maana ndio maana yakawepo. Jamani, nawapigisha soga halina kiburudisho wala kitafunio. A-a-ah. Hebu ngojeni nikawachemshie angalau vijihogo na chai, maana havina hata harufu ya vumba saa hizi. Yule muuza dagaa leo hajapita kabisa huku."

"Hapana bibi, usisumbuke kupika saa hizi. Chakula kipo. Huku tunazungumza huku tunaendelea na chakula" Alishauri Miftaha.

Walikuwa na mikoba miwili. Mmoja ulikuwa na zawadi ya Bi. Msiri. Wakamkabidhi kanzu mpya na jozi mbili za kanga. Alifurahi na kutoa shukurani kwa zawadi ile. Mkoba mwengine ulitiwa chakula kilichohifadhiwa kwenye bakuli la kuhifadhia chakula kisipowe. Wali na kuku. Kachumbari kwenye kibakuli chengine. Waliandaa maji ya kunawa na ya kunywa. Mazungumzo yao yaliendelea.

"Watoto wa sasa wanashangaza kweli, anaweza kujibizana na mzee wake bila ya wasiwasi. Sisi tulichunga mno mipaka ya mazungumzo yetu. Hasa tulipokuwa tukizungumza mbele ya wakubwa zetu. Bora ujikwae dole kuliko kujikwaa ulimi. Hili kwa upande wangu ningependekeza isiwe kwa utaratibu ule wa wakati wetu. Nakusudia mtoto kukosa nafasi hata ya kulisemea jambo lisilo na maslahi au jambo lenye madhara ya moja kwa moja. Mtoto awasilishe mawazo yake kwa utaratibu mzuri. Pasi na kumuadhirisha mzee. Hapa tungefaulu kuijenga jamii mpya ndani ya dunia ile ile."

Bi. Msiri alichota tonge ya wali na kutafuna. Akameza na kuendelea kuyatema yale aliyokusudia kuyatema leo.

"..siku hizi mtoto hata amwone mzee wake ameibeba dunia hampokei. Atamwacha na mzigo wake vile vile. Sivyo ilivyokuwa. Ilikuwa adabu na heshima. Huwezi kumpita mtu mzima akiwa na mzigo ukamwachia. Hii inajenga moyo wa kusaidia. Kuwasaidia watu waliotuzidi umri. Hili linajenga imani na ukaribu baina ya mzee na mtoto. Mzee ameyabeba mengi kwa mtoto wake tangu yungali mchanga. Wakati unamgeukia mtoto sasa ayabebe yale ya kiasi chake kumsaidia mzazi wake."

Wote kwa pamoja wakatikisa vichwa. Wanakubaliana na maneno yake mia kwa mia. Walimaliza kula. Wakanawa na kuviweka vyombo pembeni. Wakamwachia Bi. Msiri uwanja amalize kulijibu swali.

"Ahsanteni kwa chakula kitamu. Kizuri sana. Mambo ya mjini haya. Najua mambo ya Mafunda haya." Alisema na kucheka huku akimtazama Mafunda usoni.

"Mh! Bi. Msiri huachi uchokozi bibi yangu." Mafunda alijichekesha kicheko cha kutahayari.

"Mtoto zamani pia alikuwa ni wa jamii. Si wa mtu mmoja kama ilivyo sasa wanangu. Zamani akikufanya kosa mtoto, hata wa jirani yako basi uliweza kumrudi. Lakini saa hizi njoo umguse mwana wa mwenzio, heheee, loh! Utakiona cha mtema kuni. Huna nafasi hiyo. Mtoto anasikilizwa zaidi mahakamani kuliko wewe mtu mzima. Watoto wenyewe, watoto wa sasa –Ujanjaujanja mwingi. Zamani malezi yetu sisi yalijengewa misingi ya ushirikiano.

Mzazi alikuwa na imani kuwa licha ya kuwa hayupo mazingira ya nyumbani kwake lakini mtoto wake yupo salama kimaadili. Yoyote, awe jirani au baba wa mwenziwe angeweza kumchukulia hatua za kinidhamu pindi akoseapo. Ijapokuwa mimi sikupata sana kuyaingia mambo ya kijamii lakini niliona, nikayashuhudia na kuyasikia mengine. Zaidi niliyashuhudia nilipokuja kwenye ulimwengu wangu wa Jendele." Alilalamika Bi. Msiri.

Mafunda alinyanyuka kwenda kuosha vyombo. Aliogopa vyombo kuganda chakula. Ikabidi Bi. Msiri anyanyuke kumwonesha sabuni na maji ya kuoshea vyombo. Waliporudi waliketi. Bi. Msiri akashika njia ile ile aliyoiacha na kuendelea nayo.

"Ndoa zetu zamani zilikuwa na mapenzi. Wazee na uzee wao lakini thamani ya ndoa waliichunga sana. Waligombana, si kama walikosa kugombana, lakini walisameheana na kurekebishana. Maisha yakasonga mbele. Waliilinda kwa gharama ya ustahamilivu. Wakapendana. Sasa ndoa nyingi hazivuki miaka mitano. Uvumilivu wetu siku hizi unamung'unyuka kama donge la sukari."

Miftaha akaongeza kuchangia maoni yake. "Kweli, hata wataalamu wanakadiria kwenye utafiti wao kuwa ndoa nyingi zinazovuuka miaka mitano zinadumu, na chini ya hapo zinakuwa zinakatika njiani. Yaani nyingi zilizokuwa hazijafika miaka mitano ndizo zikatikazo. Na zile zishazovuuka miaka mitano hudumu."

"Kabisa kabisa mwanangu. Hawajakosea hao. Hilo sijaliandika lakini nimeshaliona. Lau ningekuwa mimi kitabu basi maneno ya kitabuni yangesemwa yamesadifu ukweli."

Msiri aliikukuta mikono yake. Kisha akaitazama. Akaupangusa uso wake. Akaendelea tena.

"Nimalizie wanangu, maana hata mngenipa siku mia nizungumze basi nisingemaliza. Lakini mukiwa na wasaa mwengine nioneni. Hapa ni penu. Jambo moja tu jengine. Zamani chuki, husda na choyo havikuwekwa mbele kama sasa. Zaidi katika mambo ya kusaka kipato. Sisemi kuwa hayakuwepo lakini si kwa kiwango cha sasa. Wanangu, miaka mia mbili ni hidaya kutoka kwa Mungu wangu. Nimefurahi kwa ujio wenu. Nyinyi sasa ni wanangu.

Kutokana na wakati, lakini siwafukuzi, msijemukasema yule ajuza hataki wageni kwake. Hapana. Hata mukitaka kulala hapa basi mnakaribishwa. Ila kibanda changu kama mnavyokiona. Lakini nataka mnifahamu pia. Sikuwa na maana ya kuutukana ulimwengu wa sasa. Laa hasha. Nimeulizwa swali la ulinganifu ndio maana nimejaribu kutoa utofauti wake na mlingano wake kwa mtazamo wangu. Hwenda niko sawa au nimekosea. Zama zile kasoro zilikuwepo sana. Watu hawakuzingatia sana kuzunguka duniani kutafuta elimu chungunzima kama ilivyo sasa lakini maisha yao yalijengeka kwenye misingi imara kwa kile walichokiamini. Nimetamani nguvu hii ya sayansi ingekorogwa na udongo na maji yale ya wakati ule tungepata mseto wa kushibisha miili yetu na matendo yetu."

Miftaha aliamua kuingilia kati mazungumzo kwa ajili ya kuaga. Jioni ilianza kukikaribisha kiza cha usiku na jua likaanza kutafuta maficho yake. Akaomba ruhusa ya kuondoka maana mazungumzo yao kamwe yasingeweza kuwa na kikomo leo. Ikawabidi wayasimamishe.

"Tukikuhitaji wakati wowote tutakuona. Ahsante na Mungu akubariki."

Waliagana. Bi. Msiri akawasindikiza wageni wake. Miftaha aliingiza mkono wake mfukoni na kumfumbatisha Bi. Msiri noti ya shilingi elfu kumi. Sura ya Bi. Msiri mbele ya pesa ilibadilika. Ghadhabu zikaficha furaha yake.

"Nyinyi watoto, tunatengeza au tunabomoa? Sasa pesa hizi za nini! mnanipa nini na kwa kazi gani? Wajibu haulipwi ziada ya malipo kama mfanyavyo. Huu ni wajibu wangu. Nimechelewa hata kuyafanyia kazi haya, mnanilipa nini! Eenh! Sitaki ujinga nyinyi watoto, amkeni tujenge taifa. Mimi ndiye niliyewaita. Kama sikuleta ujumbe wangu mjini msingekuvumbua huku." Jazba za utu uzima zikamwingia Bi. Msiri. Pesa aliyopewa aliipa tafsiri nyengine kinyume na tafsiri ya watowaji pesa.

"Nendeni, safari njema." Bi. Msiri aliwaaga wageni wake.

Miftaha akaomba radhi kwa kitendo kile. Akajitetea kuwa hakuwa na nia mbaya kama Bi. Msiri alivyodhani.

Akashangaa namna Bi. Msiri alivyoitafsiri pesa ile. Kwani kila pesa ni rushwa? Miftaha alijiuliza huku jawabu akiwa nalo. Ile ilikuwa ni zawadi yao tu kwa juhudi ya nguvu zake. Upeo wake wa kufikiri na kuwaagiza watu wa mbali kumfuata. Wakaondoka. Wakazisukuma baiskeli zao kuwahi kabla kiza hakijatanda. Wakatokomea njiani na kupotea machoni mwa Bi. Msiri kama lilivyotokomea jua. Macho ya Bi. Msiri yakaingia gizani. Akaingia kibandani mwake na kukitafuta kibiriti chake. Akawasha taa kupumzika.

Akaanza kuliimba shairi lake. Kabla ya kujitupa kitandani pake beti zilianza kutiririka kichwani na kughaniwa mdomoni. Hii ilikuwa desturi yake kujikumbusha na kujiburudisha kwa shairi. Mashairi ya malenga wa kale.

Giningi yekuwa kale, ikivuma kwa vishindo
Sauti na makelele, zesikika na midundo
Harufu yake ya ndwele, harufuye ya uvundo
Giningi yekuwa kale, sasa paukwa pakawa

Jina peke' lilitisha, seuze vyake vitimbi
Hisia liliamsha, kwa uzembe na unyambi
Vya mbali ilihamisha, kwa upepo na mavumbi
Zamani kweli yetisha, mtu kugeuzwa kumbi
Giningi yekuwa kale, sasa paukwa pakawa

Esifika kwa sifaze, Bi Kirembwe kila pembe
Etajika kwa nongwaze, usiku kuota pembe
Ndugu pia jamaaze, kazi yao kubwa jembe
Ukitaka umtuze, ugali uite sembe
Giningi yekuwa kale, sasa paukwa pakawa

Sasa pepo lageuka, larudi kinyumenyume
Majembe yawaponyoka, waliotekwa na ngome
Mazozota yageuka, yasema hima na shime
Giningi yamung'unyuka, kama dongo la ukame
Giningi yekuwa kale, sasa paukwa pakawa

Usingizi ulianza kumsogelea Bi. Msiri. Hodi. Mara tatu mlango ukagongwa. Nani tena? Mjukuu wake Bi. Tausi alifika kuja kulala kwa Bi. Msiri kama ilivyo desturi. Jina lake lilikuwa la bibi yake – Tausi. Bi. Tausi alipokuwa hai aliishi kwake lakini malazi yalikuwa kwa Bi. Msiri. Urithi amemuachia mjukuu ili aungane na Bi. Msiri usiku kucha. Mtu halali pekee, chambilecho Bi. Msiri.

* * *

Njia nzima mazungumzo yao yaliustaajabia uzee wa Bi. Msiri. Utunzaji wa kumbukumbu zake. Namna Bi. Msiri alivyoyafungua kichwani mwake mambo ya karne moja nyuma. Akayasimulia kwa mawanda yake kama kwamba yalizuka jana. Ule utiriri wa visa na mikasa ulivyotiririka na uzani wake. Kikubwa zaidi, makaratasi aliyoyahifadhi miaka yote hiyo pasi na kupotea. Aliona mbali zaidi ya hata waitwao wasomi ambao hawawezi kuweka kumbukumbu hata za maisha yao ya muda mfupi, seuze mambo muhimu ya kwenye jamii zao, tena ya muda mrefu.

Wakamtazama Bi. Msiri kwa jicho la upekuzi. Uthubutu wake, ujasiri na msimamo aliokuwa nao. Huku wakizisukuma baiskeli zao ndani ya kiza kilichoanza kukifunika kiambo. Walipofika kwenye vilima vya kupandisha walishuka na kuziburuta baiskeli zao. Mafunda akasema kwa sauti ya chini aliyoichunga isipaye juu.

"Bado najiuliza lengo la Bi. Msiri kutuita sisi! Ni ipi dhima kuu aliyoitwisha mbelekoni mwetu bibi huyu?"

Swali hili lililikitawalisha kimya cha sekunde kadhaa. Puh! Mdundo wa embe lililoanguka ukachukuwa nafasi ile. Mtitigiko wake ukayatitiga mawazo ya Miftaha. Bila ya shaka, nyuma kivuli kilichowaandama, cha mwezi mdande, uliokuwa ukijificha taratibu mlikuwa na maana ya kila hatua waikanyagayo. Zile hatua za wakati wa kuja na hizi za wakati wa kurudi. Hata yale maneno yaliyokuwa yakijirudiarudia masikioni mwao yalirudi na maana. Maneno ya Bi. Msiri aliyeamua kuwatafuta watu. Kuna haja gani kuwatafuta watu? Aliyelala ndiye aamshwaye. Bi. Msiri hakuwaita ili alalame au atowe dukuduku tu. Aliwaita ili aseme. Azungumze. Aghani maneno yake ndani ya ala za mziki wa ukweli.

Atibuwe mawazo yaliyotuwama. Ashike nyuzi za hisia zilizolala. Baada ya kutibuwa asafishe. Aoshe kwa maji ya kisima cha *zamzam* na kutakatisha fikra chafu.

Miftaha akapata la kusema. Kabla ya kusema akawaacha watu wawili waliokuwa wakipita wawape kisogo ili nao waendelee. Wakapita watu wawili, mwanamke na mwanamme. Wameongozana wakielekea huku walikotokea Miftaha. Mikono wameshikana. Upepo wa udi na uturi wakauwacha uelee na hewa na kuwatapakaa Miftaha. Neno alilotaka kulisema Miftaha lilirudi nyuma pale vicheko vya watu wale vilipogeuka nongwa na jeuri. Wote wakasimama. Si hawa hawa waliopita na mbwembwe na mikono wameshikana! Wamecheka na kulizana wakati mmoja. Wakayasikia maneno waliyoanza kulengana watu wale. Wakajibizana hadi kutukanana.

"Wewe umefurutu ada. Kwenye watu pia unishike mkono. Umekaa kama *limbukeni* wa ndoa. Utasikia mapenzi ya kihindi, mapenzi ya kihindi, ulimbukeni tu ndio unaokupelekesha!" Yule mwanamke alisema kwa kejeli. Sauti yake ikafichuliwa na mwanga wa mwezi ulioweza kufichuwa njia za hina iliyonakshiwa mikononi mwake – Hina iliwapa akina Miftaha ujasiri wa kuyakinisha kuwa wale walikuwa maharusi wa wiki au labda wa fungate.

"Mimi limbukeni! Mimi limbukeni e-eee! Mtafute asiyekuwa limbukeni mja usiye fadhila." Sauti ya gonda ilinguruma kwa hamaki. Ikagongana na ile ya mwanamke tena kwa mara nyengine pale zilipotoka pamoja.

"Mso fadhila ni wewe uliyemwacha mkeo na watoto kisa unataka uowe vitoto vidogo kama sisi!"

"Hufadhiliki mja mwenye shukrani za punda. Siku zote jaza ya punda ni mateke." Sauti ya mwanamme ikapaa.

Tukiwa tunashuhudia yale huku tukitazamana kwa vioja vya watu waliopendeza na kugombana njiani.

Sauti ya makofi tukaisikia waziwazi. Kisha ukwenzi wa mwanamke ukaingia masikioni mwetu.

"Na nyie mnasimama nini si mpite tu, kuna cha ajabu hapa!" Lile gonda likanguruma tena.

Walipobaini kuwa wanaambiwa wao, Miftaha alianza kupiga hatua mbele. Mafunda alisonya na kuandama njia na wenzake. Machano alicheka kwa bezo na kuanza kutembea.

"Loh! Yaleyale aliyotwambia ajuza yanafumuka na ushahidi hapa hapa, hata safari hatujafika. Ulimwengu una mambo huu!" Mafunda alimuwafiki Bi. Msiri na kuusimanga ulimwengu.

Miftaha akakumbuka kuwa kuna neno alitaka kulisema. Akalivuta mbali lilikokuwa limepotea. Lilipokuja naye akalitema juu ya kibao cha baiskeli alichokalia.

"Mafunda uliuliza swali zuri sana. Unajua kuwa nguvu ya historia ya kweli imepwaya mikononi mwa wahenga?" Swali la Miftaha likamweka njia panda Mafunda na Machano.

"Kupwaya! Una maana gani?" Mafunda na Machano walisema kwa pamoja kama waliopanga.

"Ehee! Hapo sasa. Si kupwaya tu, imeondoka na mababu na kuzikwa nayo. Wametuacha na mabaki na uzushi uliopikwa. Mnajuwa kuwa mambo yamepikwa na kupikika, sasa wananywishwa vijana wetu – Na tunaowanywisha ni sisi walimu. Walimu sisi ndio tunaowamezesha unga wa ndere. Loh! Hatari hii wala si salama."

"Nchi hii ni kwasi ya historia. Maeneo ya historia mengi yameharibiwa. Wale wapambanaji wa kweli waliosimama kutetea, kukemea na kutoa mali zao kujinasua mikononi mwa wakoloni wetu wamesahauliwa. Hawatajwi ila kwa ubaya tu. Wale watu wa kuzuka ndio walijifanya wanakindakindaki na mawatwani wa haja. Wazawa na wenyeji wakawekwa mkiani. Mambo kinyumenyume."

Machano akayaingilia kati maneno ya Miftaha.

"Ni historia ipi Miftaha ambayo siyo sahihi ila mnang'ang'ania kuwanywisha watoto?"

"Machano, hujui kuwa sisi ndio huwambia wanafunzi kuwa wanakindakindaki na mawatwani wa nchi hii ni watu wa rangi fulani! Kuna urangi ndani ya visiwa! Hivi kuna asiyejuwa asili ya watu wa visiwa? Au humuzo na pumbazo latutawiza? Mseto wetu. Maingiliano yetu. Asili iliyochimba mashina na mizizi ya watu wa janibu. Wa mbali waliposogea karibu.

Wakahamia na kuowana na kuzaliana. Wakawacha warithi walriorithi na kupaita hapa nyumbani. Wa Asia wamo. Wazungu wamo, wachina wamo. Wa watu wa Afrika Mashariki na kati, Afrika Magharibi na nchi kadhaa wa kadha na hatimaye hawa wote huwezi kuwabagua kwenye usuli wa uswahili na waswahili wake. Lakini tunawaaminisha watoto waamini kuwa hapa kuna wenyewe na wavamizi. Wasiostahili haki sawa na wengine. Hapa ndipo tunapokosea. Turudi kwenye ukweli. Visiwani kuna asili pevu inayopaswa kufundishwa vijana. Sio kuruhusu wimbi la watu wenye maslahi wakatubaguwa." Miftaha alivuta pumzi pale alipoongeza nguvu mguuni kukivuuka kijilima kidogo kilichomsimamia mbele. Alipoona pumzi hazimtoshi akashuka yeye na Mafunda. Na Machano hakuendelea kubakia juu ya baiskeli yake. Alishuka na kuungana na wenziwe.

"Nina mengi ya kumuuliza Bi. Msiri kuhusu Mswahili. Nahitaji utandu na ukoko hapa kwenye kitovu cha mswahili wa nchi hii. Ila nasikitika muda ulikuwa hautoshi. Sisi tunahitaji kusoma mengi pale. Leo nadhani ni utangulizi tu ule. Tutakuja kuvuna kila tutakaloliwaza. Kwa vile tumeshajua lililopo kwa Bi. Msiri. Lazima tujiandae." Mafunda alitatalika kwa ari kumjaa.

"Naam. Leo ilikuwa siku yake Bi. Msiri. Alilisema lile lililomjaa mwilini mwake. Itatokea siku tuje na yetu tu ili atujibiye." Machano aliunga mkono.

Siku hii iliwapa somo jipya Miftaha, Machano na Mafunda. Ikawaonesha mengi ambayo yaliwajia kama walivyotamani yaje.

Sura ya Kumi na Tano

SISI ni wafungwa. Tumo katika gereza la uhai. Sitaki kuamini kuwa uhai ni gereza lakini nisingeweza kuamini kuwa uhai ni uhuru. Ndani ya mikono hii inayowaenzi watu hawa wanaouenzi urithi. Urithi ule ule unaoyaenzi yale yale yanayoikandamiza nchi hii. Uhuru. Minyororo hii ya mtu mweusi inatugeuka. Inatuzongazonga na kutufunga wenyewe. Aliyoyazungumza Bi. Msiri yanazidi kutulemaza. Yanazidi kutukanyaga. Halafu yanatusimanga. Vizazi vinapaswa kuyafahamu. Vizazi vinatakiwa kufundishwa na sio kufichwa. Asiyeijua historia ya nchi yake ni sawa na kipofu anayetembea katika mji asioujua, na asiwe na mwenyeji wa kumwongoza. Anaweza kupita katika eneo lililofungwa. Mwisho akapata madhara.

Panapostahili kutolewa elimu hii ni katika mashule yetu na jamii zetu. Kuibadilisha historia au kuipotoa ni kuwalisha watoto mafunza wakati chakula kipo. Ni sawa na kuwanywesha maji ya karo. Kitakachotokea ni maradhi – Maradhi yasiyotibika. Wajibu ni wetu sisi walimu. Wajibu ni wetu sisi wazazi. Jamii yote. Naam, jamii yote. Kila mmoja, kwa nafasi yake, anao wajibu wa kuhakikisha anaifikisha elimu ya uraia na elimu ya historia ili ijulikane na vizazi vyetu.

Aliyawaza Miftaha. Akayageuza akilini. Akayaingiza katika chungio la fikra zake. Akayachuja. Hakuliona neno hata moja lenye kasoro. Ukweli kuhusu yaliyomfika mwenyewe. Ukweli kuhusu mambo ya vijana wa zamani na wa sasa.

Kweli leo nimesoma. Nimeyasoma mengi. Bahati nzuri Bi. Msiri aliwaachia kumbukumbu zote. Akawakabidhi nyaraka na vitabu vya siri alivyovitunza miaka mingi.

Mshale wa jicho la Miftaha ulifika mbali. Yeye ni mratibu wa mambo ya sanaa na maonyesho katika skuli yao. Akiwa kwenye lepe la usingizi, ameegemea ukutani kupumzika baada ya kusahihisha madaftari ya wanafunzi wake, wazo lilimjia. Usingizi ukamruka hapa na kule. Akakumbuka kuwa siku ya sherehe za wazazi wa wanafunzi ilishakaribia kizingitini. Ni wazi kuwa wakati wa mipango umefika Pengine ameshachelewa kidogo. Hata hivyo, aliona muda uliobaki angepaswa kuutumia ipasavyo ili kuhakikisha kabla walimu wenzake hawajaanza kumtia kwenye zahma ya jambo hili awe ameshaanza kulishughulikia.

"Kwanini Bi. Msiri hawi sehemu ya maonyesho yetu?" Alijiuliza. Akajipa jibu la kujihakikishia kuwa lazima iwe hivyo. Sasa akawa na maswali ya kujibu. Vipi angekuwa sehemu na vipi atamshawishi hadi akubali. Kwa Miftaha hili aliliamulia. Na kwa vile dhamira yake ilishawiva alilibeba na kulihangaikia kwa nguvu zote.

Mwisho wa mwaka, sherehe za wazee hufanyika katika viwanja vya Nanenane. Sherehe kubwa hufanyika kila mwaka. Nazo huunganisha skuli zisizopungua tatu ambazo huwa wageni waalikwa. Wanafunzi bora hutolewa mbele na kupewa zawadi. Michezo ya kuigiza na ngoma za asili hucharuka mbele ya waheshimiwa, wazee na wanafunzi. Siku hii, mara nyingi, alikabidhiwa mwalimu Miftaha kuipanga vizuri ili ifanikiwe. Aligawa majukumu kwa kila skuli. Akahakikisha kila jambo limetengenea kwa ajili ya kuifanikisha siku ile. Akawapanga wanafunzi wa ngonjera na michezo. Utenzi na maonesho kadhaa.

Miftaha akakumbuka kuwa katika sherehe hizi ipo haja ya maonyesho yasiyowahi kutokea yaletwe mbele ya umma. Jambo jipya litajenga hamasa mpya. Pia lingeleta ladha ambayo haijawahi kuonjwa katika kiwanja cha Nanenane. Bi. Msiri atakuwa maonesho, atakuwa mafundisho pia. Hayupo aliye na umri kama wake. Katika historia naye yumo. Katika waalimu hawezi kutolewa. Pia yeye ni kitabu kilichojaa. Kimejaa mafunzo ya hekima.

Alichokiwaza Miftaha ni namna ya kumshawishi Bi. Msiri kuja mjini. Bi. Msiri ameshafanana na kijiji cha Maukio. Si wa safari tena. Kenda mbali basi ni shambani kwake na kwa majirani. Leo kupelekwa mjini! Angewezaje kumshawishi!

Alivuta kiti chake ndani ya ofisi ya walimu. Akaikamata kalamu yake mkononi. Kichwa kilimgonga. Akavuta droo lake. Rundo la karatasi lilimtazama. Akaichomoa karatasi moja iliyojaa michoro ya wino mwekundu. Mezani palikuwa na mabuku kidogo. Akayasogeza pembeni. Akaendelea kupanga utaratibu mzima wa sherehe za mwaka.

"Mwalimu Pandu, samahani kidogo. Njoo tunong'one bwana mkubwa. Najua wewe ndiye mtaalamu wa sanaa."

Mkononi mwa mwalimu Pandu mlikuwa na bakora ndefu. Mwalimu alikuwa anatoka darasani kuwaadhibu wachelewaji na watoro. Mikono ya shati lake aliikunja hadi kwenye vifundo. Ndevu kidevu tele. Kichwa chake kilifunikwa kofia nyeupe. Nywele za utosini zilichungulia nje.

"Naam Mwalim Miftaha. Lete habari mpya." Alisogea hadi mezani pa Mwalimu Miftaha na kuitikia.

Wakashauriana juu ya namna ya kuingiza kitu kipya katika maonesho ya mara hii. Mwalimu Pandu aliliunga mkono wazo la mwalimu Miftaha. Kazi ikampata mwalimu Miftaha. Amshawishi Bi. Msiri na ajuwe atakuja kuwakilisha kitu gani. Alikumbuka kuwa Bi. Msiri ni mshairi mzuri. Kwa ulimwengu wa sasa pia angeitwa mwanafalsafa. Angefuatwa na wasomi. Angetumika kuzirekebisha kazi za wanafunzi wa vyuo na kuchangia mengi kwa mifano ya wazi. Hili aliligundua Miftaha. Akamuweka katika daraja la wanafalsafa. Hakupita skuli kama walivyopita wasomi lakini amepita chuo au zaidi ya chuo cha maisha. Ameyaona na kumkuta mengi.

Ikabidi afunge safari kwenda kumtembelea Bi. Msiri. Alikwenda peke yake. Mchana mmoja aliamua kufunga safari hadi Maukio. Hii ni mara ya pili kukutana na Bi. Msiri tangu walipoachana mara ya kwanza. Bi. Msiri amelala kwenye mkeka. Hajui liendalo wala lirudilo.

Kivuli cha ugeni wa mchana ule kikayagusa macho yake. Kikayapa mwasho uliomfanya Bi. Msiri ayasuguwe macho yake. Akajipangusa macho. Akageuka upande mwengine. Mtu amemsimamia. Sauti ikayagusa masikio yake. Ndoto? Akazilazimisha kope zake zibagukane ili ayaruhusu macho yake kuchanganua kile alichokiwaza. Sura aliyowahi kuiona akaihisi tena ndani ya macho yake ya kizee. Sauti pia haikuwa ngeni. Ikaja tena juu sauti iliyomwita kwa jina lake.

"Bi. Msiri. Ni mimi Miftaha."

Bi. Msiri akaivuta fimbo yake. Akajisukuma na kukaa kitako. Kikohozi kimemshika. Hana nafasi ya kuzungumza vizuri. Pembeni palikuwa na chupa ya asali. Pale alipomjua vyema mgeni wake furaha yake ilitapanyika kwenye paji lake la uso.

"Karibu ukae mwanangu. N'nalala muda mrefu, kwani tuna malalaji, a-aah. Tunaweka tu mwili tukisubiri hatima ya uhai wetu."

"Hapana, naweza nikatangulia mimi leo Bi. Msiri na wewe ukabaki." Miftaha alimpa moyo Bi. Msiri.

"Uivao ndio uvunwao mwanangu." Bi. Msiri alidokeza na kucheka.

Miftaha aliketi na kulieleza lengo lililompeleka Maukio kwa mara nyengine. Alikuwa na kazi kubwa kumshawishi Bi. Msiri ashiriki katika sherehe za skuli.

"Bibi yangu, lile lengo la wewe kutaka ujumbe uifikie jamii tunalifanya. Tangu tuliporudi sisi tunayafanyia kazi. Ila siku hii ya sherehe tulitaka tuweke kitu chengine kipya. Kitakachojenga sura mpya kwa watu watakaokuja pale. Watakuwepo watu wengi. Wageni waalikwa, wazee na wanafunzi. Kwa hiyo usituache mkono katika hili."

Alikataa katakata. Hakuwa tayari kwenda mjini kwa lengo hilo.

"Mwanangu, nyinyi sasa ni wawakilishi wangu. Fungeni safari nyengine tuje tubadilishane tena mawazo. Nadhani kuna mengi sijawambia. Niliwapa historia yangu ya moja kwa moja. Sijayaeleza hasa waliyoyafanya wenye meno dhidi ya vibogoyo. Lakini ikiwa mtafunga safari nitawaambia mengi msiyoweza kuyaamini maana hamjawahi kuyasikia. Kisha mtaniwakilisha lakini mimi nisameheni." Alisema na kuomba udhuru.

"Uwepo wako ni wa maana sana bibi yangu. Kuja wewe tu itajenga kitu kipya chenye maana. Kuwasilisha jambo pia kutafungua milango mipya ya ufahamu kwa watu. Lakini usikose, chondechonde bibi yangu." Miftaha alilamika na kuomba. Akanyenyekea na kusikitika hadi mwisho akamtoa nyoka pangoni. Bi. Msiri akakubali.

"Basi sasa ni wakati wako kujiandaa. Jiandae hadi siku ikifika tufanikishe vizuri." Miftaha alimpa maelekezo Bi. Msiri.

Bi. Msiri alitaka ajiandae mwenyewe. Hakuwa tayari kupangiwa jambo la kwenda kuonesha.

"Sifikirii kuwa nina haja ya kujiandaa, miaka mia mbili ni shuhuda wa maandalizi yangu. Miaka mia mbili ni zaidi ya maandalizi kwangu."

Alisema Bi. Msiri kwa kujiamini. Lakini Miftaha alitamani ajuwe Bi. Msiri atakuja kuonesha nini ikiwa hayuko tayari kupangiwa au kuelekezwa.

"Mkiwa mko tayari mimi nishiriki katika maonesho, basi muwe tayari pia kuniacha nije nitowe dukuduku langu. Tena kwa namna ambayo nitamudu kufanya hivyo. Ikiwa ushairi au jengine ambalo ninahisi litakuwa zuri kuwepo, nitajipanga nalo. Kama mumeniamini naomba muamini kuwa hapaharibiki kitu."

Miftaha hakutaka kubishana na Bi. Msiri. Alikubali na kumpangia muda. Dakika kumi alipangiwa yeye. Bi. Msiri alibaini kuwa Miftaha alikuwa na hofu. Aliogopa Bi. Msiri kuyamwaga yote yaliyorundikana moyoni mwake. Aliondoka akiwa ameahidiana na Bi. Msiri kuja kumchukuwa siku ya sherehe.

"Unahofia nini? Mbona unataka kunipangia! Si mnasema maonesho! Tena yawe na sura mpya! Basi msijali kwa hilo – kazi mumenikabidhi subirini niitimize. Si wakati wa kupangiana cha kusema huu, ni wakati wa kusema kilicho haki kwa njia ya haki." Bi. Msiri alikomea mazungumzo yake kwa maneno yaliyomfanya miftaha ajichekeshe kusudi kumtuliza Bi. Msiri asiendelee kumsimanga kwa maneno makali.

Sura ya Kumi na Sita

HEKAHEKA zilionekana asubuhi zikianza kushamiri. Wanafunzi walijiandaa zaidi kwa kuyaweka tayari mavazi yao na vifaa vitakavyotumika katika sherehe. Jukwaa lilikuwa linaendelea kujengwa na kupambwa. Fundi mitambo aliunganisha nyaya zake na kusimamisha spika zake. Mabomba na vifaa vyote vya kupazia sauti viliwekwa tayari na kuanza majaribio. Akahakikisha sauti inasikika masafa marefu.

"Moja, mbili, tatu majaribio. Tunajaribu. *Microphone test* Majaribio.*" Sauti nzito ilijirejea na kusikika eneo lile. Muda mwengine sauti ya karaha ya ukelele wa vipaza sauti pale mgongano wa sauti ulipotokea ilisikika. Mivumo isiyo mpangilio. Mikwaruzo nayo ikashitadi – Hapo fundi mitambo hushughulika kuunga na kuungua hadi sauti zisikike vyema.

Eneo lililotengwa kwa ajili ya viongozi lilifunikwa turubali kubwa. Viti vikapangwa kwa safu zilizopangika. Meza kubwa iliyobeba shada la maua iliviziba viti vitatu vilivyokuwa usoni. Hili ndilo eneo lililotarajiwa kukaa mheshimiwa.

Miftaha aliondoka na dereva kwenda kumchukua Bi. Msiri asubuhi mapema sana. Baridi ilikifunika kijiji cha Maukio. Miti ilitulia. Jua lilichungulia kidogo na kuiacha sehemu yake kubwa ikifunikwa na wingu. Gari ilitembea kwa mwendo wa robo saa. Ilikuwa vigumu Miftaha kuondoka siku kama ya leo lakini hakuwa na budi ila kufanya hivyo.

Bi. Msiri hakujua kuwa siku aliyoagana na Miftaha imefika. Hayupo kabisa kwenye tukio hili. Alijisahau na kujishughulisha na kazi zake kama ilivyo desturi yake. Aliamkia kondeni. Alipofika Miftaha alimkuta mtoto mdogo, Tausi akichanja kuni.

"Bibi yako yuko wapi?" Aliuliza Miftaha.

"Amekwenda shamba. Kenda kuchukuwa kuni, ngoja nikamwite" Tausi alijibu. Akawasalimia wageni na kuelekea bondeni kumwita Bi. Msiri.

Miftaha alitamani aruke kumchukuwa Bi. Msiri. Akiutazama wakati unamwacha mkono. Asingependa kuipoteza hata sekunde. Shughuli ilitarajiwa kuanza saa nne. Alimtaka dereva ageuze gari kabisa. Walitoka wote garini na kusimama karibu na mwembe. Bi. Msiri alikuja huku akijikongoja. Akasalimiana na wageni wake. Mng'aro wa furaha ulizuka kwenye kipaji chake cha uso. Akasema kimzahamzaha na kuthibitisha tatizo lake la usahaulifu.

"Mwanangu akili sizo tena hizi. Uzee ni janga we." Nichukulieni tu bibi yenu. Nawaomba dakika kumi alau *nistanji*. Nivaye machepe yangu tuondoke." Alilalamika na kuingia ndani. Alivaa baibui lake la ukaya. Akazifunga nyuzi zilizoning'inia shingoni. Akalishikilia katikati kwa mkono wake mmoja. Akavaa viatu vyake vya ndara na kuutia kwapani mkoba wake wa ukili.

"Tausi ukimaliza kunywa chai nenda zako nyumbani kwenu. Mimi nitarudi jioni tukijaaliwa." Aliagiza.

***

Wanafunzi walipangwa katika maeneo yao. Wanafuzi wa sekondari na skuli ya msingi wakabaguliwa. Rangi nyeupe iliufunika upande mmoja ambao walipangwa wanafunzi wa sekondari. Upande wa pili ukachagiza samli – Wanafunzi walikaa kusubiri shughuli ianze.

Gari ilisimama karibu na jukwaa. Bi. Msiri aliwekwa sehemu ya viti. Akakaa kitako. Macho yake yakautazama umma uliokuwa ukimiminika. Watoto, watu wazima. Walimu na viongozi waliotarajiwa kuwepo walimiminika. Wakajipanga katika maeneo yao waliopangwa. Miguu ameinyoosha. Akauwegemeza mgongo wake kwenye kiti cha mpira – Mwili ukajaa ndani ya shimo la kiti. Akasaki kwenye kiti chake na kusubiri shughuli zianze.

Miftaha alishughulika kuhakikisha mipango yote inakwenda vizuri. Kwa mbali kuna gari imesimama. Mtu mmoja aliyevaa suti nyeusi alichomoza kutoka kwenye mlango wa kulia. Upande wa usukani akatoka dereva. Wakasimama na kuelekeana – Bila ya shaka walikuwa wakiyasoma mazingira na kuwaangalia wenyeji wao. Jicho la Miftaha lilifuma mbali na pale alipokuwa. Akamwona mzee aliyesimama na kujaa ardhini akijikuna kichwa na kuipandisha miwani yake kichwani. Akawachunga watu waliopo pale kwa chungio lake la macho. Kama ilivyo desturi yake, Kitwana alipoingia popote ungejua kuwa hakuwa mtu wa kujishusha. Alijipandisha na kuonesha makeke yake popote pale alipokuwa. Alivuma kama mwamba ulio baharini. Miftaha alisogea upande aliosimama Kitwana. Akamsalimia kwa uchangamfu wote. Hakuna aliyeweza kutuhumu kuwa baina ya wawili wale kuna ukuta ulioyatenga mahusiano yao – Japo kuwa mahusiano ya damu yasingeweza kufutika kwa utofauti wa mitazamo yao.

"Karibu baba." Alimkaribisha Bwana Kitwana, baba yake. Naye alikuwa mmoja wa wageni waalikwa. Akamuongoza kunako sehemu ya kukaa. Alikaa viti vya katikati. Upande wa viti vya mwisho alikuwepo Bi. Msiri. Alipomwona Kitwana anampita akaamua kubadilisha eneo. Alipendelea kukaa sehemu anayoweza kuona vizuri kile kinachoendelea jukwaani. Hivyo, alisogeza hatua zake upande ule ule alioelekea Kitwana.

"Mama hapa wanakaa waheshimiwa." Kitwana alimwambia Bi. Msiri.

"Hahaha!" Kicheko cha jeuri kikamtoka Bi. Msiri. Akamtazama Kitwana kuanzia kichwani hadi miguuni.

"Waheshimiwa! Akina nani? Na mimi ni mheshimiwa. Mwanangu unavyodhani mimi si mheshimiwa? Mimi nakujukuu wewe. Vipi mimi si mheshimiwa! Mimi ni mama, naweza kukuzaa na kumzaa baba yako. Je! mama si mheshimiwa?" Maneno ya Bi. Msiri yalivinginyika midomoni. Yakamtoka na jazba zake. Akahisi amedharauliwa. Nongwa zake za uzee zikafora na kufufurika. Kitwana alibaki kimya. Vidonge vichungu alivyomezeshwa na Bi. Msiri vilimkaa kooni. Vikamwasha na kumkereketa.

"Mdomo ni nyumba ya maneno, lakini si nyumba ya busara. Busara huandamana na hulka za mtu na mwisho mdomo husema kwa mujibu wa akili inavyotumiwa. Si akili tu, maarifa yaliyoshikana na mizizi ya utu. Yakitegemewa hayo, hakuna kitakachoharibika."

Kitwana aligeukia upande mwengine, kama vile hakuambiwa yeye. Akajifanya kutekwa na vikundi vya sanaa vilivyokuwa vikiingia uwanjani. Akamwacha Bi. Msiri akitatalika. Hasira zikamjaa kichwani. Labda kwa sababu ya uchungu wa ukweli aliotoa Bi. Msiri. Hakuwa na nguvu ya kuendeleza mjadala ule. Au alijizuia hivyohivyo. Kimya kikapita. Chambilecho watoto, *Bilisi kapita.*

Miftaha alifika eneo lile kumchukua Bi. Msiri. Hakugundua kuwa mikwaruzano ilishawagonganisha wawili wale, baba yake na Bi. Msiri.

"Bi. Msiri twende kule kwa watu wa maonesho, nadhani muda si mrefu mgeni rasmi ataingia na shughuli itaanza."

Bi. Msiri alimtazama Miftaha. Akauliza; ".....Au ndio hapa ni pa waheshimiwa? Ndivyo alivyoniambia huyu bwana mkubwa hapa!"

"Hapana Bi. Msiri, wanaohusika na maonesho wanahitajika kule. Nimesahau kukutambulisha Bi. Msiri...." Miftaha alidakiza.

"....huyu ni baba yangu," alimalizia.

"Aaaah, haya. Hongera. Una baba mheshimiwa." Alipoyakamilisha maneno hayo alinyanyuka. Akajongea upande wa pili. Hakutoa neno la ziada. Akaongozana na Miftaha pasi na kuulizana kitu. Miftaha hakutaka kuyafukua yaliyojificha baina ya watu wawili wale. Alifahamu kuwa mikwaruzano imeshapita pale. Huu haukuwa wakati wa kujadili mambo yale.

Miftaha alipeleka vyakula na maji kwa Bi. Msiri. Alikuwa nyuma ya jukwaa sasa. Eneo hili walikuwepo pia wanafunzi ambao wakijiandaa kwa maonesho. Mbali na hayo, akamshibisha mazungumzo na furaha. Wakacheka na kubadilishana mawazo. Kila muda uliposogea, Bi. Msiri alionekana kavimba kwa hasira. Akaonekana na jambo zito kichwani. Nusura alitumbue. Anasubiri nini? Anasubiri jukwaa la kulitumbua labda. Jukwaa lenye ncha nne. Jukwaa lililomsubiri Bi. Msiri akalimbue.

Sauti isiyoonekana. Sauti iliyofichikana. Mbona kama ya mhanga? Ni ya nani sauti hii! Akamakinika kwenye kiti chake. Akayafumba macho yake. Akaondoka na kukibakisha kiwiliwili chake kitini. Kimetulia tuli. Nani? Si mwengine. Mtu wake wa karibu. Mtu wake wa ndani. Aliyeondoka na kukiacha kivuli chake. Na kivuli cha maneno yake. Akaelea angani Bi. Msiri. Upepo ukamvumia masikioni. Ndege wakamuimbia nyimbo mchanganyiko. Sauti zao nyororo zikamliwaza na kumlaza. Kulia. Kushoto. Juu. Angani. Chini. Akaruka na kutokomea huko mbali kusikojulikana. Macho yake na macho ya Tafakari yakakutana. Tafakari. Ndiye. Mapenzi ya watu hawa yalijimimina. Yakajimwaga mbele ya tabasamu lao zito.

Nenda ukaimbe shiba yako. Usihofu. Woga upe kisogo. Najua unaweza kuimba popote ndani ya uso wa dunia hii. Nina hakika sauti yako itawatuliza. Itatia fora. Ninajua wewe ni tajiri wa maneno. Ni tajiri wa moyo. Wewe Msiri ni tajiri wa mapenzi. Sijapata kuona mwanamke aliyeumbwa na moyo wa huruma kama wewe Msiri. Nimeondoka, lakini naziona fikra zako hai. Nayaona maneno yako mazima. Kawanywishe maneno watu wanaokusubiri. Wana kiu na njaa. Wana hamu na ari. Wanasubiri fikra yakinifu. Wewe unazo. Usibaki nazo. Wagawie na wenzako. Kawalishe maneno watu wanaotamani kumwona ajuza. Nenda Msiri. Nenda zako mbio. Wafahamishe wayafahamu. Mimi niko pamoja na wewe. Niliaga dunia kama kafara ya watu waliosibiwa na mambo. Kafara nafsi yangu, mhanga nafsi zao. Mzigo mzito tuliobebeshwa tukautua kwenye vichwa vya watu – wakakosa hata furaha ya kuishi kwao. Wameniua lakini wameniua kwa ghadhabu zao dhidi ya mateso yetu. Si halali kitendo chao, lakini vya kwetu ni vya haramu. Viliharamishwa lakini sisi tulitii. Tuliwafurahisha waliotutuma. Nilifanya huku nikijua napotea. Nchi hailindwi vile. Laitani! Nenda Msiri, nenda mbio.

Kila alivyotaka kumnyamazisha Tafakari alihisi ha:wezi. Amekuwa bubu. Alipomkaribia tu akapofua – hakumwona tena. Giza likatanda kama guo jeusi. Likampoteza alipokuwa. Amekuwa kiziwi. Hakuna sauti aliyoweza tena kusikia. Si zile za ndege wala viale vya miti iliyoyumbishwa na upepo.

Mgeni rasmi alifika na kupokewa kwa shangwe na nderemo. Wanafunzi walianza kuimba nyimbo zao. Kofi zikaalika. Mashangingi mawili yalisimama karibu na jukwaa kuu. Akashuka mkuu wa mkoa na mkuu wa wilaya. Nyimbo zikaimbwa kwa makundi. Wanafunzi wa sekondari walikuwa na nyimbo zao na wale wa shule ya msingi wakaimba nyimbo zao. Sauti zikagongana. Watu hawakusikilizana tena.

Msimamizi mkuu wa sherehe(M.C) alipanda jukwaani. Akaikamata *mikrofoni* yake. Akaisogeza mdomoni kama aliyetaka kuila. Kwanza akaijaribu.

Moja, mbili, tatu. Majaribio.

Akaanza kwa mbwembwe zake kuwataja wageni waalikwa. Akaeleza madhumuni ya shughuli na kuiacha hadhira ikitega sikio kusikiliza kinachofuata. Maonesho yalianza. Ngoma zikaanza kunguruma. Wapigaji wakapiga kwa kadiri *satwa* na nguvu zao zilivyowaamuru.

Wakati uliambatana na matendo. Ukasusuma nayo. Kila jambo liliupamba uwanja na kuwafanya waalikwa na wanafunzi kuihisi siku hii kuwa ni kubwa. Siku ya pekee kwa kila mwaka. Na mara hii Miftaha aliamua kuisuka ikasukika. Matukio aliyoyapanga yaliiteka hadhira. Waigizaji wa tamthilia waliouvaa uhusika, walitimiza wajibu wao. Wakatibuwa kofi na kelele za kushangilia kila upande wa uwanja. Hata pale zamu ya Bi. Msiri ilipofika. Miftaha akamsogelea.

Hisia zake zikarudishwa mahali alipokuwepo. Mkono wa Miftaha ukamgusa begani. Akakumbuka kuwa alikuwa anaelea katika bahari ya mawazo. Akahisi kama Miftaha amekuja kumtoa kwenye dunia iliyoanza kumtamukia. A-aaah. Amemleta huku kwenye kelele. Zogo. Tafrani. Joto lililopanda nyuzi za juu. Lakini akapoa pale alipoyakumbuka maneno ya mwisho aliyoambiwa kwenye dunia ile aliyorudi kuitembelea sasa hivi. *Nenda Msiri. Nenda zako mbio.*

Mwendo wake wa kujikongoja, ukamvuusha hadi kwenye vigazi vya kulifika jukwaa. Cha kwanza...cha pili...cha tatu...Akafika juu. Mkononi amebeba mkoba wa ukili.

Kila mmoja alitazama juu ya jukwaa. Hata Miftaha hakujua Bi. Msiri ameandaa nini katika maonesho yale. Watu wakavutwa na maneno ya *M.C* kuwa anayekuja mbele ni ajuza. Hakutaja umri wake. Ila alisema kuwa ajuza huyu amekiramba kisahani cha miaka. Hili likawa fumbo kwa watu.

Upepo uliovuma ulitulia. Miti iliyoyumbishwa na mvumo wa upepo, nayo ikatulizana kama maji mtungini. Bi. Msiri akaangusha hatua zake *nyerezi* kwenye ardhi. Polepole. Mwendo uliojaa madaha ya uzee. Mwendo uliozifuma fikra zake za utotoni. Zikamliwaza na kumjengea ushupavu wa kuikabili hadhira iliyomkodolea macho. Miale ya jua ilimulika na kuingiza nguvu mpya ndani ya mwili wake. Hizi hazikuwa zile za vitamini *A* wala vitamini *D*. Sijui za vitamini gani! Ikaiamsha damu yake iliyolala ndani ya ngozi kavu.

Kabla hajauruhusu mdomo wake ufunguke alisikia sauti ya kinanda. Sauti ya gita nayo ikajichanganya. Ikarishai na kuteleza masikioni mwake. Utamu wake ukauchonga ulimi wake. Akaanza kuyatoa mashairi yake kwa sauti nzuri ya kizee. Ikakwaruzana na koo lake. Ikajisukuma nje. Pumzi zikamsaidia kuitoa nje. Ikamwaika uwanjani. Vina na mizani. Juu na chini. Sauti ya ndani ikatoka kwa hisia. Ikapanda juu na kuanguka chini kwa madaha na madoido. Ikatiririka masikioni mwa wasikilizaji. Ikaimbwa na kuimbika. Sauti ya gita aliisikia peke yake. Hakuna aliyatambua kuwa Bi. Msiri ameongozana na mziki wa gita. Mziki wa vivuli anavyovijua. Sasa akamuona kwa sura yake mpiga gita – Tafakari. Anapiga gita kwa mbwembwe. Mawimbi ya sauti yakawavusha wasikilizaji hadi ng'ambo ya pili. Ng'ambo ya dunia mpya. Mwili wake ukabeba taharuki. Minenguo. Mikono yake ikacheza na kupunga juu na chini. Kuliani na kushotoni. Akasogea mbele. Akarudi tena nyuma. Akauzungusha mkoba wake utadhani atakimwaga kilichomo ndani. Hakikumwagika. Akaikoleza sauti. Juu. Ikashuka. Akamaliza.

Naanza sasa naanza, kutoa yaliyofungwa
Naomba kuwatuliza, wapweke na *watungwa*
Miaka mingi *yesoza*, si hadithi ya kutungwa
Tumekosa nini sisi, kufungwa bila sababu?

Walifuata ulaji, ughaibuni kutoka
Si karibu si *baidi*, kote walikuzunguka
Malengo na makusudi, utajiri kujitwika
Mlalo wa fudifudi, sisi walitufunika.

Kwa vile wanayataka, wa tayari kwa chochote
Kuwagawia mipaka, lengo lao walipate
Wageni humiminika, wakakila chetu chote
Wachache wafaidika, wengi wanateketea.

Lilipomaliza shairi lake kinanda alichoweza kukisikia yeye pekee kikanyamza. Akamwona mpiga kinanda anapiga kofi kama walivyokuwa wakipiga kofi watazamaji. Akashangilia kama washangiriaji walivyoshangilia. Kisha Tafakari akaunyanyua mkono wake kumwashiria Bi. Msiri kuwa anaondoka. Anakwenda kwenye dunia yake ya sasa.

Bi. Msiri alikamilisha kunudhumu shairi lake. Kila alipomaliza kuimba ubeti mmoja alitema mate. Akatia mkono mkobani na kutoa mchanga. Akaunyunyiza juu ya mate. Yakafunikwa. Aliendelea na hali hii hadi mwisho. Kofi zikaufunika uwanja. Watu wakatazamana. Alipokamilisha shairi lake akanyamaza. Akatembea hatua mbili tatu. Akawatazama watu. Akazungusha kichwa chake kama aliyekuwa akiwahesabu. Kimya kikapita tena. Kofi zikamezwa na kimya. Mzizimo.

"Waliota ndimi mbili. Wakasema huku wakimwaga maji kwa ndimi zao. Wakageuka upande wa pili, ndimi zikatoa cheche za moto. Wakatafuna kisha wakapuliza. Waliishi. Wanaishi. Kabla ya upepo kuvuma iliaminika kuwa wingu lile ni ishara ya mvua. Kumbe ni wingu la dhoruba iliyokuja kuvunjavunja vigingi vilivyostakimu ardhini siku nyingi.

Vigingi vilivyoanguka viliendelea kubaki na matumaini kuwa upepo ule ule ulioviangusha ndio upepo utakaoviinua na kuvisimamisha tena ardhini. Hii ni sawa na maiti kumfukuza mwizi. Niseme nisisemeee!" Sauti zikainuka. "Semaaaa!" Akakariri mara tatu. Jibu la wasikilizaji likawa lilelile.

"Kuna vita. Sisi tuna vita. Na nyinyi mnajua kuwa tuna vita, labda hamjazinduka juu ya ubaya wa vita hivi. Vita hivi ni vya waziwazi. Vita vya wenyewe kwa wenyewe." Bi. Msiri akajongea hadi kipembe cha kwanza cha jukwaa. Akakaza meno yake. Akayabana kwa nguvu na sauti yake akaibiringisha kwenye kuta za meno yake. Halikufahamika hata neno moja zaidi ya ule mnung'uniko wa kizee uliopaa angani. Akasogea kipembe chengine. Akafanya kama alivyofanya kipembe cha mwanzo. Hali ikawa hiyohiyo kwa vipembe vyote.

"Vita vipo na hakuna asiyejua kuwa vita vipo. Sema wengi wetu ni *wanyamavu*. hatuchukui jitihada kuvipiga vita vita hivi – Wachache tu wafanyao."

Bi. Msiri akajitazama kama aliyekuwa akitafuta kitu mwilini. Akajichungua. Akajipekuwa kwa macho mwili mzima. Akautoa mkono wake ndani ya baibui lake na kuunyoosha juu. Watu wamemtumbulia macho kutazama kitakachotojiri.

"...Rangi yangu nyeusi kiasi – Si sana, lakini mimi nasema nyeusi. Ingawa imeshamezwa na rundo la miaka. Imekaukiana kwa jua la karne. Wewe hapo...." Aliunyanyua mkono wake na kumnyoshea kidole kijana aliyekuwa ameketi chini ya jukwaa. Rangi yake imewiva wekundu wa damu. Imekoza na kutakata. Nywele zake za singa zimejaa kichwani na kuning'inia hadi masikioni.

"...Wewe na mimi kitu kimoja. Rangi zetu ni ishara ya ubinadamu si ishara ya utukufu. Wewe ni mwana wa nchi hii. Na mimi ni mwana wa nchi hii. Ipi tofauti yetu? Tunapojihumuza tukaanza kujisemea kwa sauti, si kwa kutaja asili tu, bali kwa kujifakharisha, kujikweza mbele ya wengine na kuwadunisha wengine. Ati mimi kabila fulani. Loh! Wewe si laiki yangu! Mara mh! Wewe si hivi na vile. Huko siko. Narejea, huko siko tunapotea."

Akaendelea huku akisogea ncha ya jukwaa na kuwatazama watu.

"Wengine sasa; Wao mitazamo yao inapotafautiana na sisi katika kuchagua viongozi hutudhihaki, na sisi huwadhihaki wao. Ukageuka mchezo wa kudhihakiana na kutukanana. Tumefunzwa kuwa imani ya mtu kwa mtu ni pale anapojinadi kwa matendo yake. Sera na ilani zake. Si kosa kupenda na kuamini. Lakini ifike wakati watu waheshimiane katika maamuzi yao. Tuliamini kuwa watu hawawezi kutazama upande mmoja wote tena kwa wakati mmoja. Ya nini kuingiana maungoni kisa utashi! Kisa mirengo. Kisa hamwendi upande mmoja?"

Hapo alisita na kumeza mate. Kila alivyozungumza aliona maneno yanachemka kinywani. Mate machungu yameingia hadi kwenye magego yake. Maneno yakazichemsha bongo nyingi kwa umoto wake.

"Namalizia, nisiwachoshe. Sisi tunajikweza kisa huyu katokea eneo fulani na huyu wa eneo fulani. Huyu anastahiki na huyu hastahiki. Sivyo hivyo, waungwana. Muungwana hafedheheki. Sisi tunajikweza na kuzivunja heshima wenyewe kisha huona fakhari kuitwa waheshimiwa. Tunajivunjia heshima wenyewe kisha uheshimiwa tunaupenda – Uheshimiwa wa majina tu. Tubadilike. Hatutafika pahala kwa utabaka huu. Ila tutawapa nafasi maadui wa nchi hii kutumaliza. Kutucheka. Kutupora na kutuvunjia heshima yetu maana tulianza wenyewe kuivunja."

Uwanja ulibaki kimya. Kimya kikatawala tena na tena. Wapo waliodhani kuwa uzee unamchanganya Bi. Msiri. Wakadhani hajui analolizungumza. Kuna watu walioyatafakari na kuyatazama maneno ya Bi. Msiri kuwa ni maneno hai. Wakayatazama kwenye upeo mwengine. Wakayachagua na kuyachanganua. Labda wangelipata kutoa chuya na mchele. Waliambulia mchele. Hamkuwa na chuya.

Bi. Msiri akakohoa. Alipomaliza akatema mate tena chini. Kisha akatia mkono mkobani na kutoa mchanga. Akaunyunyiza mchanga kwenye mate. Akatembea huku na huku. Akaitazama *kaumu* iliyomzunguka. Akacheka kwa sauti kubwa. Watu wote wakashangaa. Kicheko. Akainama na kuokota uzi wa plastiki.

Akaufunga kwenye kidole chake cha ncha. Watu wakatarajia aseme neno lolote kuhusu uzi ule. Akabaki kimya. Kisha akaendelea.

"Usifike wakati watu wakalinda heshima zao kwa kuvunja heshima yako. Usifike wakati watu wakaamua kujihami, wakiamini kuwa hakuna wa kuwahami. Usiendelee kutengeneza maadui na kuwapoteza marafiki. Wakati ukifika, mapigo yako ya moyo yatakuwa tetemeko la ardhi. Pumzi zako zitakuwa dhoruba na kimbunga. Machozi yako yatageuka wimbi la sunami litakalokuangamiza. Usifike wakati watu wakakuombea kifo. Ukifika wakati huo, subira za watu zitakuwa zimegonga mwamba. Zimekaribia kwenye ukomo. Zinaweza kuvunja ukuta wa zege. Hapo hakuna manusura. Hakuna utetezi wala mtetezi hatotokea. Hakuna kizuiacho nguvu ya umma. Kimya kingi kina mshindo, msidhani mnayoyafanya yote yanapendwa kwa sababu hakuna anayewadhuru. Maapizo yakimgeukia mwapizwa humwangamiza.

Msiombe kisasi kuwasimamia hawa watu. Mwisho wa kisasi hasara kubwa. Msifike huko. Kisasi huzaa visasi. Msijaribu kufika huko. Ukijiheshimu utaheshimiwa. Na huo ndio msingi wa kuitwa mheshimiwa. Ndipo kwenye asili ya neno mheshimiwa. Haliwezi kufaa neno hili kwa kuitwa kwa mdomo. Mheshimiwa ni sifa inayozaliwa na matendo."

Bi. Msiri alimaliza kuzungumza. Akasimama na kuwatazama watu. Kisha akawapa maneno matatu ya mwisho kabla ya kushuka.

"Uzalendo ni matendo."

Aliteremka kidogo kidogo. Miftaha alisogea jukwaani. Watu walipiga makofi. Sauti za kelele zikarindima uwanja mzima. Bi. Msiri alimwita Miftaha pembeni.

"Naomba mnirudishe nyumbani. Nimechoka. Nahitaji kupumzika. Nimeshakuharibu shughuli yako. Sijawahi kusimama nikasema mbele za watu wengi namna hii. Sina mazoea. Nimesimamishwa na nguvu yangu ya ndani. Naona ni nguvu ya miujiza hii. Naona ni nguvu ya mazingaombwe. Nipeleke upesi, nipeleke."

M.C akarudi jukwaani. Akamwaga sifa kwa Bi. Msiri. Umma ukashangilia tena. Kelele zikakichangamsha kiwanja kilichokuwa kimya muda mrefu. Zikaja juu kwa kasi.

Miftaha alimpa moyo Bi. Msiri. Akamsifu kwa onesho alilolionesha uwanjani. Hakutarajia kuwa ameandaa jambo kubwa kama lile. Miftaha akamuagiza dereva ampeleke Bi. Msiri. Gari ikasogea. Akaingia kwenye gari. Na yeye akamwomba radhi kuwa hatoweza kuondoka wakati ule. Kwa vile Machano alikuwepo ilibidi aungane naye. Wakaondoke pamoja. Watu waliisindikiza gari alioingia Bi. Msiri kwa macho. Wakaisindikiza kwa macho hadi ilipotoweka.

Hakuwa na karatasi mkononi. Alichokizungumza kiliwapa watu wengi kazi ya kuipata *tarjumi* yake. Walitarajia maneno yale yatoke kwa profesa. Mtu aliyesoma sana hadi akaangukiwa na mabanda ya skuli na vyuo. Au angeyatoa mtu aliyeandika sehemu na kuyasoma. Ikawa tofauti. Hayakuwa ya msomi wala msomaji. Bi. Msiri – Bibi wa miaka mingi. Alipata kuonja kidogo ladha ya skuli. Baba yake akamkatisha. Akabaki kujiramba na ule utamu uliobakia midomoni. Wala Bi. Msiri hakuwa na maandalizi. Hata hiyo siku ya sherehe zile hakuikumbuka hadi alipofuatwa. Alichokisema ni mazao ya uzoefu wa yaliyowahi kutokea. Yanayotokea na ambayo yasipozuiwa, yataendelea kutokea kila siku hadi kiama kisimame.

* * *

Upweke wa Miftaha ungaliuliwa na uwepo wa Bi. Msiri. Shauku na hamu yake awepo naye karibu. Hadi leo hajapata jibu juu ya jambo hili. Siku ile Bi. Msiri alimjibu kwa mkato palepale uwanjani. Masikilizano hayajatimia. Hawakuweza kufikia muafaka. Kuna nini Maukio asikoweza kukuacha Bi. Msiri! Hakuwa tayari kuondoka na kukiacha kiambo hichi nyuma yake. Kila alivyomnasihi na kumrai, madai ya Bi. Msiri yalikwenda upande na yale ya Miftaha. Machano na Mafunda wakaingilia kati.

"Njoo uishi na sisi bibi. Kule tutaweza kuwa karibu nawe, tutaungana pamoja kuziamsha akili zilizolala. Tutazimwagia maji akili zilizozimia. Njoo, ukae na sisi tuzizinduwe fikra zilizojisahau. Tunakuhitaji sana. Fikra mgando zinahitaji kuyayushwa. Wewe ni hazina kwetu na kwa watu. Tutasoma mengi zaidi."

"Vipi nitawasomesha wasomi ikiwa mimi sijasoma! Maajabu ya wapi haya. *Mbumbumbu* kuwafundisha mabingwa. Watu wa vipawa. Ni sawa na *mburumatari*!" Bi. Msiri alileta madai kila aina.

Mengine wakayachukulia mzaha. Walishamzoea Bi. Msiri kwa mzaha wake. Ila msimamo wake uliyakamata maamuzi yake. Ukayashika barabara.

"Bibi yetu, wewe ni kioo. Unamulika na kuzionesha taswira za mbali mno. Unazileta sura za majabari walioitikisa dunia.

Wakatamba na mwisho wamepotea. Hawatajiki tena. Kinachotajwa ni sifa zao mbaya. Hawapo tena. Kioo wewe bibi yetu, unatuonesha waungwana, watukufu na mawalii waliozijenga nchi. Wakaitawala mioyo ya watu kwa insafu na ihsani. Kwa uongofu na imani timilifu. Fikra zao zinaendelea kuishi. Na hivyohivyo ndivyo tunavyotarajia uwe wewe. Wala tusiseme uwe bali ukweli ni kuwa umeshakuwa. Hili ni ombi letu Bi. Msiri. Utakaa na sisi. Kwa uzee ulionao sasa unahitaji utulivu. Unahitaji mapumziko na kuangalia hali yako tu. Tupo tayari *kukualisa* sisi. Tupo tayari kukuengaenga kama wanao. Usiwe mwenye kusikitika tu kwa kukosa watoto. Sisi ni watoto wako au zaidi ya watoto wako." Mafunda alisema kwa sauti ya ndani. Sauti ya maombi na malalamiko. Sauti ya ushawishi.

Ulimwengu wa sasa huu ulivyo. Kweli? Nani yuko tayari kumualisa mamake mzazi? Sikwambii mama wa mwenziwe. Nani anayeweza kuubeba mzigo wa mwenziwe, na yeye akiwa ameikumbatia mizigo yake chungunzima. Sidhani.

Yote haya yalipita akilini mwa Bi. Msiri. Kila alivyojaribu kuishawishi akili yake hakuweza. Hakuweza kukihama kijiji cha Maukio kwa sababu zake nyingi; Shamba lake. Kwa sasa ni lake tangu lilipoachwa na marehemu mume wake miaka mia na akali. Aliyepo yupo. Asiyekuwepo na chake hakipo. Alijiambia hivyo. Nini akafanye mjini? Mji uliomfukuza kwa vitimbi vyake. ukamchukulia wapenzi wake wote. Mji. Mji mweusi – Mji wa giza. Kuna nini cha kumvuta tena katika mji huu. Hakuna. Hawezi japo anataka. Anataka arudi, lakini arudi kwa misingi gani?

Kweli. Wanachokizungumza vijana ni cha kweli. Uwepo wangu, kama wanavyodai, unaweza kuwa wa kuzaa tija. Sawa. Nataka. Vipi kuhusu shamba langu? Vipi kuhusu udugu wangu na Maukio? Maukio siwezi kuifananisha na sehemu nyengine yoyote, labda Jendele. Jendele ilinipokea nilipokafukuzwa na mji wangu.

Ikanilea na kunikutanisha na watu waliojaa utu. Imenikutanisha na waungwana. Maukio yakawa mapumziko yangu yaliyonifikisha hapa nilipo. Nihame? Nitaanzaje kuhama!

Lisilo budi hutendwa. Kweli kukaa peke yake ilikuwa ni vigumu. Mjukuu wa Bi. Tausi alikuja mara moja moja, hasa wakati wa usiku kumlaza. Jembe nalo limeshamkataa. Halimtaki tena. Kukaa kwa mtu pia kulimkwaza. Mara ngapi ameshakaa kwa watu? Sasa iwe kero leo! Maamuzi yalipomtatiza kichwani aliomba apewe muda atafakari upya. Akaachiwa arudi Maukio. Kisha wafunge tena safari kwenda kumsikiliza. Hivyo ndivyo walivyokubaliana.

Sura ya Kumi na Saba

SIFA zilimiminika. Juhudi za mipango yote zilionekana mbele ya mboni za watu wote waliofika uwanjani pale. Wakashuhudia. Chakula kilichobadilishwa ladha kiliwafurahisha wengi. Jambo wasilolizoea. Nini amefikiria Miftaha kumleta bibi huyu? Amefikiria nini? Kila mtu alipenda namna shughuli ilivyokwenda. Akafuatwa mratibu wa shughuli ile. Miftaha akazipokea. Kichwa kikayumbishwa na sifa karibu ya kuanguka.

Wito. Ofisi ya mwalimu mkuu ilimuhitaji Miftaha. Kengele iligongwa. Ikaingia masikioni mwa wanafunzi. *Ngengerengerengere.* Makundi kwa makundi yalisukumana mlangoni. Kila mmoja aliitafuta nje. Kuna nini nje? Safu ya mabakuli ilikuwepo nje kuwasubiri wanafunzi. Bajia, mihogo ya kukaanga, kachori, malai, urojo wa ndizi, viazi, na vileja vilijaa mabakulini. Shilingi ishirini, hamsini, mia…mia mbili…bei zilinadiwa. Nipe miye….nimekuja mwanzo. Wangu mimi huo…Sauti zikaingiliana. Niwekee *chakne.* Au huyu niwekee kachumbari. Zikasokotana. Makundi mengine yaliingia uwanjani. Mpira ukabiringishwa. Mateke yakalengwa. Gooool... Hilo….la kwanza…hilooo…. Faulu hii. Refaaaa, huyu kafanya *offside.* Jua utosini. Hakuna aliyejali wala kuliona. Ziliposogea dakika, kengele ikanadi tena. Ikatoa sauti yake kuwarudisha ndani wanafunzi. Kama ilivyowaamuru kutoka, ikawaamuru kurudi pia. Wakaingia madarasani, kuendelea na masomo. Muda wote huu Miftaha alikuwa ameelekeana na mwalimu mkuu, Dadi Ameri.

Bado sifa zinaendelea kumwelemea. Macho mengi yalimwona Bi. Msiri. Nyoyo zao pia zikatamani ziwe karibu naye. Hata huyu mwalimu mkuu. Anaishi wapi? Yote walitaka kuyajua. Miaka yote hiyo alikuwa wapi? Na kwanini? Yote haya yalizidi kumsukuma Miftaha. Miftaha akaeleza mambo yalivyokuwa kwa muhtasari. Nani angeamini kuwa Bi. Msiri hakupangiwa kuyafanya yale jukwaani? Mwalimu mkuu alibaki mdomo wazi. Licha ya kuwa watu walishangaa na kufurahi kwa onesho la Bi. Msiri, kuna watu waliochukizwa na jambo lile. Mmoja wao ni Kitwana. Baba yake Miftaha aliondoka kabla Bi. Msiri hajashuka jukwaani. Akaondoka bila ya kuaga na hakurudi tena. Na wengine wakabaki kulenga tafsiri zao walizozijua wenyewe ambazo hazikufurahisha. Hisia zao zikaonesha kuwa Bi. Msiri ni mwendawazimu.

"Hawa ndio watu wa kuwa nao karibu. Tunawahitaji sana. Wanaweza kutusaidia sana katika maandishi yetu. Ni zaidi ya mwanafalsafa, nathubutu kusema hivyo. Naomba unipeleke kwake siku moja." Mwalimu mkuu aliomba kupelekwa kwa Bi. Msiri.

Alikubali. Wakapendelea kuwa ni vyema kwanza kuusubiri uamuzi wa Bi. Msiri. Huwenda akasogea karibu nao zaidi iwapo atakubali kuja mjini.

Jua lilipoanza kuchomoza alikuwa amesimama mlangoni. Akaitazama saa yake ya mkononi. Hapo ndipo alipobaini kuwa jua limemhadaa. Limechelewa kutoka. Akaitoa baiskeli yake kuelekea Maukio. Peke yake. Milima na miteremko ikachuana na baiskeli hadi alipokikamata kitongoji cha Maukio. Akili yake ilikumbwa na wasiwasi kuwa Bi. Msiri iwapo angekataa kuungana nao, lengo lao lisingefikiwa. Jaka la moyo lilimfanya azidi kurowa jasho. Alijipangia mengi iwapo Bi. Msiri atakuwa kwenye himaya yake. Alipoingia kiamboni alimkuta Bi. Msiri akitwanga mboga.

"Shikamoo. Lete nikusadie bibi. Naona peke yako. Wako wapi vijana?" Miftaha aliuliza maswali mtawaliya baada ya salamu. Akaiegesha baiskeli yake kwenye mnazi. Akalifuta jasho lililotawala usoni kwa kitambaa chake laini.

"Sina niliye naye siku hizi. Maana Tausi namwona usiku mpaka usiku. Keshapelekwa skuli siku hizi, atakaa na miye kweli! Kila kitu ni juu yangu hapa unavyoniona. Mwili wenyewe hauna uzima tena. Ah, *ulimwengu hau raha*."

Mazungumzo ya mwanzo yalimpa imani Miftaha. Woga kidogo. Tamaa mbele. Punde tamaa yake ikapeperushwa na maneno mengi ya Bi. Msiri. *Nyumba yangu, na shamba langu. Nani atalishughulikia?* Wakati mwengine, hata Bi. Msiri alijua kuwa kuwepo na kutokuwepo pengine kungekuwa sawa. Kusingekuwa na tofauti. Hawa ameshawaamini sasa. Ameshawafungulia moyo. Hakubahatika mtoto, lakini hawa aliwafanya watoto wake. Akawaamini kwa moyo wake wote. Imani iliyomo moyoni mwa Bi. Msiri ni chanda chema kuvishwa pete. Matilaba ya vijana wale aliyaona dhahabu kila alipoyafikiria. Uzito wa kuishi mjini uliendelea kupungua siku hadi siku. Uzito ukageuka pamba.

"Sawa, niko tayari. Labda ndivyo ishavyoandikwa. Nizaliwe mjini na kufa mjini. Sawa. Twendeni. Tutaifanya kazi pamoja. Msijemkanichoka lakini. Msijemkanitupa kwa uzee wangu. Siku yoyote mukiwa tayari njooni. Nitakuwa nimeshaawaaga wenzangu. Majirani na watu wangu wa karibu. Nitakuwa nimeshalitembelea kaburi la Tausi. Nitamwombea dua kabisa."

Furaha ya Miftaha ilizaliwa. Ikamea usoni. Ikanawiri na kung'ara kwa nguvu zote. Nguvu mpya akaipata. Amepata ulezi mpya. Ulezi wa mzee. Bi. Msiri angelikuwa kiungo kuitimiza ndoto ya Miftaha. Uandishi wa kitabu. Naye angemuandika Bi. Msiri mwanzo mwisho. Angeyaandika maono yaliyojengeka akilini mwa Bi. Msiri. Angeyachukua na yale yapitayo akilini mwake na mbele ya macho yake – Yote angeyaandika. Uandishi wake ungeshiba. Ungetononoka. Na yeye japo asingeishi miaka aliyoishi Bi. Msiri, lakini maandishi yake yangeishi na kusomwa na wengi. Yangeishi miaka na kaka. Yangeacha taathira kubwa.

Matunda yatakayozaliwa ni tunu ya warithi. Na yeye awemo katika orodha ya walishaji, watononoshaji, na waunganishaji wa jamii ijayo. Wakati umebadilika kwa umbile na kwa rangi. Umepinda sehemu nyengine na kunyooka pia. Wakati huu hauhitaji *walalavi* na wavivu. Ni wakati wa mapambano. Maskani tele.

Zote za nini? Zinawakusanya vijana – Wapiga soga mchana na usiku. Wapo wameketi vijiweni. Wanacheza bao.

Wanawaza kuishi Ulaya. Wanasafiri wakiwa wameketi. Tahamaki siku imekwisha zamu yake. Inaipisha siku nyengine. Mwelekeo wa kizazi hiki. Wapi na wapi? Kijana anawaza kuajiriwa tu. Aliyesoma na asiyesoma. Wote wana mawazo sawa. Wote wanahitaji papai kwa kijiko. Fikra zile zile zilizoelekea upande mmoja. Kama ni macheo jua ndiko huko huko. Zile za mawio nazo halkadhalika.

Jamii yetu hii na vizazi vyetu. Jicho letu limesimama miguuni. Linatazama hapohapo. Lirushwe hatua kumi mbele. Kesho litazame juu zaidi. Matokeo yake yatakuwa ya wenzetu wanaowaza kujenga na kuimarisha. Kutunza na kuboresha. Chuki kwa siasa zetu. Kila mmoja ni mzalendo mdomoni. Damu imejaa ubaguzi. Huyu wa wapi na mimi wa wapi. Hapo ndipo ile kanuni ya sisi wamoja inaposahauliwa na kupuuzwa. Tujenge. Tusimamie jengo letu.

"Bibi yetu tunakuchukua kwa nia safi. Nia safi siku zote huzaa mema. Nia safi ndio kila kitu maana kila jambo linakwenda sambamba na nia – Hivyo usiwe na wasiwasi. Utaishi na sisi kwa shida na raha. Kwa hali na mali. Jua, mvua. Hadi siku ambayo mmoja kati yetu, Mungu atakapomhitaji, hapo ndipo patakaposimama ukomo wa ukaribu kwenye dunia yetu. Lakini kamwe hautakuwa ukomo wetu na vivuli vyetu. Utakuwa ni ule wa kubebwa juu ya mgongo wa ardhi tu. Mche wetu utakuwa maana tuliupanda na kuutilia maji. Mimi sina mke lakini nina mfanyakazi mpenda watu. Mpenda wageni pia. Hakuna baya litakalokusibu huko."

Mawazo yaliteremka kichwani mwa Miftaha na kujianika kwenye anga ya fikra zake. Akagundua kuwa wakati umekwenda sana. Akaaga na kuondoka. Hata Bi. Msiri alijua ni jinsi gani furaha ya Miftaha imezaliwa upya. Ridhaa ya nafsi yake ikamtangulia. Yu radhi kabisa kurudi mjini. Ende akaungane na Miftaha kutimiza dhima yao. Wamejikumbuka kuwa wana dhima kubwa. Wamekumbuka kuwa wao, kwa umoja wao, wanahitajika. Hadi mwisho wa pumzi zao. Wakati utawahukumu kwa amali zao.

Hangeacha kuthamini juhudi za vijana walioraghibika kushika njia hii. Vijana walijazibika kulitoa hili sokomoko lishaloota magugu na kulisafisha upya. Wapatikane kama Miftaha. Zaidi ya mmoja. Mmoja mmoja. Wawili wawili hadi kundi na makundi. Tena, makundi kwa makundi – Jamii. Wafike kwenye kitovu cha ulinganifu. Wasibaki kuzitazama tu fakhari na tunu za wengine ilhali wanazo za kwao. Cha kusikitisha, wamezikalia. Zimekaliana. Zinaoza na kuozeana. Zinaharibu fikra za wanaozaliwa. Huu utakuwa mtondogoo.

Ni wakati wa kuziunganisha nguvu. Ziwe pamoja. Kwa bidii ileile iliyokusudiwa. Ipi? Ya nyuki kutengeneza asali. Kwa imani ileile iliyoaminiwa. Ya nani? Ya Buibui kujenga nyumba na kujihifadhi wakati wa mvua. Hatimaye, wingu jeusi likitanda, mvua itanyesha na jua litayakausha maji yake. Upya. Ndani ya uhai mpya. Dunia mpya. Hivyo vilimpitikia.

Sura ya Kumi na Nane

KATIKA mmezo wa chumba, joto limefumka chumba kile. Alivuta mto na kuuegemeza kwenye mgongo wa kitanda cha besera. Mkononi alikuwa ameshikilia kanga. Akaipeleka kulia na kushoto mara mia moja. Akautega upepo uliozalishwa na kanga ile na kuipa raha nafsi yake. Kuna raha gani ugenini? Mazoea yana taabu. Amekuwa mwanagenzi katika chumba hiki.

Bi. Msiri aliitazama ile meza iliyosimamisha miguu yake na kulitawanya bawa lake juu ya miguu minne. Chakavu. Kitambaa chekundu cha maua mapana yaliyofumwa katikati kilining'inia mezani. Kiti cha marimba kiliingiza miguu yake miwili ya mbele mvunguni mwa meza. Miguu miwili ya nyuma ikasusa kuingia ndani. Kikauacha mgongo wake ukisimama wima. Taa ya kandili ilining'inia juu ya msumari kiambazani. Kibiriti kimebanwa na nguzo iliyoshikana barabara ubavuni mwa taa. Nguzo ya taa. Ya bati. Kioo kimerembwa na masizi kama ilivyorembwa sehemu ya ukuta ule. Juu ya mtawanyiko wa dari palikatiza boriti nyeusi. Spoki moja ndefu kidogo ilining'inia na rundo la makaratasi. Sijui ya kazi gani! Ndani ya kimya kizito. Vishindo vya panya. Bi. Msiri akaunyanyua uso wake kiambazani. Mboni zake zikazidunga njia zilizochorwa na mchwa waliojenga kambi yao ndani. Vichangarawe vya udongo uliokaukiana vikaungana kuzisogeza njia hizo mpaka kwenye nyufa za dari. Hapo akaigundua hujuma iliyofanywa na mchwa wa nyumba hii. Wameshaibebenya boriti. Bado wanaendelea kuibebenya.

Hasara gani hii? Unajenga na wao wanajililia kama waliowekewa wao. Jasho lako wanalivuna wao. Wameshughulika kunywa jasho la wavuja jasho. Hamaniko imewazidi.

Masikitiko ya bawaba za mlango yakamwingia masikioni. Akaugeuza uso kuusikiliza wito ule wa bawaba. Nani aliyetanguliza kichwa kilichoshikana na kilemba sawasawa? Mtu mnene. Mweusi kiasi. Mkononi ameshika sinia iliyofunikwa kawa. Maruweruwe ya usingizi yakamtoka. Mtu mzima mwenzake, ingawa kwa umri wa Bi. Msiri haufikii hata thumni. Sura yake ilielea ndani ya macho ya Bi. Msiri. Hata ilipotulia ndipo akabaini kuwa alikuwa Bi. Mwanashibe. Bibi aliyekutana naye wakati wa mapokezi mlangoni. Akampokea na kumkabidhi chumba chake.

Kwa machofu aliyokuwa nayo, hatua ya kwanza ikaangukia kitandani. Usingizi ukamteka hadi sasa ndio katoka kifungoni. Huru ugenini. Ingawa ugeni si uhuru. Kila kitu kigeni. Sijui ilikuwaje kwa Bi. Msiri kupata lepe la usingizi namna ile. Ugeni ulimheshimu. Si aghlabu usingizi wa ugenini kunoga. Ila wake yeye ulinoga. Ukamchukuwa kusikojulikana. Ukampeleka Maukio kulekule alikokuhajiri asubuhi. Shingo begani. Huzuni za kuhama zikaingia hadi usingizini. Picha ya zamani ikamjia tena. Tangu yupo Jendele. Anapokewa sasa mbele ya uwanja uliofagiwa, ukafagilika. Ukaacha alama za fagio. Ziliupamba uwanja mithili ya nakshi za mikato ya ganda la nanasi.

Watoto wakafukuzana ndani ya mchezo wa nage. Zile sauti za naurushwe zikamjia na kujirejea. Huyo. Adima mwengine. Mtindo wa kudimishana. Michezo hii ikakipa hadhi ya uhai kijiji hiki. Doro ikaondoka alau kwa muda. Anga sikitishi likarudi tena usiku. Pale mwezi mdande ulipowasimamia juu – Mbalamwezi. Hadithi za paukwa pakawa, zikawasisimua na kuwahuzunisha. Zikawafurahisha pia. Uhai na mapenzi yao yakafufurika. Siku zisizokufa wala kupita. Hadithi za mazimwi, Juha na Bunuasi. Ziko wapi siku hizi? Zipo lakini hazionekani.

Hata aliporudi katika chumba hiki na kuyaona yaliyorundikana chumbani, anamwona Bi. Mwanashibe anamletea chakula. Akaitua sinia kwa mikono yake minene iliyotuna na kujazia.

Mbonyeo wa mashavu yake uliozuwa vishimo hasa pale anapolikunjua tabasamu lake. Hatua zake zilimjulisha Bi. Msiri kuwa Mwanashibe alikuwa jimama kweli. Uzito wake na ukakamavu. Aliposimama alijaa kwenye ardhi na kujenga jengo imara la mwili wake. Amejikatia kanga kiunoni. Nayo ilipomkaza ikaudhihirisha kwa karibu zaidi ule mwinuko wa kiuno chake uliujenga uzito wake. Uso wake ulirowa tabasamu kama ulivyorowa jasho. Ukamtazama na kumkaribisha kwa ishara. Akautandika mkeka.

"Umeshaamka mama'ngu! Umechoka sana. Pole na safari. Njoo kwanza angalau ukanze moto tumbo. Leo kuna upishi wa kibara 'apa. Uupate bado ungali moto. Ugali bibiye, sijui utauweza."

Hakumeza mate bibi huyu. Alisema. Alipomaliza neno hili akalenga jengine. Upesi upesi. Alisema kama cherahani. Uchangamfu wake na haiba yake vilishikana vyema. Mkono kwa mkono. Bi. Mwanashibe ameshazoea hapa. Hii ndio pepo yake sasa. Hataki kwenda kwengine. Hawezi kumkwepa Miftaha. Anaishi naye kama mwanae. Tangu siku aliyokuja nyumba hii kutoka alikotoka, nchi jirani. Alikimbia mashaka ya kwao. Akasusuma na miji hadi alipoangukia Mji wa Chaleo. Hapo akakutana na Miftaha. Roho ya huruma, kama desturi yake, akampokea mama huyu. Ameishi naye mwaka wa tano sasa. Miftaha bado hajauasi ukapera. Bi. Mwanashibe ndiye aliyefanya kila kitu nyumba hii; Kupika na kupakua, kufua, kuosha vyombo na kufagia. Maisha yake alishayasabilia mji huu na nchi hii. Nchi ya Kisiwani. Kamwe hakukumbuka kurudi tena kwao.

"Bi. Mwanashibe. Majina ya watu wa wapi haya. Yaonesha umeshiba kama jina lako?" Bi. Msiri wakati mwengine huuliza tu bila muhali. Hasa zile akili zake zinavyoanza kuyeyushwa na joto kali la uzee. Zinayayuka kama rojo la volkano. Hapo huropokwa. Akasema na kunudhumu. Akalaumu pasi sababu. Kila neno lake lilishinda jengine kwa uzito. Maneno mengine mkuki. Mengine ponyo la maradhi. Hivi ndivyo alivyokuwa.

"Bi. Msili. Mimi kwetu mbari. Nimevukaga ba'ali na kuja kwenu. Mwaka wa tano sasa. Natokea mji kasolo ba'ali."

Bi. Msiri alishuka kitandani. Akasogea kwenye mkeka. Hapo akalifunua kawa. Tonge la ugali katikati ya sahani.

Linafuka moshi. Limetoka kwenye shimo la chungu moto sasa hivi. Halitiliki mkono. Mchuzi wa nazi (dikodiko). Kombe zinaelea kwenye bahari ya bakuli. Kopo la maji ya kunywa lilikuwa pembeni. Maji yanazizima. Bi. Msiri hajamjibu kitu Bi. Mwanashibe. Akili zimeruka kidogo. Zipo sahanini. Wakati mwengine akili yake Bi. Msiri ilimshinda kuigawa. Ikacheza na kitu kimoja tu. Kisha hurudi tena.

"Kweli wewe mtu wa mji kasoro bahari. Leo umeiosha roho yangu. Baridiii. Mimi mtu wa huku lakini ulaji huu….!" Hapo Bi. Msiri akayaacha maneno mengine yakining'inia hewani. Uso wake ulichanua furaha.

"Njoo tule bibiye." Bi. Msiri alimwita Bi. Mwanashibe Bibie.

"Mwenzangu we'…mimi nitakura lakini 'adi nimarize kira kitu. Time zangu bado 'azijafikaga." Alikataa kula wakati ule. Akaendelea na kazi zake. Jinsi alivyozipenda pirika, aliingia na kutoka. Akenda na kurudi. Akachukua na kuweka. Mradi yumo pirikani. Mwanamke huyu mchapakazi, hata akilala viungo vyote vinamwaka moto.

Bi. Msiri alianza kula tonge mbili tatu. Hana ulaji siku hizi. Akila tonge mbili kitumbo mbwi. Husukumiza wimbi la maji ya kunywa kinywani na kunawa. Hapo siku anazobahatika kula, hula usiku. Hutia japo vipande viwili vya andazi mdomoni.

Mgongo aliuegemeza kiambazani. Akakipisha chakula kiteremke na kujipanga vyema tumboni. Kisha akafungua mlango. Bawaba zikanung'unika tena. Uani palikuwa na chungu kilichopikiwa ugali. Kimezungukwa na nzi. Paka anazunguka na kunusanusa vyombo. Mbuzi imeegemezwa kiambazani. Nguo zilijaa kwenye nyaya zilizotumika kuanikia nguo. Bi. Mwanashibe alizikagua. Akazibaini zilizokauka. Akaziondosha na kuzikunja. Akazipanga mafungu. Nyengine akaziacha zikiendelea kupigwa na jua.

Bi. Mwanashibe alizikunja kabisa nguo zake. Akaziweka chumbani kwake. Akamsogezea Bi. Msiri kiti. "Njoo ukae mama 'angu," alimwambia Bi. Msiri.

Aliketi na kuanza kuukumbuka upepo aliouzoea. Chini ya mti. Usingizi hudamadama na kumfikia. Kule Maukio kulikoitulizanisha nafsi yake. Siku hizi amevikosa baadhi ya vitu. Ndio mtindo wa maisha. Hapana penye ukamilifu wa yote. Kule kuna uhai na afya yake. Miti na matunda. Ila amekosa mwenza wa kusaidiana naye. Katika umri wake wa mkongojo, hangeweza kuishi peke yake. Hili lilimpa msukumo wa kukubali kuja kuishi Chaleo.

Nuru ya macho yake iliporudi ndani ya mboni za Bi. Msiri, aligundua kuwa Bi. Mwanashibe alikuwa kipande cha mtu. Mnene. Mweusi kiasi. Alikwenda hewani. Mwili wake ulijazia. Mashavu yake yameingia ndani na kuyadidimiza ndani macho yake. Yakaonekana madogo. Mtapanyiko wa pua yake ulizibana tundu za pua zake. Zikabatana. Sauti yake nyembamba. Pupa katika mazungumzo yake. Ucheshi wa mtu aliyetumika pasi na malalamiko.

Alimpokea mwanamke mwenzake kwa moyo mkunjufu. Waliifungua safari ya maisha yao kwa ufunguo wa wema na ihsani. Wakaalisana. Wakapika na kupakua. Kila mmoja akamfungulia mwenzake ulimwengu wake. Akamwonesha jinsi huzuni ilivyoweza kuja juu. Ikajaa na kumwagika. Mwili mzima ukafunikwa na joho la huzuni gubigubi. Ilipokuja furaha ilizivamia nyuso zao. Ikaota mioyoni mwao. Furaha na wakati wake. Huzuni na wakati wake.

* * *

Bi. Mwanashibe tangu utoto wake alijitunza. Licha ya mazingira ya kwao yaliyoidhiki na kuidhihaki nafsi yake. Yalimlea hayohayo uhai wake wote. Akalimeza fupa. Likamkwama. Mwisho akaamua kulitapika. Hakuna aliyeitambua shida yake. Mila zilizoitawala na kuabudiwa zikamfunga kamba. Akaanza kuziasi taratibu. Siku aliyoamua kuwakimbia wazee wake aliamka mapema. Uchungu. Uzito. Jaraha la moyo. Alfajiri. Kiza kilificha kila kitu. Kweusi. Kunazizima. Mtoto wa kike, mwanamwali akakata mbuga. Kweli mbuga. Msitu wa kutisha. Ufalme kamili wa mwituni. Miti ilisokotana. Ikakabana. Miti mirefu utadhani inaelekea kugusa mbingu. Ndani ya msokotano huu, wakajificha wanyama wakali. Kipindi hicho Mwanashibe anavuushwa msituni na lile fukuto lililomwakia ndani kwa ndani. Ndilo lililomsukuma.

Likamfanya auone msitu kama shamba la mihogo michanga. Kiza kikawa mwangaza. Damu ikachemka kwa fukuto la mwili wake.

Mbio alizitimua kama aliyeshindana riadha. Hajui mbele wala nyuma. Safari isiyo kituo cha uhakika. Uhakika ni kule atakakoangushwa na upepo. Asubuhi ikampambazukia ndani ya msafara wa wakulima wasafirishao nafaka, mihogo, viazi na mazao mengine. Akajikuta yumo kundini mwa watu asiowafahamu. Wanakusanya mizigo yao kwa ajili ya kuisafirisha mkoa mwengine.

Alipompata mwanamke mwenzake, hisia zao zikawasiliana. Zikasemeshana. Shida zikajieleza. Wakaamua kumsaidia pale alipolisogeza ombi lake. Akakubali kwenda hukohuko ulikoelekea msafara. Ingawa hakujui. Gari kubwa la mizigo lilipofika lilishehenezwa magunia ya viazi. Watu waliorowa jasho na vumbi walijitwika magunia ya viazi. Wakabeba na kutua garini. Watu wasiopungua watano wakakaa sehemu zao baada ya kumaliza kuyapanga magunia. Wanawake wawili na wanaume watatu. Mwendo wa masafa marefu ukauchukuwa msafara. Ukakatisha mbuga.

Vilima na mabonde vikapandwa. Miti ikaachwa nyuma na mengine ikajongea mbele. Mji mwengine. Gari likaendelea kunguruma. Lilipofika karibu na kituo cha mafuta likasimama. Wakashuka kwenda kujisaidia. Wakajikusanya tena. Safari ikaendelea. Mji mwengine. Mji asioujua. Bi. Mwanashibe ndani ya giza la ugeni. Ndani ya giza la upweke. Ndani ya jiji la wajanja kama waitavyo wenyewe. Jiji la ghasia. Jiji la starehe na dhiki. Jiji lililokusanya anasa zote. Maskini na mafukara walijaa na kumwagika. Ombaomba na watoto wa mitaani wakazagaa. Majambazi na matapeli waliuzunguka mji huu. Wakapokonya. Wakapora. A-aaah – mji huu wameuvamia. Mwanashibe akalikodolea macho jiji. Na jiji likamtazama na kumkaribisha. Likampokea kwa ghasia zake. Karibu mgeni. Akaribiye wapi Mwanashibe? Awe mgeni wa nani? Wa jiji? Leo ndio mara ya kwanza kuingia jiji hili.

Aliyepata kumhadithia mkasa wake ni mtu mzima mmoja kwenye safari ile. Akasikitika.

Ila hakuahidi kumsaidia. Alitikisa kichwa na kumwacha akibabaika na njia panda zilizomsimamia. Gari lilitembea mwendo wa kasi. Lilipoingia jiji hili likakutana na foleni. Foleni ndefu mno.

Wakasubiri wapate njia ili waendelee na safari. Pale walipokuwa, Mwanashibe alikuwa akiutolea mboni mji mpya. Kwake ni mji mpya. Alikuwa akiusikia tu mji huu ukitajwa. Kila aina ya sifa. Nzuri na mbaya. Za kuvutia na za kukimbiza watu. Mwanashibe aliwahi kusema siku moja. Siendi mji huu. Mji umejaa majambazi. Mji umejaa wezi. Lakini leo anasogea. Anaupapatikia. Mji huuhuu.

Gari lilisimama sokoni. Likashusha mizigo. Watu wote walikuwa wameshughulika kushusha mizigo na kuhesabu. Wakapangiana bei na kukabidhiana pesa za mauzo. Bi. Mwanashibe na mfuko wake wa nguo. Kichwa kikamzunguka kama walivyozunguka watu. Huyu ende huku na yule arudi kule. Mbiombio. Gari zilipita baina ya maduka yaliyoelekeana. Watu wakazipisha. Akawaona watu wasioogopa gari. Zinakuja na wao wanakata njia. Zinapunguza mwendo kidogo kumpisha mkatanjia. Kisha zinaendelea na safari. Mwendo ukawa ndio huu. Watu wengine wakakorofishana na kutukanana. Bado hajajua atakuwa mgeni wa nani.

"Nimekuja kujileta mwenyewe ndani ya jiji hili. Nimjue nani? Sinaye. Nimejichimbia kaburi. N'najizika mwenyewe. Kheri nijizike mwenyewe kuliko hayo mengine."

"Dada." Sauti ya yule mwanamke aliyekuja naye kwenye safari ile ikamwita Mwanamshibe. Alikuwa amekamata chupa mbili za juisi. Moja akampa Mwanashibe na nyengine akaiinamisha mdomoni mwake. Kichwa amekiinua juu. Macho yanatazama angani na kuzihesabu kudura za Mungu. Juisi ikamiminika mdomoni kama mkondo wa maji ya mfereji. Alipoimaliza, akamtazama Mwanashibe. Bado ameikamata chupa ya juisi. Hayupo. Yupo wapi? Yupo kwenye kitovu cha mawazo. Anapawaza pa kufikia.

Anamtazama babu aliyempita na kumyooshea mkono. Babu aliyevaa matambara yaliyorarukararuka. Nywele zimesokotana kama usumba. Rangi ya vumbi nywele zake. Suruali linaburutika. Limepasuka chini hadi magotini mguu wa kuliani. Upepo wa harufu yake ameuacha nyuma, unajikokota. Ulizivamia pua za Mwanashibe na wenzake. Hakuhisi harufu. Mishipa ya harufu ikazidiwa na nguvu ya mawazo yaliyofumana kichwani mwa Mwanashibe.

Akaghumishwa na ule udhalili wa mzee aliyempita muda mfupi uliopita. Sikitiko likamvamia. Likausononesha moyo wake. Akatikisa kichwa. Mso hili ana lile. Kila mmoja na lake zaidi ya mwenzake. Kila mmoja analiona lake ni kubwa kuliko la mwenzake.

"Leo tutalala hapahapa. Unaweza ukafuatana na sisi kama huna ndugu kwa siku ya leo. Kesho tutamsikiliza yule mu'indi ikiwa ana'itaji mfanyakazi. Leo ameondoka. Au unaonaje? Una'isi utaweza kufanya kazi?" Yule mama akamhoji kwa wasiwasi.

"Ndio. Nitashukuru sana. Utanisaidia. Sina ndugu kama nilivyokwambia." Alijibu ndani ya uso wa huzuni. Akaonesha kuwa ni mhitaji wa msaada. Kichwa kimeibeba dunia yote.

Kilio chake kilipapasa unyamavu wake siku ya pili. Kikafika mikononi mwa Mhindi. Alikubali na kumpokea. Akakaa kwake. Alistahamili shida alizozipata kwa miaka mingi. Aliipenda kazi yake na kuithamini. Akatumika. Alipika na kupakua. Akafua na kuanika. Kazi zake za ndani alizifanya kama alivyoagizwa.

Usiku mmoja ambao hatousahau. Mama mwenye nyumba alisafiri kuwatembelea ndugu zake. Mwanashibe akabaki na watoto. Akafanya majukumu yake kikamilifu. Mwanashibe alimheshimu bwana Baiyaa. Huyu kwake alikuwa baba. Sisi binadamu tuna aibu gani? Hakutosheka na heshima ile aliyopewa na mfanyakazi wake wa ndani. Akaipindua na kuifukia. Baiyaa akautumia udhaifu wa Mwanashibe kukata kiu yake. Bilisi gani huyu usiku huu?

Mwanashibe amejifunika gubigubi. Alishaingia chumbani. Aliingia mapema siku hii. Machofu ya kazi za ndani yalimlaza mapema. Hakulala usingizi. Alilala kwenye mawingu ya maisha yake. Kiza kilimlaza mawazoni. Kikamweka kwenye msitu wa huzuni. Akaufikiria mwanzo wa maisha yake. Hakujua hatima yake. Atakuwa mfanyakazi wa ndani mpaka lini? Hakujua. Alibaki hajui.

Hodi. Ikarejewa mara tatu. Bado kimya. Basi tu, mawazo yaliyaziba masikio yake. Sauti ya mlango hakuisikia. Hodi. Sauti ya mlango ikaongezeka. Mlango ukafunguliwa. Bado hajashtuka. Ndani ya chumba. Hakusita kusogea kitandani.

Mwanashibe alilala peke yake chumbani. Nani tena huyu? Sauti ya hatua za kunyatia akazisikia. Amerudi chumbani kifikra. Sauti ya Baiyaa ikamtuliza. Akajitambulisha. Hapo Mwanashibe akaziona haya zilivyochujuka usoni mwa Baiyaa. Ushetani unamsukuma Baiya, kukidhi matakwa ya nafsi yake ilhali anajisuta. Anajua kuwa anaelekea shimoni. Anataka kumsaliti Hannat, mke wake. Maneno laini. Vitisho. Nguvu. Alijipapatua. Akajivuta. Akatishiwa kibarua chake kuota nyasi. Akajifunika kanga kuiongezea juu ya nguo yake ya kulalia. Utu wake ndio uliompa nguvu. Akataka kuulinda. Hakujijua muda gani aliweza kumwangusha Baiyaa. Alimsukuma kwa nguvu zake zote. Akauweka pembeni ubwana na utumwa. Heshima ni kitu cha bure.

Akagaragara chini. Pumzi zikamzidi. Mtu mwenyewe presha tupu. Mwili wake mzito ukamzidi pia. Kila alivyotaka kunyanyuka hakuweza. Huko katika kuvutana na kusukumana, Baiyaa alisimama tena. Mikono ya Mwanashibe ikapata nguvu tena. Ikamsukuma Baiyaa kwa ghadhabu na nguvu zake zote awamu hii. Chini. Puh! Kimya. Hakupapatika wala hakusema neno. Wasiwasi kwa Mwanashibe. Mpinzani wake amelala kama gogo.

"Nimeshaua. Nimeshaua walimwengu." Akajihisi sauti yake inapanda na kusikika dunia nzima labda. Maskini! Amehamanika. Hajui la kufanya. Sauti ile aliisikia mwenyewe. Haikuvuka hata kizingiti. Akavua nguo za kulalia na kuvaa nguo zake. Akachukua begi lake na kutoka nje ya chumba. Akaufunga mlango kwa nje. Usiku wa saa tano. Angekwenda wapi! Mawazo yake yakamwelekeza kupumzika chumba cha watoto hadi alfajiri. Hakulala usiku kucha. Mwelekeo wa maisha yake umepotea. Akajihisi kuwa ni mtu wa mikosi. Amekumbwa na nini yeye? Anahangaika na ulimwengu.

Usiku ulipokimbia na yeye akakimbizana nao. Akatoka akiwaacha watoto nyuma ya mgongo wake. Alisutana na nafsi yake. Angefanya nini kama si kuyaepuka yale. Mtihani huu uliomtokea leo ungeliyanajisi hata yale maelewano yake yeye na Bi. Hannat. Asingekubali iwe hivyo. Suluhu pekee ni kutokomea kusikojulikana. Sawa kusijulikane. Ulimwengu usingemsahau.

Ungekujua aliko, aendako na anakopotelea. Pia ungekujua. Usingemuacha mkono. Katika hali yoyote ile.

Madamu riziki zake zimeandikwa, basi zingemfika hukohuko. Vyovyote zilivyo. Zingemfika. Akajipa moyo. Akajisogeza mbele.

Ikawa kama siku ile alipohama kwenye mikono ya wazee wake. Mikono aliyoitarajia kumpa alichokihitaji. Akategemea kulishwa matunda ya hulka njema. Akatarajia kunywa maji ya huruma za wazazi wake. Yamepotea yote haya. Yamekwenda arijojo. Alimpenda sana Bi. Hannat. Wameishi siku nyingi. Licha ya kuwa mfanyakazi wa ndani, hakutumwa kama punda. Alipewa haki zote alizostahili. Akalipwa pia anavyostahili na kwa wakati. Leo hakuwa na njia nyengine. Akaamua kukimbia na hapa pia.

Vipesa vyake alivyovichangachanga akavitoa. Akavitupia macho. Vitanivuusha? Wapi lakini niendako? Hukohuko akujuako Mungu. Akatembea pasi na kujua aendako. Kulia. Kushoto. Moja kwa moja hadi bandarini. Kwa bahati nyumba ya Baiyaa haikuwa mbali na bandari. Akaitazama bahari. Upepo uliovuma na kuirejesha haiba ya bahari ukamfanya kila aliyezungumza atumie sauti ya ziada ili asikike. Abiria waliokuwa wakisafiri kwenda kisiwani walionekana wamejazana bandarini. Mstari mrefu ulionyooka ulielekea ngazini. Mmoja mmoja akatumbukia kwenye lango la meli. Na yule afisa aliyekuwa akipokea tiketi akakazana kuzipokea, kuzikagua na kuzichana. Kipande cha tiketi kikarudishwa kwa abiria. Mwanashibe akaelekea dirishani. Hapa palikuwa na watu waliokuwa wakiulizia tiketi. Kwa bahati alipokwenda tiketi zilikuwa zimeisha. Matumaini yake yakatoweka tena. Akageuka. Akili yake ikachelewa kufanya maamuzi. Arudi au abaki pale. Abaki kwa misingi gani lakini? Meli imeshajaa. Tiketi zimemaliza.

"Kaka, bora toa na hii zigo yangu. Ita taksi nje." Aliamuru mwanamke aliyeukatisha mtandio wake begani na kukiruhusu kitovu chake kibaki nje kushuhudia yatendekayo ulimwenguni. Macho ya Mwanashibe yakamfuma Bi. Hannat. Akageuka mbio mbio asionekane. Akarudi kwa muuza tiketi ili ajifiche. Akakuta mvutano baina ya muuza tiketi na abiria. Hakujua ulipoanzia.

"Salama yako kaka. Ila mimi nisingekurudishia hela yako. Huyu dada anataka kwenda hukohuko kisiwani.

Kama vipi malizana naye huyo." Muuza tiketi alimwelekeza mteja aonane na Bi. Mwanashibe. Hatimaye, Mwanashibe akauziwa tiketi ya mtu aliyevunja safari.

Akaipata tiketi kimiujiza. Akafanya haraka kuelekea kwenye mlango wa boti kabla boti haijakunja ngazi yake. Alipofika alipanga foleni. Mmoja mmoja akaingia. Alipofika yeye pumzi zikamshuka. Moyo radhi. Akaipeleka tiketi yake na kuingia ndani akiwa hajiamini kuwa ameipata safari. Viti vilijaa. Pa kukaa hakupaona. Akazunguka kukitafuta kiti kitupu. Kule amekuona. Mbali kukamvuta. Nafasi tupu ilikenua. Hapo taratibu akasogea. Alipokaa tu honi ikalia kama iliyokuwa ikimsubiri yeye. Ikawajuulisha abiria kuwa safari inataka kuanza. Na ianze tu. Iwapeleke watu inakokujua. Wengine wende wanakokujua. Yeye tu Mwanashibe, aliyedhani ni pekee, aende asikokujua.

Amepata kusikia tu watu wakihadithi, na kukusifu Kisiwani. Wanakusema kwa sifa ya mazingira yake. Kwa sifa ya jiografia yake. Hali ya hewa iliyojaa vivutio kwa watalii. Walitoka mbali kukifuata kisiwa. Joto kiasi. Baridi kiasi. Mvua zilizofuata miongo kwa mpangilio wake. zikafululiza. Zikanyesha na kuifanya ardhi yake rutubifu. Miti na mimea ikakolea kijani. Ikazaa matunda na nafaka. Ikalisha watu wake na majirani zake. Meli zikabeba na kuivuusha neema hii ng'ambo ya pili.

Huku ndiko alikokusikia Mwanashibe. Je, watu wake? Alipata kuusikia ukarimu wa watu wa Kisiwani. Wapole. Wamoja. Wakarimu. Wapenda wageni. Sifa lukuki alizisikia. Si hayo tu, upande mwengine akawasikia wakipondwa. Ila upande huu haukuwa na nguvu kama ulivyopata nguvu upande wa awali. Mwache akajionee mwenyewe leo. La kusikia si la kuona. Akayashuhudie kwa macho yake. Hasa yeye aliye katika wakati mgumu. Yeye asiye mwenyeji. Asiyetambua mwelekeo wa maisha yake kwa sasa. Akaliona wimbi linanyanyuka na kurudi chini kupitia dirisha la kioo. Likaipiga meli ubavuni kisha likaacha matone yake yakitiririka polepole. Meli ikayumbishwa juu na chini. Mbele na nyuma. Ikachukuliwa na kupelekwa kwenye usawa wa bahari.

Aliona mbingu zinagusana na bahari kwenye ukomo wa upeo wa macho yake. Woga ukamkalia kifuani. Akahisi maisha yake yanayumba kama inavyoyumba meli. Akahisi meli inakwenda kugonga kule mwisho. Kule mbingu zinakogusana na bahari. Haoni njia. Hayaoni tena hata yale majengo marefu yaliyokuwa yameizunguka bahari. Hawaoni tena wavuvi walioiongoza mitumbwi yao. Hajapata kusafiria meli. Ndio kwanza leo atembee majini. Watu waliingia na kutoka katika sehemu ya deki aliyokuwamo Mwanashibe. Walinunua vyakula na kula bila wasiwasi. Akawaona mahodari watu hawa. Wanawezaje kula hali ile.

Yeye alijifanya kutia kipande tu cha muhogo wa kukaanga aliununua bandarini. Hadi sasa kichefuchefu kinamjia na kurudi. Moyo umemchafuka. Akautoa ule mfuko aliopewa na wafanyakazi wa melini kwa ajili ya dharura hii. Ili aliye mwepesi kutapika melini aitumie mifuko hii. Mwanashibe alishautoa. Alipohisi kichefuchefu tu hakuchelewa, aliutoa. Hakutapika kama alivyotarajia. Akabaki kuuvuta usingizi. Uko wapi! Kila meli ilivyopigwa na mawimbi alitamani apige kelele. Alitamani alale. Akiamka awe ameshafika safari yake.

Uchungu na ukakasi ukamjaa tele mdomoni. Ameyavuata mate. Wimbi la mate likamzidi mdomoni kama lilivyoizidi meli, ikayumba kulia na kushoto. Mdomo haukuweza kuvizuia vishindo vile. Bahati yake, tayari alikwisha uingiza mdomo wake ndani ya mdomo wa mfuko. Pwaah! Akatapika. Aliduruduru labda kuhakikisha hakuna aliyemwona. Si peke yake. Wengi walikuwa hawajiwezi. Taabani. Wamelewa zaidi ya waliokunywa pombe. Akajipangusa mdomo wake kwa vitanga vyake vya mikono. Sauti ya mwanamme aliyekuwa karibu naye ikaingia masikioni mwake. "Pole dada yangu, ndio safari. Bahari chafu leo."

Mwanashibe hakujibu neno. Alikiamrisha kichwa chake kioneshe ishara ya kupokea pole ile. Kisha akajiinamia. Bahari chafu. Imechafuliwa na nini? Vipi bahari iwe chafu! Au kwa sababu imewabeba binadamu. Labda. Maana binadamu ni wachafu. Ukiwahesabu wasafi nadhani hata kikombe hawajai. Bahari chafu, kwa lipi? Maji tohara kama haya. Yanatupa samaki.

Yanazisukuma takataka na kuzilenga ufukweni. Bahari haikai maiti. Chafu? A-aaah. Sitaki kukubaliana na maneno haya. Sitaki kwa sababu nijuavyo ni kuwa bahari ni nadhifu. Chafu, chafu, chafu. Huoni! Hata samaki wakivuliwa huoshwa tena. Huoshwa licha ya miaka mingi ya kukaa kwao baharini.

Ila ndio maajabu ya binadamu na ubinadamu wake. Kuvibebesha mizigo vitu visivyosikia. Husema watu bila aibu. Ati! Dunia imeharibika. Imeharibika vipi dunia? Tumeharibika sisi binadamu. Dunia iko vilevile. Binadamu na matendo yetu tumeharibika. Sasa na hawa wengine wanasingizia bahari chafu. Kamwe haijawa chafu bahari. Ndio maana maji yake tunayatumia kujitoharishia. Lepe la usingizi likamchukua Mwanashibe. Akalala usingizi. Hakujua mawazo yapi yalikuwa sahihi katika yale yaliyopita akilini mwake.

"Dada. Amka. Tumefika kisiwani." Kijana aliyekaa na Mwanashibe akamzindua. Mwanashibe akapangusa uso wake uliokunjana. Macho yake yamepiga wekundu. Kweli. Watu walianza kusogea mlangoni. Kila mmoja alitaka ashuke mwanzo. Wakateremka watu wote. Mwanashibe alikuwa amekaa. Machozi yanachungulia machoni. Atoke, asitoke. Ikiwa atoke, aende wapi? Na akibaki, amsubiri nani? Atatolewa tu humu kwenye meli ya watu.

"Dada unamsubiri nani?" Mchukuzi mmoja alimlengea swali Mwanashibe. "...Uko wapi mzigo wako nikubebee?"

Alibaki kimya. Hakusema neno. Alinyanyuka. Akamtazama mchukuzi kama aliyetaka kumwambia kitu. Mdomo wake haukufunguka. Akateremka polepole kama aliyelazimishwa. Kila mmoja alichunga mzigo wake. Wachukuzi walichangamkia tenda. Wakabeba mabegi. Wakayapeleka hadi nje ya jengo la bandarini. Madereva wa taksi wakawachangamkia abiria. Wakawafuata na kuwashawishi. Mwanashibe alikuwa na mkoba mdogo wa nguo zake tu. Alipotoka nje ya mlango mkubwa, akatafuta sehemu na kukaa. Wakamjia madereva wa taksi. Yeye apelekwe wapi? Mgeni wa Mungu, hakuwa mgeni wa mtu. Jioni ilikuwa inaunyemelea mchana. Zamu yake tena. Kupokezana. Jioni kuupokea mchana na usiku kuipokea jioni. Mambo ya Mungu ndivyo yalivyokwenda. Paukwa pakawa. Kila kitu kwa wakati wake.

Kama usiku ulikuwa wa mapumziko, wapi angelipumzika yeye ndani ya Kisiwa hiki. Kiu ilimbana sana. Alitembea masafa marefu kutoka bandarini hadi alipofika kwenye chochoro za majumba alijichoma. Akazifuata njia na kuzihesabu nyumba asizozijua. Akasogea kwenye mlango wa nyumba na kugonga.

"Sama'ani. Naomba maji ya kunywa. N'na kiu." Aliomba Mwanashibe mbele ya mtu aliyemsimamia. Akanyenyekea na kupinda magoti. Yule dada mlangoni akamtaka asifanye vyote vile alivyokuwa anafanya. Hangemnyima yeye maji. Hangemkosesha maji. Unyenyekevu ukizidi sikio huwapa kiburi binadamu wakati mwengine. Wakajiona wana uwezo mkubwa. Uwezo wa kunyima na kutoa. Uwezo wa kuzuia na kuamrisha. Lakini sivyo. Sivyo kabisa.

Heshima ya mtu imo ndani ya utu wake. Na utu wa mtu hubaki ndani ya damu yake. Damu huzunguka na kuviimarisha viungo vyote. Hapo ndipo kwa mtu huyu husogea ile dhana njema ya 'Bora utu kuliko kitu.' Ingawaje dhana hii imebereuzwa. Imefanywa mbele nyuma, nyuma mbele. Watu wanajali kitu kuliko utu. Wanauana kwa sababu ya kitu. Wanafarikiana kisa kitu tu. Ni aina gani ya maisha ambayo watu wanaishi?

Dada amerudi na jagi mkononi. Maji baridi. Yanazizima. Mkono wa kulia alikamata gilasi.

"Karibu sana. Kunywa dada yangu." Alikaribishwa. Akatakiwa akae kitako. Akamiminiwa maji kwenye gilasi yake. Akanywa. Akayagubia na koromeo likatoa sauti yake ya ghadhabu – Gubugubugu. Gilasi ya kwanza akaikausha na kuongeza nyengine. Hadi kiu ilipokatika akatoa shukrani. Akaaga na kuondoka.

Alianza kusadikisha maneno aliyoyasikia. Amepokewa. Akagaiwa maji. Si kugaiwa maji tu. Alivyopokewa na maneno mazuri aliyoambiwa yalimfanya ajione yupo salama. Lakini salama ipi? Ikiwa hajajua hata aendako usiku huu unaosogea taratibu! Akatembea kwa miguu kufuata njia kuu. Mji ulianza kulegeza nguvu za harakati zake. Jua likaingia mawinguni kusakinisha mbavu zake. Watu wakalisindikiza jua. Nao wakaelekea mapumzikoni. Yeye akatembea hadi alipochoka, akakaa. Alikaa barazani. Njaa imemkaba barabara. Tumbo likanguruma. Akaamua kujilaza barazani.

Miguu imegoma kutembea. Alikaa hapo hadi saa mbili usiku. Mlango ulifunguliwa. Babu mmoja alimsogelea Mwanashibe. Akataka kujua amesibiwa na nini?

Alipoulizwa hakujibu kitu. Aliangusha kilio. Maskini! Babu akamhurumia Mwanashibe. Akataka aseme shida yake, azungumze na yeye amsikilize. Akataka maelewano yafikiwe. Na ili yafikiwe lazima mdomo ufunguke na sikio la upande mwengine likae wazi. Ndani ya mmezo wa furaha yake ya muda mrefu. Mporomoko wa faraja ya utotoni. Na mahangaiko ya kuitafuta nafasi ya furaha. Akitamani irudi furaha na kuungama naye. Alitamani watokee watu waione thamani yake. Babu alimhurumia Mwanashibe. Akamkaribisha ndani. Hapakuwa na mazungumzo marefu kutokana na hali aliyokuwa nayo Mwanashibe. Alipewa chakula. Akala na kulala.

Mapambazuko. Aliamka na kumkuta babu anaosha vyombo. Alimwamkia na kumtaka ampishe. Akaomba amwoshee yeye vyombo vile na yeye babu apumzike. Hapo ndipo Mwanashibe alipomhadithia Babuali mkasa wa maisha yake hadi kufikia kisiwani. Alikuwa ameketi kwenye kiti chake. Anamtazama Mwanashibe anavyosimulia mkasa wake kwa majonzi. Machozi yalitoja kwenye vyombo. Sauti yake ya ndani ikatoka na mtetemeko. Babuali akaogopa Mwanashibe asijeakazimia kwa jinsi alivyolia kwa kwikwi.

* * *

Mwanashibe alikuwa chini ya himaya ya baba yake. Maisha ya baba yake yalistawishwa zaidi na mifugo kama yalivyokuwa mapenzi yake; Kufuga na kulima. Alioa wake watatu, akiwemo mama yake Mwanashibe. Mapenzi ya baba yake yaliwapa wivu ndugu zake wengine. Hawakufurahi namna alivyopendwa Mshibe. Ukubwa ulipomvaa Mwanashibe, alitaka kuozeshwa mume. Hamu ya kumpata mume ikaporomoshwa na maamuzi ya baba yake. Mahitaji yake yakapotea wakati azma ya baba yake iko palepale. Baba yake Mwanashibe alikuwa tayari kumwoza bintiye rafiki yake wa karibu ambaye alikuwa na wake saba. Hivyo Mwanashibe angetimiza idadi ya wake nane. Kwenye mila na dest.uri zao hakukuwa na miko kwenye ndoa.

Idadi ya wake ziliamua nguvu za mume na uwezo wake tu kuwamudu kwa hali zote. Mume huyu aliyetaka kupewa alikuwa na umri wa miaka sitini. Uzee umeshamvaa. Hili lilizidi kumtesa Mshibe.

Mwanashibe alimgeuka baba yake kwa hili. Hakuwa tayari kuiweka rehani roho yake kwenye uzio wa wake nane. Hili liliyazika mapenzi yake na baba yake. Alipoipaza sauti yake kuonesha msimamo wake, ambao ulichezana na ule wa baba yake, alikiona kilichomtoa kanga manyoya. Alipigwa kila siku. Alitukanwa na kutengwa na baba yake. Mama yake alimpa huduma kifichoficho. Aliutumia muda ambao mumewe hakuwepo nyumbani kumpa chakula na mahitaji yake ya kawaida. Siku nyengine alipogundua kugeukwa maamuzi yake alimgeukia mama mtu. Akamkomesha na kumfungia chumbani hadi anapoamua mwenyewe kumwachia.

Hali ilizidi kuwa ngumu kwa Mwanashibe. Akaamua kumnusuru mama yake na kuinusuru pia nafsi yake katika kitanzi cha ndoa ile pamoja na mateso ya ukaidi wake.

"Kheri nifuate njia nisiyoiona kuliko kutumbukizwa ndani ya shimo nilionalo." Siku zote hii ilikuwa ndio kauli yake iliyomjengea hamasa na nguvu ya kusimama na kukimbia. Machungu ya kuipa mgongo familia yake yalimwadhibu. Yakamsikitisha kila siku, lakini alifanya maamuzi magumu. Akamwaga mama yake. Licha ya kumzuia, Mwanashibe alitoka alfajiri mapema. Siku ambayo baba yake alilala nyumba ya mke mwengine.

* * *

Babuali alimkaribisha Mwanashibe na kumpa pole kwa zilzala za kidunia zinavyoyatikisa maisha ya watu. Akamtaka aishi pale katika uhai wake wote. Hili kwa Mshibe lilikuwa jambo alilolitamani. Babuali alifiliwa na mkewe miezi mitano iliyopita. Akili yake ikageuzwa na upepo wa kusi kwenda kwenye matilai. Huko matilai ya jua kukazaliwa ari mpya na nguvu mpya. Nguvu mpya nayo ikatotoa dhamira ya ajabu aliyoiileta kwenye chungu chake cha mawazo na maamuzi. Babuali akalipeleka wazo lake kwa Mwanashibe baada ya majuma na wiki kupita.

"Mwanashibe nataka kukuoa kama utakubali, pia ukiona uzito niambie." Aliyavulia nguo maji kwa ajili ya kuyaoga tu siku moja. Babuali akamtamkia Mwanashibe.

Bila ya kinyongo Mwanashibe alikubali. Ndoa ikafungwa. Wawili hawa wakaoana kwa moyo safi.

Babuali uzee wake siku zote haukujiibuwa waziwazi mbele ya jicho la mwenye kumtazama. Uzee wake ulisitiriwa na hali ya afya yake. Ukavaa ngozi ya pundamilia. Umaridadi wake ndio uliompoteza mtu kuamini kuwa sasa mzee huyu anachungulia kaburi. Alifanya kazi zake kama kawaida. Mwaka wa tano sasa ameshastaafu kazi yake ya serikali. Alikuwa karani katika shirika la umeme. Muda wake wa kustaafu ulipofika alistaafu na kupokea pensheni yake ya kawaida. Watoto wake watatu wote walikuwa wanandoa. Kila mmoja aliishi kwake. Hivyo jumba lile lilimwinamia pekee. Siku zote alizonasihiwa kuhamia kwa mwanae mmoja aligoma.

Mwanashibe aliirudisha furaha yake. Akaishi na watu wa kisiwani. Akazoena nao. Pia akaathiriwa na maadili ya watu hawa. Alipenda kuishi huku. Hakutamani kwenda popote katika dunia hii. Mtu pekee aliyeyapokea machungu yake ni Babuali. Akamkabidhi furaha yake. Licha ya Babuali kuwa mtu mzima zaidi ya Mwanashibe, hilo halikumzuzua. Hili halikumshughulisha.

Furaha ya Mwanashibe iliifungua njia mpya ya maisha yake. Babuali alimkinai Mwanashibe naye Mwanashibe hakukimwa – wakakinaiana. Hakuwaza hata siku moja kukiweka kipimo cha masafa ya miaka baina yao. Aliengwaengwa kama mtoto mchanga mbele ya Babuali. Akala alichotaka. Akavaa alivyotaka. Akaishi na kustarehe ndani ya jumba hili aliloliona kasri la mfalme. Uzee wa Babuali kwa Mwanashibe ulikuwa uzee wa bahari kutanua mawanda. Kuvuuka vivuko na kufunika majabali. Uzee wa Babuali pia ukawa alama ya uzio wa mapenzi yasiyovukwa wala kutekwa kwenye himaya nyengine. Naye Babuali akaona amefika kwenye jiko analoweza mwenyewe kujitanua kupika, kuonja na kustaladhi chakula chake.

Mbolea hii iliuwezesha mche huu kukuwa kwa kasi zaidi. Nyumba ya vyumba vitano ilishikana na ardhi na kuota mizizi yake. Ilijengwa kwa udongo na mawe yaliyoshikana ndani ya tumbo la ardhi. Nyumba kubwa yenye nafasi. Umeme teletele. Ilirembwa rangi buluu nusu ukuta na juu kupewa uhuru chokaa iliyofunika hadi mwisho wa ukuta. Bati zake ziling'ara fedha iliyofanya kutu sehemu moja moja kwa kukaa kwake sana. Mwenyewe hukaa akazisifu bati hizi kwa umadhubutu wake. Husema ana umri sawa na bati hizi au kama angeweza kuziita kaka yake basi angeziita.

Kila kitu kina mwanzo wake. Halkadhalika kina mwisho wake. Licha ya kusahau machungu yaliyomwandama katika vizingiti vingi vya maisha aliyopitia, Mwanashibe alitonesheka donda lake. Akafunikwa na simanzi kwa kifo cha Babuali. Akabeba jabali la majonzi. Akatiririsha bahari ya machozi. Kisu kizito cha ukweli wa haki ya mauti kikamkatakata Mwanashibe. Alivyolala Babuali sivyo alivyoamka. Alilala mzima kama chuma. Hadi sura yake wakati wa kulifumba jicho la kuuvuta usingizi ilikuja tena kwenye fikra zake Mwanashibe asubuhi. Sura ileile ya kutabasamu na kutakiana usiku mwema. Bwana akalifumba jicho na bibi naye akafuatia. Asubuhi ikaamka na wingu jeusi la huzuni. Babuali anaamshwa haamki. Maskini, hakuwa tena mja wa duniani. Ameshaiaga dunia.

Hapo ikawa ni kuitana watu kuja kuthibitisha juu ya ukweli mchungu uliojaa kwenye bahari ya mate. Hakuna aliyeweza kuugeuza ukweli huu. Vilio vikagonga dunia ya saba. Machozi yakajaza visima sabiini. Huzuni zikafunika mioyo ya watu wote duniani waliopata kumjua Babuali. Si kumjua kwa jina lake tu, la hasha! Mlahaka wake kwa watu. Uchangamfu wake. Usuhuba na ukaribu alioutia kwenye zege imara ukawatoa watu wa mbali kufika mazikoni kwake. Watu wakamtaja kama athari ya mbegu aliyoiatika na kuipanda ilivyochipua. Ikamea na kustawi vyema.

Mwanashibe alimvisha bwana huyu vyeo vitano; Kwake hakuwa mume tu ila baba. Akaihodhi nafasi ya umama pia. Mwenyeji wake katika kisiwa hiki asichomjua mwengine yeyote zaidi ya huyu Babuali. Mwisho akamfanya mshauri wake mkuu. Ni nani mwengine atakayeyabeba yote haya kwa wakati huu.

Kila akili yake ilipoyapokea maswali haya ilichemka. Ikaiva na kuungua moto. Hapo Mwanashibe hulia shiba yake. Majirani humsemeza na kumliwaza. Ukawa kama ugonjwa sasa. Akajitwika kilemba cha uzuka – sasa ni kizuka.

Dunia hii thamani ya mtu huwepo pale anapokuwa hai. Kifo huibeba thamani yake mara tu atiwapo kwenye mwanawandani. Uwepo wa Mwanashibe ukafumbiwa macho na wanawe Babuali. Ilipomaliza eda tu walifika kupiga hesabu za mali za marehemu baba yao. Tena walivyoupa mgongo utu, walimtaka atafute pa kwenda. Pale kwa sasa hapamhusu. Yeye alikuwepo pale kwa sababu ya mume. Na mume ameshafariki.

Maskini ya Mungu, hakuwa na pa kwenda. Mtu pekee aliyemtegemea katika nchi hii ni Babuali. Alimpokea na mwisho akaamua kumwoa. Alimpenda. Hakumdharau kwa sababu ya uzee wake. Alimpenda kwa sababu ni mume wake. Pia ni mtu pekee aliyejitolea kumpa hifadhi. Akampa ndoa ya kweli. Ametoweka na kila kitu chake. Hakubakisha hata sehemu ya mapenzi yake kwa wanawe. Au hata mwanae mmoja. Wote walimchukia. Wakambagua. Sijui kwa nini? Au kwa kuwa hakuwa na asili kama yao. Hakutokea nchi yao. Amezuka kutoka upande mwengine! Kule kule mji kasoro bahari. Ukweli ni kuwa Babuali alipomwoa Mwanashibe hakuungwa mkono na wanawe. Ila kwa vile yeye alikuwa baba, hakuna aliyeweza kumpangia. Ushirikiano wao kwa baba yao na kwa mke wake ulikuwa sawa na ule wa paka na panya.

Miaka yote aliyoishi hapa. tayari ilishamfungulia milango ya marafiki na ndugu. Kwa jinsi alivyoishi vyema na watu hakupata taabu. Miftaha alikuwa mtu wa karibu mno na Babuali. Hivyo, alipofukuzwa kwenye nyumba, Mwanashibe aliishi kwa Miftaha. Wakakaa kama mama na mwana. Hadi leo hii wapo pamoja. Mungu hamtupi mjawe.

Sura ya Kumi na Tisa

NYUMBA ilijenga sura mpya tangu alipokuja Bi. Msiri. Pengo limezibwa. Nafasi ya Bi. Tausi alihisi imezibwa. Mazungumzo ya furaha na huzuni waliweza kupeana. Hadithi za maisha yao zikazidi kuwapatanisha. Bi Mwanashibe akamfurahisha Bi. Msiri wakati mwengine. Ati jina la Mwanashibe limemsibu. Limemtwika ndwele maana amezishiba karaha za dunia. Ameyashiba machungu na *matukulele* ya dunia. Historia yao inaumana sehemu nyingi. Hii ilikuwa nyimbo yake sana Bi. Msiri kujifananisha na Mwanashibe. Husema wote hawakujaaliwa watoto. Husema wamepata watoto wa hiari, lakini ni zaidi ya watoto wao wa kuwazaa.

Bi. Msiri alimpata mtu kufu yake. Alikubali kumualisa na kumwendekeza alivyotaka. Kijambo si kijambo kilimkefya siku hizi. Nongwa. Ukimpikia chai hukwambia sukari nyingi. Ukiiongeza atakwambia sukari ya kipemba. Shira rirarira. Manung'uniko hayakwisha nyumba hii. Bi. Msiri akili zake siku hizi zinakwenda na kurudi. Wageni walikuja nyumba hii kumwona Bi. Msiri. Walikamilisha utafiti wao kwa Bi. Msiri. Wasomi walikuja kumwona Bi. Msiri. Walihoji na kuandika. Alipogoma Bi. Msiri aligoma. Hakutaka kuulizwa lolote. Alipofurahi alizungumza. Hakuchoka kusema. Alijibu aliloulizwa na asiloulizwa.

"Nimekuja kwenye ajira mpya huku. N'najibu maswali ya wasomi. Kichwa changu wanakiamini. Kichwa kimeshachoka hiki. Mvi chungu nzima. Mnatarajia kupata majibu sahihi!

Kichwa kimeshafurutu ada ya kuishi. Kimevuka. Sasa mkikiuliza....." Bi. Msiri alibwabwaja mbele ya Profesa Hongo. Siku hii Profesa Hongo alikuja na wazungu. Wamekuja kumwona bibi wa miaka mia mbili. Bi. Msiri hakumaliza maelezo yake. Profesa Hongo akaingia kati.

"Hapana bibi. Kichwa chako kina mengi ya kutujuvya wajukuu wako."

"Si hadi mtake kujuvywa. Mtake kufahamu. Maana mtu ili afahamu, lazima akubali kufahamishwa. Nyinyi wasomi mnajifanya wajuaji. Mnajifanya wajuba. Mnadharau wazee. Mnajiona m'mekamilika kwa usomi wenu. Walimi. M'nawaona wazee hawana mchango kwenu. Hawana msaada. Labda m'patwe na jambo. Hapo ooooh....mbio. Wazee mnawajua. Mnajifanya kuongozwa na elimu zenu wala si busara. Hekima, hekima, hekima."

"Kweli. Unazungumza ukweli mtupu." Profesa Hongo aliyaunga mkono maneno ya Bi. Msiri. Akawatafsiria wageni wake walioona kiza ndani ya maneno yale.

"Unadhani maneno yangu yatakuwa na chumvi, laa! Machufu lakini yana ladha. Yanarutubisha. Unayakumbuka madaha ya Ummulkulthumu kule Misri. Anaposimama jukwaani. Anapoghani na kuizungusha mikono yake. Basi tu, nimekumbuka. Enhe....leteni habari zenu. Mh! Toba Mungu wangu. Naona kiza. Macho yangu, naona kiza jamani."

Wenyewe husema, siku hizi Bi. Msiri heshi malalamiko. Akenda mgeni hutajiwa maradhi mia; Nyonga, kifua, homa, miguu, presha, kizunguzungu. Yote haya hutajwa. Maradhi yasiyokwisha. Na siku hizi amezidi usahaulifu. Mwanashibe kutwa huulizwa yeye ni nani. Miftaha naye ni hivyo hivyo. Akirudi kazini huulizwa. Bi. Msiri siku zote hukwambia yeye analichungulia kaburi. Na karibu atatumbukia humo.

Profesa Hongo alipomaliza kuhoji alitafsiri kile walichokisema wageni wake kumuuliza Bi. Msiri. Walifurahi kupata walilolitaka. Wakapiga picha naye. Wakampa zawadi hizi na zile. Sifa ya Bi. Msiri ni kuuchunga ulimi wake kwa waliofika pale. Licha ya mengi aliyoyasema na kulalama, hakuthubutu kuomba pesa.

Roho yake aliihifadhi ndani ya nyumba ya kinaa. Alikinai. Siku zote husema anapopewa zawadi (kama vile pesa) na wageni wake wanaokuja huwauliza kwanza, "Unanilipa kwa hili au?" Unapojibu kuwa unamlipa hukurudishia pesa zako kwa maneno makali. Yeye hufurahi pale unapomwambia umempa zawadi tu, na si vyenginevyo. Yeye husema hakuna aliyemwajiri kusema hata alipwe. Husema hana cha kuilipa nchi hii. Malipo yake ni kuitendea haki yake. Malipo yake ni kuipa nafasi yake na hadhi yake. Siku zote husema kuwa nchi hii imepoteza hadhi yake. Hakuna wa kuirudisha, isipokuwa mwananchi.

***

Miftaha aliishi na Bi. Msiri siku zote zilizobaki za uhai wake. Aliupokea ushauri wa Bi. Msiri. Akaufanyia kazi. Miaka mingi Miftaha alijitenga na ukweli kuwa umri wake unamezwa na shimo la miaka. Fikra zake siku zote ni kuzisambaza falsafa za Bi. Msiri. Kwa jitihada yake hii sasa ameshaandika vitabu viwili ingawa ameshindwa kuvichapisha hadi leo hii. Hajakata tamaa. Anaamini wapo watakayoyathamini maandishi yake siku moja. Vitabu vyake vyote vinaelezea juu ya wanakotoka, walipo na wanakokwenda. Ingawa kitabu chake kimoja alikiita ' Maisha ya Mmeza chumvi' – Kitabu hiki kilimwanika Bi. Msiri mwanzo mwisho. Falsafa zake. Alifanikiwa Miftaha kuandika Kiswahili cha zamani kwa upana wake na maana zake. Akayahifadhi maneno mengi yaliyopigwa teke katika ulimwengu wa sasa. Akauchambua utajiri wa Kiswahili iwapo kitatumika vyema.

Harakati hizi zilimfanya asahau kuwa mwili una nafasi yake. Pengine tukisema alisahau hatutautendea haki ukweli. Miftaha alijihumuza. Hakuliweka mbele sana suala la kupata ubavu wake wa pili. Kwa ushawishi wa Bi. Msiri, Miftaha akatanabahi kuwa ameshachelewa. Ipo haja ya yeye kutafuta mchumba. Mtazame Bi. Msiri kwenye nguvu ya ushawishi wake. Kila alipokaa maneno ya Bi. Msiri yalimuingia akilini. Yakajirejearejea na kuzinyotoa fikra zake za ndani.

"Miftaha....." Bi. Msiri aliita na kumtazama Miftaha kwa jicho kali. Jicho lililogonga kichwa cha Miftaha na kuwa na hamu kumsikiliza

Roho yake aliihifadhi ndani ya nyumba ya kinaa. Alikinai. Siku zote husema anapopewa zawadi (kama vile pesa) na wageni wake wanaokuja huwauliza kwanza, "Unanilipa kwa hili au?" Unapojibu kuwa unamlipa hukurudishia pesa zako kwa maneno makali. Yeye hufurahi pale unapomwambia umempa zawadi tu, na si vyenginevyo. Yeye husema hakuna aliyemwajiri kusema hata alipwe. Husema hana cha kuilipa nchi hii. Malipo yake ni kuitendea haki yake. Malipo yake ni kuipa nafasi yake na hadhi yake. Siku zote husema kuwa nchi hii imepoteza hadhi yake. Hakuna wa kuirudisha, isipokuwa mwananchi.

* * *

Miftaha aliishi na Bi. Msiri siku zote zilizobaki za uhai wake. Aliupokea ushauri wa Bi. Msiri. Akaufanyia kazi. Miaka mingi Miftaha alijitenga na ukweli kuwa umri wake unamezwa na shimo la miaka. Fikra zake siku zote ni kuzisambaza falsafa za Bi. Msiri. Kwa jitihada yake hii sasa ameshaandika vitabu viwili ingawa ameshindwa kuvichapisha hadi leo hii. Hajakata tamaa. Anaamini wapo watakayoyathamini maandishi yake siku moja. Vitabu vyake vyote vinaelezea juu ya wanakotoka, walipo na wanakokwenda. Ingawa kitabu chake kimoja alikiita ' Maisha ya Mmeza chumvi' – Kitabu hiki kilimwanika Bi. Msiri mwanzo mwisho. Falsafa zake. Alifanikiwa Miftaha kuandika Kiswahili cha zamani kwa upana wake na maana zake. Akayahifadhi maneno mengi yaliyopigwa teke katika ulimwengu wa sasa. Akauchambua utajiri wa Kiswahili iwapo kitatumika vyema.

Harakati hizi zilimfanya asahau kuwa mwili una nafasi yake. Pengine tukisema alisahau hatutautendea haki ukweli. Miftaha alijihumuza. Hakuliweka mbele sana suala la kupata ubavu wake wa pili. Kwa ushawishi wa Bi. Msiri, Miftaha akatanabahi kuwa ameshachelewa. Ipo haja ya yeye kutafuta mchumba. Mtazame Bi. Msiri kwenye nguvu ya ushawishi wake. Kila alipokaa maneno ya Bi. Msiri yalimuingia akilini. Yakajirejearejea na kuzinyotoa fikra zake za ndani.

"Miftaha….." Bi. Msiri aliita na kumtazama Miftaha kwa jicho kali. Jicho lililogonga kichwa cha Miftaha na kuwa na hamu kumsikiliza

Bi. Msiri. Hii ilikuwa desturi yake Miftaha – Hakupenda kupitwa na neno la Bi. Msiri.

".... tumbo limeumbwa kwa haja maalumu, ndio maana limeumbwa. Lau kama si haja hiyo, isingekuwepo sababu ya kuumbwa. Miguu, mikono, macho. Na kila kiungo unachokijua. Kimeumbwa kwa maana. Wewe mwanangu si mdogo tena. Usishindane na ulimwengu, ukishindana nao utakushinda. Maisha ni hayahaya Miftaha. Ulimwengu ni huu huu. Ikifika siku ulimwengu ukabadilika, labda ni pale jua litakapotoka Magharibi kwenda Mashariki. Hayo ndio mabadiliko ya kweli. Miftaha mwanangu, fanya utafute shamba. Hakuna jambo jema kama kupata shamba zuri, lenye rutuba. Maana mwisho wa siku utavuna. Mavuno yatabaki kuwa kumbukumbu za utajo wako. Mavuno hayahaya yataendelea kupandwa ardhini. Nayo yataendelea kuzaa. Yatazaliana. Hapo ndipo inapopatikana furaha. Usione mie leo sijazaa. Sikuzaa kwa sababu kuzaa ni majaliwa. Wenyewe husema, kuolewa ni sheria, kuzaa ni majaliwa. Mume wangu aliuwawa kabla hatujajaaliwa kizazi kama kilikuwepo kweli. Na tokea siku hiyo sijui Mungu alinikosesha nini! Lakini nilikosa hamu ya kuolewa. Nilihisi ni maumivu. Niliuona upweke wangu utalinda furaha yangu na kuipoteza huzuni yangu. Akili zangu, ufahamu wangu, nguvu zangu, utashi wangu na kila kitu changu kilisimama kwenye mtazamo huo. Mimi sikuwa na ubishi."

Miftaha alivuta kiti chake. Akaketi. Akatabasamu na kumtazama Bi. Msiri. Akatoa kalamu yake na kuandika kabla ya kusema chochote. Yumkini alikuwa akiandika kile alichokisema Bi. Msiri. Alipomaliza akaanza kuzungumza kwa sauti ya chini.

"Bibi, maneno yako asali, yakisemwa, lazima ujirambe. Maneno yako muhali, maneno yenye ujumbe. Hata yakiwa methali, huwa methali kabambe."

"Hahayeee. Oooh!" Bi. Msiri alipasua kicheko. Sauti ikagonga na kumtoa Mwanashibe ndani. Akaja kumtazama Bi. Msiri.

"Loh! Leo bi mkuu kafulai. Sauti imetoboa nyumba." Mwanashibe alisema. Akacheka na kurudi ndani.

Nguvu ya kicheko cha Bi. Msiri ikaibua sauti nyengine ya Bi. Msiri iliyoifichua siri ya furaha yake.

"Na wewe una maneno siku hizi kama bibi yako. Umenifurahisha na mashairi yako yaliyochovywa kwenye shira."

"Bibi umezungumza maneno, na si leo tu umekuwa ukizungumza siku nyingi kuhusu jambo hili. Lakini muda si mrefu jambo letu hili tukufu litatimia. Usiwe na wasiwasi kwa hilo. Nakuahidi bibi yangu."

"Sawa, ndivyo tuombavyo. Jambo la kheri huenda kwa kheri."

Sura ya Ishirini

MBIO za Miftaha zilishika kasi. Mbio za kutafuta watu watakaobeba dhamana ya ushenga na watakaoubeba uzee. Miftaha alimkabili baba yake, Kitwana. Akamueleza mwanzo hadi mwisho kuhusu suala lake la ndoa. Bado baba yake alikuwa na kinyongo kwa Mwanawe. Akamlenga hapa na barahindi. Kuuleta upatanishi kwenye jamvi lilikuwa jambo zito. Ungedhani babamtu amekula kiapo juu ya hili. Miftaha hakutaka kukubali kuwa mbio zake hizi zimeshaisoza sakafu. Akaja na wazo jengine.

Asubuhi moja iliyopambazukiwa na mvua, Miftaha alimkabili Bi. Msiri. Uchangamfu wake ulifunikwa na wingu zito la mvua. Asubuhi ikazizima kibaridi chembamba kilichopenya kwenye penu za nyumba. Kikapenya kwenye mbavu na kumwacha Miftaha na mafua machanga yakichururika kama mfereji. Alishika kitambaa chake kupambana nayo kila yalipopenya na kushuka kwenye mlima ulio chini ya pua yake. Bi. Msiri alijikunyata kiambazani na kujikunjulia kanga yake juu ya mkeka. Mvua ilishika kasi. Maji yalipukutika kutoka mawinguni na mishale membamba ikachoma ardhini. Miftaha alisogea mbele ya Bi. Msiri. Akayakunja magoti yake mbele yake. Akainyoosha mikono yake na kuvikamata vitanga vya mikono ya Bi. Msiri. Akavihisi namna vilivyokuwa vikizizima. Ungedhani damu inamkauka. Huu alihisi ni wakati mwafaka kulifikisha ombi lake. Alijua Bi. Msiri hatomwangusha.

"Bibi, nina ombi. Nimekuamini. Nina imani kubwa kuwa utanisaidia." Alisimama hapo kumpisha Bi. Msiri aseme kile kilichoning'inia midomoni mwake.

"Bila ya shaka, likiwemo kwenye himaya na uwezo wangu, kwanini nisikuauni!"

"Unajua kuwa mimi na baba ni paka na chui?"

"Najua, umekuwa ukinisikitikia siku nyingi. Naam, ombi lako ni lipi?

"Bibi nataka nikutwike jukumu la upatanishi. Baba aweza kuwa hata kitukuu chako. Kwa umri wako hata hakuoni njia uliyopita. Jungu kuu halishi ukoko"

"Sawa nimekusikia, wenyewe husema ukubwa ni jaa. Nimeipokea dhamana. Nipe muda nijue vya kuifanyia kazi. Najua kwako huu ni wakati muhimu kupata ushirikiano wa baba yako. Mama yako ameshatangulia mbele ya haki, hivyo baba tumpate tu. Lakini tulia kama maji mtungini. Tuliza moyo wako – Hili litakaa sawa. Jiandae muda wowote nitakwambia unipeleke kwake." Bi. Msiri aliukuna moyo wa Miftaha. Akalipoza joto lake la roho. Ahadi ya Bi. Msiri ikazifungua fikra zake mpya.

Wala Bi. Msiri hakutaka kuurefusha wakati. Alimtaka Miftaha ajiandae baada ya siku tatu watimize ahadi yao. Hii ikawa habari njema nyengine kwa Miftaha. Ilimchangamsha na kumtia woga. Woga wake ulimsinyaza kama uwa lililopigwa na jua kali mfululizo. Yote haya yalimvamia alipowaza namna baba yao atakavyolipokea suala lile. Kwa Bi. Msiri hakukuwa na shaka. Imani yake ilimwambia kuwa hakuna linaloshindikana chini ya jua. Tabia za Kitwana alizisoma siku ileile waliokutana kwenye viti – siku ya sherehe za wanafunzi shuleni kwa Miftaha.

Usiku ule usingizi uliyahajiri macho ya Miftaha. Ukakaa mbali naye kwa masafa ya Mashariki na Magharibi. Kila alivyojitahidi kulifumba jicho hakuweza. Aliwaza juu ya safari yake na Bi. Msiri na majibu mengi ya safari hii aliyatabiri. Alimwogopa Kitwana ingawa ni baba yake mzazi. Alimwogopa kwa ufedhuli wake. Hakujali mgeni wala mwenyeji. Aliogopa kumuudhi Bi. Msiri kupitia safari hii. Aliwaza na kuwazua. Akapanga na kupangua.

Kuna wazo lilikuwa likicheza na akili yake. Wazo la kuipangua safari yake. Aliogopa Bi. Msiri kufukuzwa kama kinyago. Ila utu *uzima dawa*, aliamini hivyo. Wazo hili akalipa mgongo. Kilichobaki ni kuingoja asubuhi ikunjue mbawa zake.

* * *

Mtu na bibi yake walisimama mlangoni kumsubiri mlinzi awaruhusu waingie ndani. Punde mlango ulifunguliwa. Miftaha akasalimiana vizuri na mlinzi. Naye Bi. Msiri akaongozana na mwenyeji wake kuelekea kwenye mlango uliowaelekea. Macho ya Bi. Msiri yalizikagua bustani kwa macho ya upekuzi. Sura ya bustani ya nyumba hii haikupishana sana na sura ya bustani ya karne ile ya baba yake na jumba lao waliloishi. Miftaha alisimama wima baada ya kubonyeza kengele iliyotundikwa mlangoni. Akasubiri wito wake uitikiwe na wenyeji wa nyumba ile.

Mke wa Kitwana aliuenea mlango. Akajaa. Mikono ameitanua na kuitua kiunoni. Mdomo ameubenua kama aliyetaka kumwapiza mtu. Viatu vyake vya kitambaa vimeifunika miguu yake hadi vifundoni. Ua la hina liliufuata mguu, likatambaa kuelekea juu. Macho ya Bi. Msiri na Miftaha yakaishia njiani ndani ya pindo la dera alilovaa. Ua la hina lilizama ndani ya dera la maua mekundu. Uturi ukawakaribisha Miftaha na Bi. Msiri. Miftaha akabaini kuwa baba yake ameoa mke mwengine. Bibi huyu hajawahi kuonana naye nyumba hii.

"Niwasaidie nini?" Aliuliza mama yule pasi na kusalimiana na wageni wake.

Macho yake yaliungana na swali lake. Yakamuanza Miftaha na bibi yake chini ya miguu hadi kichwani. Miftaha amevaa suruali lake jeusi. Chini limetawanyika kama bomba la kupazia sauti. Shati lake la kijivujivu, chakavu, lilimezwa na kiuno cha suruali yake kilichozingirwa na ukanda wa ngozi. Tundu la kifungo cha juu lilikuwa yatima. Hapakuwa na kifungo cha kuchomeka kwenye tundu hilo.

Bi. Msiri amekisokota kilemba chake na kukiweka kichwani. Akaziacha nywele zake nyengine za ncha zichungulie nje kushuhudia yatendekayo.

"Hali yako mama yangu? Namuulizia Mzee Kitwana." Miftaha hakuchelewesha kusema haja yake.

"Amelala." Jibu la mkato lilitoka kwa mama yule. Hakuongeza neno. Bahati nzuri sauti ilisikika ikitokea ndani. Nzito na kakamavu.

"Nimeshaamka kipenzi changu."

Kitwana aliibuka nyuma ya mwanamke yule. Amevaa suruali kipande iliyoishia magotini. Fulana yake ya ndani isiyo mikono ikalifunika tumbo lake. Nywele zake za kifuani zikasongamana kama vishungu vya nzi. Kichwa chake kiliadimika nywele – hata moja haikuwemo. Alisogea hadi mlangoni.

"Nimeshaamka mke wangu. Kumbe si wageni ati hawa. Hawa ni wenyeji." Akalikunjua tabasamu lake mbele ya ugeni ule. Hili kwanza likawastaajabisha Miftaha na Bi. Msiri. Walitarajia uwanja huu wa makaribisho ungeanza kubeba sura ya kiza. Sura ikampwaya mama mpya aliyesimama kizingitini. Akatenguka kidogo mlangoni kumwelekea mumewe.

"Huyu hapa mke wangu ndiye yule Miftaha niliyekwambia. Huyu ni mwalimu wa wanetu." Kitwana akaanza kumtambulisha mwanawe. Mwanamke aliukunjua nusu nusu uso wake. Alikuwa katikati baina ya tabasamu na hasira. Alionekana kutokuridhika na utambulisho ule.

Miftaha akapewa kitendawili cha pili. Hiki kikampa maswali pia. Kikamgonga kwenye fuvu lake na kulitikisa bongo lake. Hatimaye, vishindo vyote hivi vikaupa kazi moyo. Kazi ya kuzidisha mapigo yake. Kitwana bado anaendelea na utambulisho wake palepale mlangoni.

"Huyu ni Bi. Msiri. Hazina zilizobakia. Karibuni ndani. Njooni. Mwambie dada awawekee vinywaji jua limeshawapata kidogo." Akawakaribisha wageni wake na kumwagiza mke wake.

Vishindo vya mama vikavizwa na maneno ya Kitwana. Akabaki kutii amri ya mumewe mbele ya ukweli usiopindishika. Kitwana alirudi chumbani kubadili nguo. Sasa akatoka na kikoi kilichozungushwa barabara kiunoni. Juu amevaa fulana ya mikono mifupi. Uso ameukunjua. Meno ameyabanua na kuieneza furaha yake uso mzima. Furaha ipi lakini aliyokuwa nayo Kitwana! A-aah!

"Hali yako mama yangu? Namuulizia Mzee Kitwana." Miftaha hakuchelewesha kusema haja yake.

"Amelala." Jibu la mkato lilitoka kwa mama yule. Hakuongeza neno. Bahati nzuri sauti ilisikika ikitokea ndani. Nzito na kakamavu.

"Nimeshaamka kipenzi changu."

Kitwana aliibuka nyuma ya mwanamke yule. Amevaa suruali kipande iliyoishia magotini. Fulana yake ya ndani isiyo mikono ikalifunika tumbo lake. Nywele zake za kifuani zikasongamana kama vishungu vya nzi. Kichwa chake kiliadimika nywele – hata moja haikuwemo. Alisogea hadi mlangoni.

"Nimeshaamka mke wangu. Kumbe si wageni ati hawa. Hawa ni wenyeji." Akalikunjua tabasamu lake mbele ya ugeni ule. Hili kwanza likawastaajabisha Miftaha na Bi. Msiri. Walitarajia uwanja huu wa makaribisho ungeanza kubeba sura ya kiza. Sura ikampwaya mama mpya aliyesimama kizingitini. Akatenguka kidogo mlangoni kumwelekea mumewe.

"Huyu hapa mke wangu ndiye yule Miftaha niliyekwambia. Huyu ni mwalimu wa wanetu." Kitwana akaanza kumtambulisha mwanawe. Mwanamke aliukunjua nusu nusu uso wake. Alikuwa katikati baina ya tabasamu na hasira. Alionekana kutokuridhika na utambulisho ule.

Miftaha akapewa kitendawili cha pili. Hiki kikampa maswali pia. Kikamgonga kwenye fuvu lake na kulitikisa bongo lake. Hatimaye, vishindo vyote hivi vikaupa kazi moyo. Kazi ya kuzidisha mapigo yake. Kitwana bado anaendelea na utambulisho wake palepale mlangoni.

"Huyu ni Bi. Msiri. Hazina zilizobakia. Karibuni ndani. Njooni. Mwambie dada awawekee vinywaji jua limeshawapata kidogo." Akawakaribisha wageni wake na kumwagiza mke wake.

Vishindo vya mama vikavizwa na maneno ya Kitwana. Akabaki kutii amri ya mumewe mbele ya ukweli usiopindishika. Kitwana alirudi chumbani kubadili nguo. Sasa akatoka na kikoi kilichozungushwa barabara kiunoni. Juu amevaa fulana ya mikono mifupi. Uso ameukunjua. Meno ameyabanua na kuieneza furaha yake uso mzima. Furaha ipi lakini aliyokuwa nayo Kitwana! A-aah!

Hili lingekuwa swali la kila mmoja. Wiki tatu zilizopita Miftaha alikanyaga kwenye nyumba hiihii. Mama yake mpya hakuwepo siku hii. Lau kama ardhi yasimamia ushuhuda ingelinadi bila ya kusita kuwa Miftaha alikanyaga hapa. Akaja kwa matawi ya chini. Akaja na lugha ya kupembejea. Akazimaliza ngonjera na nyimbo zote za dunia. Akamhamisha baba yake hadi kwenye vitabu vitakatifu juu ya faida za kusamehe. Ila Kitwana alimtoa Miftaha baada ya maneno yote kuzungumza. Akamtaka aondoke na kamwe yeye hayuko tayari kutoa ushirikiano katika harusi ya mtu aliyekataa mafundisho ya baba yake – kama alivyodai Kitwana.

Leo. Muda huu nyumba imeanza ishara njema. Labda matokeo mema usoni mwa dalili njema. Angepaswa mtu yeyote aamini hivyo. *Mtu si jini.* Hapo kimya kiliipisha sauti ya mfanyakazi wa ndani ipite katikati ya mkao ule. Kikaitikiwa na wote walioketi pale. Dada aliyevaa sketi fupi alikuja na sahani yenye uwanja mpana, iliyobeba gilasi na kisahani kidogo katikati. Juu palifunikwa kawa. Ikatuliwa kwenye kimeza kidogo cha kigae kilichokuwa katikati ya ukumbi.

"Karibuni." Akawakaribisha wasogee kwenye sahani ile.

Mfanyakazi aliondoka taratibu. Akawaacha wageni na mwenyeji wao waanze mazungumzo. Kila mmoja alimtegea mwenziwe. Bi. Msiri na Miftaha hawajampambanua Kitwana wa leo. Ndiye yuleyule Kitwana aliyeonana juzi na Miftaha au huyu ni mwengine leo. Mwengine mwenye moyo mwengine. Ndiye huyu anayependa siku zote kujikweza mbele za watu!

Bi. Msiri akakivunja kimya. Nguvu ya sauti yake ya kizee ikaanza kupenyeza risasi zake baridi.

"Mwanangu nimekuja na mwanetu. Nimekuja tujuane. Mimi na wewe hatujawahi kukutana ana kwa ana kwa makusudio ya kusalimiana. Labda tumewahi kukutana pasi na kujuana."

Kitwana alimkatisha Bi. Msiri. Aliikata kauli yake. Akakiri jambo na kupinga jambo.

"Mama tumekutana siku moja nikakukosea. Samahani sana. Sitaki niikumbushe siku ile. Nadhani unaikumbuka."

"Mwanangu, ulikuwa hunijui. Hulaumiki sana. Ingawa usiyemjua ndiye wa kumheshimu zaidi kwani huujui undani wake. Pia huijui nafasi yake. Tuyaache mwanangu. Yameshapita."

Akachukua gilasi yake na kukata funda moja la juisi. Kwenye kisahani kidogo mlikuwa na vipande vya keki. Bi. Msiri alipotua gilasi yake alikamata kipande cha keki na kukitia mdomoni. Akakitafuna na kuendelea.

"Mwanangu, mwanao ni mtu mkarimu sana. Kwa hili, sifaye nampa. Nakaa naye nyumbani mwake. Lakini siku zote furaha yangu haijatimia kwa kijana huyu. Maana radhi za wazazi ziko pamoja na radhi za Mwenyezi Mungu. Huyu kijana anazihitaji radhi hizo. Ila siku zote ninapomuuliza swali kuhusu ukaribu wake na wazazi wake anakuwa kama aliyetiwa maji. Hujikunja. Hulia na kusikitika. Akafika kuniambia ukweli kuwa amekosana na baba yake. Yuko tayari aombe radhi. Ila ameniambia nije mimi nionane na mzee mwenzangu. Na mimi naamini kuwa kiganja kikiingia kinyesi hakikatwi, bali huoshwa. Msamehe kijana wetu. Mpe nafasi yake hasa kwenye jambo zito linalomkabili."

Maneno haya yalipokuwa yakisemwa Kitwana alikuwa ameinamia chini. Miftaha naye muda wote huo alikuwa akitazama chini. Kichwa chake amekiegemeza kwenye vitanga vya mikono yake. Kitwana hakusema neno. Alimwacha Bi. Msiri atowe dukuduku lake. Apatanishe. Sasa ingebaki kwao wahusika kukubali maneno yale. Akiwa Mhusika mkuu Kitwana katika jambo hili. Tunaweza tukasema kuwa moyo wa Kitwana ulikuwa unataka sababu tu ya kukiunganisha kile kilichokatika. Au kukipatanisha kile kilichokosana. Ila ingekuwa vigumu na ingehitaji ujasiri wa hali ya juu baba kumsogelea mwanae kutaka wapatane. Ni vigumu baba kukiri kosa mbele ya mwanae. Ingedhaniwa ni utovu wa nidhamu ingawa si hivyo. Kwenye ukweli, na ukweli huo ukakubalika namna ulivyo, isingekuwa vigumu kwa mbinu hata za kijitukizima mzazi kuunga usuli uliokatika. Kwanini iwe vigumu! Isingekuwa vigumu hasa kwa Kitwana mbele ya Miftaha ambaye siku nyingi anaiwinda suluhu ndani ya msitu wa ghadhabu za baba yake.

Kama ni nyota ya jaha, basi Kitwana alikuwa akikesha ndani ya wiki mbili hizi kuisubiri. Na leo kweli imetimia. Imemfuata mwenyewe. Hakukata tamaa Miftaha kumwelekea baba yake licha ya masumbulizi aliyoyapata kila alipofika hapa. Hadi ilifika kipindi kuambiwa usikanyage mguu wake nyumba hii. Ukaidi ulimsimamia. Agizo hili aliliasi. Kwa vile aliamini kuwa alitendalo limo kwenye mpaka wa wema, alilitenda.

"Bilisi hawezi kuweka daraja kuwaunganisha waliotengana kwa sababu moja ama nyengine. Yeye hukata pande lililoshikana. Mimi nimeshamsamehe mwanangu wiki moja sasa. Sioni haja ya kuendelea na mfarakano huu." Kitwana amekuja na suluhu bila ya hoja. Hapo Bi. Msiri alinyamaza. Akatabasamu na kumtazama Miftaha. Akili yake inazama ndani zaidi kujua kilichoilainisha nafsi ya Kitwana. Miftaha naye yuko mbali kuliwaza hili hili lililomtanza Bi. Msiri. Siku ya sherehe za skuli, Kitwana aliondoka mara tu alipopanda Bi. Msiri kwenye jukwaa.

Punde sauti ya Kitwana ikagonga maskioni mwao tena.

"Nilimuandaa Miftaha aje ashike nafasi. Apokee kijiti kwenye mbio hizi. Mimi ni mmoja wa waliopokea mikoba ya wakoloni. Ni mmoja wa mwanaharakati wa zama hizo. Nilisimama usiku mchana kupigania uhuru. Hatimaye, tuliutia mikononi. Tumeahidi mengi, lakini bado hatujayatimiza. Wala hapa tulipo sipo pale tulipopanadi kuwafikisha watu wetu. Nadhani sipo kabisa. Mkakati wetu, baada ya kuona kuwa sisi tunayachumia matumbo yetu zaidi kuliko wale waliotuweka na tuliowaahidi, ni kuwanyamazisha vijana waliokuwa na mitazamo tofauti na sisi.

Nimekuwa kwenye safu ya wasomaji vitabu na majarida yetu siku hizi. Juzi tu, nikabahatika kusoma Jarida la *Mchana kweupe* lililobeba makala ya Profesa Hongo, wallahi nililia. Machozi yangu yalirowesha mashavu yangu. Kilichoniliza ni maandishi yaliyoongoka. Hayakuwa na chembe ya mpindo. Yamebeba miaka ile tuliyoitukana kuwa ni ya ubeberu na utumwa. Ukoloni na ubwana. Yakazungumzia miaka ya karibuni na hii ya sasa. Ufafanuzi wake ulinigusa. Maneno aliyokuwa akiyaeleza Miftaha kipindi cha nyuma nikagundua kuwa yako sahihi.

Nikagundua kuwa Bi. Msiri kwenye jukwaa alizungumza maneno mazito yaliyofungwa. Hapo nikajiona kama niliyeamka kutoka kwenye usingizi. Tena usingizi mzito.

* * *

Sehemu ya Makala ya Jarida la Mchana Kweupe
...Tulipotoka kwenye giza jeusi tuliingia kwenye giza gizani. Zimwi litujualo ndilo lililotula nyamunyamu karibu litumalize kama halikutumaliza. Sisi tukageuka wasafiri kusubiri chombo kitie nanga. Kadiri tulivyokaa kukisubiri chombo, shaka yetu tukaisafisha kwa kuwa waliotwaa chombo chetu ni ndugu zetu. Walivua samaki. Wakapika hukohuko baharini wakiwa chomboni. Wakala na kushiba. Hata tulipowaona wamerudi nchi kavu tulishibishwa na maneno yao kuwa chombo bado kinapigwa na dhoruba kusaka samaki wakubwa ili tuje tugawane manofu kwa manofu. Wakarudi tena. Walipoona kelele zimeshakuwa nyingi walituonjesha vidagaa vilivyosalia mikobani mwao. Waliozidisha kelele wakabebwa chomboni kuungana nao. Siku chache baadaye hatukuwasikia tena kusema neno lolote. Wao walisema kazi ni ngumu kuyapata samaki ya kula na kushiba watu wote. Wao wakawa kama wao. Hao hao. Wale wale. Wakapita mulemule..."

Sauti ya Bi. Msiri ilisikika ikipanda na kipalizi. Ikavuma na kikohozi. Ikatoka sasa na ashki ya kutaka kusema. Maneno yalimkuna, naye akatoa yake.

"Naam, kazi kweli inafanyika. Maneno yangu yamo kwenye maandishi. Ukweli hubaki kwenye maandishi kwa miaka mingi. Kazi ni kuchambua la ukweli na la uongo – Kuweza kutofautisha."
Bi. Msiri akatia kituo kikubwa maneno yake. Akamwacha Kitwana aendelee kwa vile alivyouona mdomo wake ukitikisika.

"Kweli maneno ya Profesa Hongo yaliibua fikra mpya kwangu. Hayakukaa mbali na maneno yako bibi yangu. Kumbe maneno yale yanatoka kwako. Kweli kuishi kwingi ni kusoma mengi. Profesa Hongo anaandika tena; Tulipapatuwa. Tukauvuuka mpaka uliozingirwa na majini waliokuwa wakiilinda himaya yetu.

Huku tukiwa tumeshawaahidi watu wetu kuwa kwenye jambo hili tutavuuka salama. Walituamini kwa ahadi zetu nyingi kuwa tukivuuka tu wao watasahau machungu. Wataifurahia bahari yao kwa neema zake. Wataifurahia mimea yao kwa matunda yake. Watalichangamkia jua kwa mwangaza wake. Zahma za majini na viumbe wa ajabu zitakoma katikati ya bahari. Milele hawatasumbuka tena. Kweli tulivuuka. Tukaachiwa tujiendeshe wenyewe ndani ya himaya yetu. Tumevuruga. Tumerudi nyuma na kuanguka chini ya walio chini. Tumepoteza dira. Tuliikiuka misingi tuliyojiwekea. Tukazigeuka nia zetu njema tulizozinuwia awali. Mwisho, tumefika hapa tulipo. Hatuna tena kisingizio cha wale waliotuingilia kwenye himaya yetu wakati ule. Kila sisimizi aingiyae atazama kichuguu chake tu."

Bi. Msiri aliketi kama aliyekuwa akisinzia. Maneno haya yaliposimama na yeye akainua kichwa chake. Akamtazama Miftaha kwa ishara ya kuwa na yeye aseme neno. Alipoifahamu ishara akaishika njia ya maneno ya baba yake.

"Sitaki tuyazungumze tena ya nyuma kwa vile kila mmoja ameyaona na kuyachungua kinaganaga. Sasa ni kuunga udugu wetu kwa mule tulimokwaruzana. Tukishasahau tofauti zetu tunaweza kuangalia mbele kwenye ujenzi. Na huo ujenzi wenyewe ushikane kwenye jengo moja imara. Hapo tutafuzu. Kwa kufanya hivyo, ile misingi iliyojengwa na wazee. Zile ahadi zilizowekwa na waliotutangulia au hawa walio miongoni mwetu sasa, itaweza kusimama imara. Tutashinda bila ya wasiwasi." Miftaha alitoa maneno yake yaliotikisiwa kichwa na kila mmoja. Kichwa cha kuunga mkono.

"Haya jamani, ni wakati wa nyinyi kupeana mikono ya kumvunja bilisi. Mikono ya kuurudisha uhai wa damu yenu na uhusiano wenu. Mikono ya ahadi ya kukilinda kila kilicho chenu. Mwanadamu mwenye thamani ni yule anayelinda kila kilicho chake. Peaneni mikono." Alisisitiza Bi. Msiri. Hapo Miftaha alinyanyuka kumfuata baba yake pale alipokuwa amekaa. Hawakupeana mikono tu kama ilivyopendekezwa na Bi. Msiri – Walikumbatiana. Wakatazamana kwa kushikana mabega.

Kila mmoja akaichora mikunjo iliyokunjuka usoni. Akaiona tabasamu iliyoelea kwenye paji la uso. Akaiona ngozi ya uso ilivyosharabu uhai mpya wa wawili hawa.

Kitwana hakuishia hapo. Aliuwacha mkono wa Miftaha na kumsogelea Bi. Msiri. Kisha akanena maneno mazito. Mikono yake miwili ilishikana na mikono ya Bi. Msiri.

"Sikujua ndani ya damu yako kuwa mna ihsani namna hii. Sikujua undani wako. Kumbe wewe ni ajuza wa kushibisha nafsi zenye njaa. Pia wewe ni ajuza wa kuziosha nafsi chafu. Wewe ni ajuza wa kuunganisha nafsi zilizobagukana. Nilishakusoma kwenye maandishi kupitia kalamu ya Profesa Hongo kabla ya leo kukusoma waziwazi. Nilishaipatanisha nafsi yangu kupitia wewe. Sina la kusema zaidi ya ahsante." Hapo akaiwacha mikono ya Bi. Msiri. Akarudi kwenye nafasi yake. Bi. Msiri akaingiza kipande cha keki alichokibakisha baada ya mkato wa mwanzo.

Kitwana alitaka kujuwa taarifa za Miftaha kuhusu suala la ndoa yake. Hapo Miftaha akaliweka jamvini jambo lake na hatua iliyofikiwa. Jambo kubwa ilikuwa ni kupelekwa posa. Na hili Miftaha alitamani lisimamiwe na baba yake. Leo kwake ilikuwa siku kubwa sana. Kitwana akalipokea kwa mikono miwili na kuahidi kuwa siku tatu zijazo ataongozana na watu wake kupeleka posa mji wa pili.

Bi. Msiri akaaga ili waondoke. Kitwana aliwataka wamsubiri. Alijichoma ndani na kurudi akiwa ameongozana na mke wake.

"Mke wangu, hawa ni wako watu. Hii ni damu yangu. Hivyo ni mwanetu huyu. Miftaha ni mwanagu ila kuna mambo yalitutenganisha. Na sasa tumerudi kwenye uzi wetu. Huyu ni bibi yetu. Kwa hiyo heshima yao iko palepale. Wakija hapa ni pao. Wakiamua kulala watalala. Wakiamua kupika watapika. Wakiamua kupakuwa pia watapakuwa." Kitwana alimtazama mkewe huku akiyashindilia msumari maneno yake.

Yule bibi alipoa kiasi. Ile nguvu aliyokuwa nayo alipowakaribisha mara ya kwanza ilinyweya. Haikujulikana imepotelea wapi. Akajichekesha na kuitikia. Kisha akajibu.

"Karibuni." Neno moja tu. Bi. Msiri na Miftaha wakaitikia kwa pamoja. "Ahsanteni."

Sura ya Ishirini na Moja

KITWANA alivaa *njuga* kuisimamia shughuli ya harusi ya mwanae – kuanzia kuposa hadi kufungwa kwa ndoa. Mtu si jini, waswahili walisema. Umri wa Kitwana ulipozidi kulichungulia kaburi aliirudisha chini nafsi yake. Maneno yake, mlahaka wake kwa watu na tabia zake zilionekana kubadilika kadiri siku zilivyozidi kwenda. Alianza kutafuta kila sababu kuulimbua ukaribu wake kwa watu. Siku zote yeye alionekana mtu wa pilika. Hana msiba, hana harusi, hana jirani, hana rafiki. Almuradi alikuwa mja wa upweke. Yeye na lake tu na nyumba yake. Hushuka gari kwenye uzio wa nyumba yake. Au anapohitaji kitu dukani au kwenye mizunguko ya kazi zake za kawaida. Leo taratibu anaona kuwa mwanadamu hakupaswa kuishi vile.

Pa kuanzia ndipo palipomwia vigumu. Ataanzaje kusogea kwa watu. Hata Miftaha naye anajua leo kuwa baba yake ameshastaafu. Amebakia na jina la mstaafu sasa. Sifa ya nchi hii ukiwachia madaraka na jina lako pia hubaki vitabuni tu – Hasa kwa yule aliyeyaona madaraka ni chai yake. Aliyedhani siku zote rafiki yake ni cheo chake na watu wengine kwake hawana nafasi wala maana. Miftaha alipokea wito wa baba yake. Hakufanya ajizi, mapema alifika kwa mzee wake.

Kwenye sofa amejinyoosha. Kichwa amekiweka juu ya mto mdogo. Mkononi ameshika kitabu chake anajisomea. Amejifunga seruni kiunoni na fulana yake isiyo na mikono imeukamata mwili wake barabara. Miftaha alipoingia alisimama mlangoni na kupiga hodi. Sauti ya mikwazuro ikaitikia. Kitwana alikaa kitako alipojua kuwa Miftaha ameshafika. Uso akaukunjua.

"Karibu bwana harusi, karibu upite." Alisema kwa utani huku uso wake ukimetemeta furaha.

"Imekuwa vyema kutokea saa hizi. Nimekuwa nikikufikiria tu muda wote huu."

Miftaha akamsabahi baba yake. Wakapeana mikono. Kisha Miftaha akarudi kwenye sofa la upande wa pili lililoelekeana na baba yake. Akaketi na kuupandisha mguu wake wa kulia juu ya mguu wa kushoto.

"Naam baba, za tangu jana?"

"Njema tu. Habari za utokako?"

"Huko jua tu kali, tunashukuru hauchi unakucha."

"Nimekuita ili tupange kidogo. Unajua mimi nathubutu kusema nilijifanya mtu wa pirika sana. Nikajifanya sina muda na watu; Sina muda wa mazishi. Sina muda wa lolote la jamii. Sasa mwanangu, loh!..." Maneno haya yalimchoma Miftaha. Unyonge wa baba yake. Unyonge wa hata ile sauti yake iliyotoka ndogo kinywani.

"....Vipi nirudi mbele yao wanikubali. Najua kuwa watu wananiona dude mimi. Wananiona hayawani labda. Hebu nipe rai. Wewe ndiye tegemeo langu. Najua wewe una mawazo mazuri ya kufungamanisha vitu vilivyokosana."

Miftaha alishusha pumzi. Akamtazama baba yake. Midomo yake ameibana kwa ndani. Kisha akaiachia. Ameshalifahamu lengo la maneno yale ya baba yake.

"Baba, kwa sasa nadhani ni wakati wa kuyafanya yote yale ambayo hukuwa na muda nayo. Yafanye kwa moyo mkunjufu, si kwa moyo mnyonge. Yafanye kwa ari na shime. Ukiyafanya yataionesha dhamira yako kwa vitendo mbele ya kila mtu. Kaa na watu. Badilishana nao mawazo. Mawazo yao hata usipoyakubali na kuyapenda, basi tumia njia sahihi kuyafikisha mawazo yako. Ila nahisi kwa sasa la muhimu ni kuonesha ushiriki wako kwenye mambo ya kijamii kwa hali na mali. Ugumu upo mwanzoni, ila baadaye utazoea na kuzoeleka. Utasahau na kusahaulisha.

Siku zote nguvu ya mwisho mwema ni kubwa zaidi ya nguvu ya mwanzo mzuri au mbaya. Na mimi utakavyojikurubisha kwa watu, ndivyo nitakavyokuunganisha nao."

Kitwana alitoa macho kwa shaka ya maelezo ya mwanae. Bado alionekana kuning'inia kwenye ukingo wa maneno yale.

"Hivi kweli watu watanielewa mimi? Wameshafikia hata kunigomea hawa! Wamenifanyia mengi kama ambavyo mimi nimewafanyia. Siku moja palitokea zahama kwenye mji wetu. Walipokuja askari kupambana na raia, maana kusema kweli, siku hiyo askari na raia waliingiana mwilini kwa mambo hayahaya ya kikwetu. Nilipokuja kuulizwa na askari juu ya uzuri na ubaya wa watu wangu niliwapaka matope. Nikawapa kila aina ya sifa mbaya kusudi askari wawavamie na kuwapiga. Na kweli walipigwa watu. Tokea siku hiyo, watu hawa wana kisasi na mie. Iweje leo wanipokee kwa mapenzi ikiwa mimi niliishi nao kwa chuki?"

"Baba, hakuna lisilo na mwisho. Tenda wema utaona mwenyewe......" Miftaha aliendelea kumnasihi baba yake na kumpoza. Akahakikisha kuwa maneno yake yameshamuingia Kitwana. Mwisho wakaanza kujadili kuhusu harusi. Kilichobaki ni kupeleka siku upande wa bi harusi. Wakakubaliana kufanya jambo hilo siku inayofuata. Hapo ndipo wingu lilipotanda. Miftaha akalitazama kwa macho mawili. Akaliona linavyojikusanya. Kweusi kumefinga.

***

Wingu zito liliufunika mji. Jua lilijificha mchana kutwa. Kila mtu akashughulika, akidhani mvua itanyesha dakika zile zile. Hakuna mvua iliyonyesha. Mchana watu walipinda magoti kwenye karamu na kupata sadaka iliyoandaliwa. Harusi ilifanyika palepale nyumbani kwa Miftaha. Wakala na kunywa. Wanawake wakapaza sauti zao kwa vigelegele. Kilichomuumisha kichwa Miftaha ni sadaka kuenea kwa kila aliyehudhuria pale – Si jenginelo. Alijali watu kula na kunywa. Na hili alilisimamia barabara. Hata kuku walijimwaga uwanjani na kudonoa riziki yao.

Muda wa saa tisa watu walijazana kwenye magari kwenda kuoa na kumchukuwa mke. Wakapita wakiimba. Safari haikuwa kubwa. Kutoka nyumbani kwa Miftaha na nyumbani kwao mwanamke ilikuwa ni kilomita nne tu.

"Walosema haolewi mbona leo kaolewa." "Kimasomaso mwanangu msimuone."

Zote hizo zilikuwa ni sauti za mayowe na nyimbo zilizovuma kwenye magari wakati wa kwenda na kurudi. Bi. Msiri hakuziweza safari kama hizi. Siku hizi amekuwa mbovu naye. Hapa na hapo palimshinda kwenda. Leo tangu alipoamka hali yake haikuwa nzuri. Siku hii aliialikia, lakini hakuweza hata kupiga ukwenzi wa furaha. Tabasamu lake lililiwa na maumivu aliyoamka nayo tangu saa tisa usiku. Miftaha hakujisikia vizuri kwa hali ile, lakini hakuwa na la kufanya. Ilibidi shughuli itimie.

Mchana ilipita sunna na jioni ikapita faradhi. Mchana Miftaha aliasi ukapera. Jioni Bi. Msiri akaaga dunia. Siku iliyofanywa harusi ndio siku aliyofariki Bi. Msiri. Bi. Msiri asubuhi aliomba maji. Akatawadha na kukaa juu ya msala. Utadhani alipata ilhamu kuwa masaa ya kuishi yanakata pumzi. Aliketi hapo muda mrefu. Aliaga na kuusia. Akawataja watu wengi walioiandika historia yake kwenye ulimwengu wake; Tafakari, Bi Jamila, na Bi Tausi walitajwa. Miftaha akaitwa mara kwa mara. Hata maneno Bi. Msiri leo yalimkimbia.

Watu wakakusanyana tena baada ya kurudi harusini. Mji ukafora. Bi. Msiri amekuwa maarufu kiasi hiki! Alikozaliwa ndiko alikokufia. Umri wake wote aliutumia mbioni. Utulivu akaupata mwishoni. Thamani yake ikarudi kama mboni. Akafuatwa na wanachuoni. Wa ndani na wale wa ughaibuni. Bi. Msiri. Bibi aliyelimeza fupa miaka nenda, miaka rudi. Bibi aliyekwamwa na fupa miaka nenda, miaka rudi. Siku moja matukio mawili kwa pamoja. Yote ya historia. Asubuhi Miftaha anafurahi. Nyumba imekamilika. Amepata mwenza wake. Akapokea dua nyingi za Bi. Msiri juu ya msala. Hakuinuka hapo tangu asubuhi. Hapo hapo. Pia kifo kikambwaga hapohapo.

Furaha imemezwa, huzuni imetwaa
Ngoma ikachezwa, kisha ikazima taa
Baada ya kutunzwa, papo ikaja fadhaa
Furaha mbele huzuni.

Aliishi mtukufu, daima wa kutajika
Ameacha uongofu, kwa mengi yalosemeka
Akatutoa upofu, macho yapate ongoka
Furaha tele usoni.

Sherehe

Adha	Kero/maudhi
Ajizi	Ulegevu/uvivu/Uzito wa jambo
Akakibwakia	Akakitia kitu mdomoni kwa haraka haraka
Akali ya..	Uchache wa..
Akamaizi	Akapambanua
Akaraghbika	Akawa na hamu ya….
Akibangaiza	Akihangaika kujipatia chochote katika riziki
Akraba	Jamaa
Alibwabwaja	Kuzungumza ovyo, maneno yasiyo maana
Alimotarazakia	Alimojitafutia riziki
Alipostahabu	Alipopenda/alipopendelea
Alisa	Kumhudumia mgonjwa

Aliyelemwa	Aliyefanyiwa uganga na kuitwa mashetani wapande kichwani
Ameyavuwata	Ameyakusanya mdomoni pasi na kuyameza(mate au maji au kuti cha umajiumaji)
Anapoghani	Anapoitengeneza vyema sauti/kuimba
Arijojo	Kwenda na kupotea kusikojulikana
Asaa kheri	Hutumika kuonesha matumaini, huenda ikapatikana kheri.
Asahi	Usahihi wa jambo
Astaghfirullah	Hutumika kuomba msamaha kwa Mwenyezi Mungu
Babunduma	Hutumika kuwatisha watoto ili watulie(Kitu cha kusadikika)
Baidi	Mbali
Bwererebwerere	Kirahisirahisi
Chagawa	Kupandisha mashetani kichwani
Chakne	Mchanganyiko wa nazi, embe bichi, chumvi na pilipili, hutumika kutowelea bajia
Chambilecho	Kama vile asemavyo...(Hutumika kuyanukuu maneno ya mtu fulani)
Cheu	Mtu anayependa kutafunatafuna kitu mdomoni
Dhakari	Utupu wa mwanamme
Figifigi	-enye kubanana

Ghaibu	Jambo la siri
Ghamidha	Ujasiri
Ghera	Nia madhubuti
Ghiliba	Uongo/ ujanja
Ghururi	Pumbazo/uongo/Shughulisho
Hakunighasi	Hakunikeri/hakunikera
Halijenga	Halijengi (kipwani)
Halipingwa	Halipingwi
Hamaniko	Hali ya kuchanganyikiwa/wahka/wasiwasi
Hamnazo	Mtu aliyejipumbaza/pumbazo
Hanufaika	Hanufaiki (Kipwani)
Hau	Hauna (Ulimwengu *hau* raha)
Hewalla	Hutumika kuonesha kurudhia au kuridhika
Ibra	Mazingatio/Miujiza
Ikasoza	Ikamaliza
Ikhlasi	Uaminifu/ukweli
Ilhamu	Wazo zuri la kheri lijalo ghafla/ufunguo/ wahyi/mwongozo wa kiungu
Ililabisiwa	Ilivishwa
Ilishanakisiwa	Ilishapunguzwa
Itahuika	Itapata uhai
Jaala	Baraka za Mungu/mipango ya Mungu

Jahannamu	Moto wa Mwenyezi Mungu kwa watu waovu
Jahara	Dhahiri/wazi
Jendo	Mwendo
Kaumu	Watu
Kea	Pasu za miguuni, kando ya nyayo hadi kisugudi
Kifichoficho	Mchezo wa kitoto wa kujificha
Kigeugeu	Mtu asiye na msimamo
Kilimkefya	Kilimkera
Kimalaika	Kitoto kichanga
Kobole	Mchezo wa kitoto wa kujificha
Kuagiza n'maviza	Aghlabu maagizo huwa na kasoro
Kubatana	Kujibana
Kubokoka	Kukonda kwa kubonyea sehemu ya mwili na kuacha mifupa ikitokeza juu
Kudura	Uwezo wa Mungu
Kuichama	Kuihama
Kukualisa	Kukushughulikia katika hali ya ugonjwa au uzee
Kumuauni	Kumsaidia
Kupuu	Harufu mbaya na kali
Kustanji	Kujisafisha baada ya kwenda chooni
Kusuasua	Kujikokota/kwenda kama mlevi

Kutaahari	Kuchelewa
Kutia viringi au kupiga misere	Kuzunguka tu bila kazi maalumu
Latutawiza	Latusumbua
Lenendwa	Latembewa
Lio	Kilio
M.C	Mwongozaji/Mtangazaji katika sherehe
Maanani	Akilini/mazingationi
Mafaafu	Yenye kufaa
Maiti kwenenda	Mtu asiyejielewa
Manyemi	Mapya
Marango	Hali ya kukataakataa kila jambo/ kuchaguachagua
MashaaAllah	Hutumika kusifu uzuri wa kitu au jambo
Masifa	Mtu anayependa kusifiwa
Matukulele	Kutopumzika/Uharibifu
Mbishi	Mtu anayependa kupingana (ushindani) katika mambo
Mbumbumbu	Mtu asiye elimu
Mbura	Mti wa kiasi unaotumika sana kwa miswaki ya ujiti
Mburumatari	Mtu asiyejua kitu
Mbwi	Tele

Mma	Maji (Kauli ya kitoto)
Mpeta	Karafuu za kuokota
Mtawalia	Mfululizo
Mtu-mke	Mwanamke
Mwehu	Mwenye upungufu wa akili
Nage	Mchezo wa kitoto, wa mpira wa mikono(mara nyingi hucheza wanawake)
Ndara	Viatu vya kanda mbili
Nilijisabilia	Nilijitolea
Nilishadidia	Nilishikilia
Njuga (Valia njuga)	Kufanyia bidii jambo
Nyaam	Chakula (Kauli ya kitoto)
Nyerezi	Nzuri/-enye kuvutia
Pasigaa	Mchanganyiko wa jasho au maji na vumbi na kupiga weupe
Popobawa	Jamii za madudu ya kutisha(uchawi)- Yatokanayo na kiinimacho
Potelea pote	Vyovyote litakavyokuwa
Samawati	Mbingu/mawingu
Satwa	Uwezo
Shakawa	Mateso/huzuni
Shobe	Kituo cha mwisho cha uwokovu (Hutumika kwenye michezo ya watoto)
Somo	Watu wenye majina sawa

Stirihali	Ficha aibu/ondosha udhia
Tarjumi	Tafsiri/Maana
Tasbihi	Utajo wa Mungu kwa kutumia kifaa maalumu cha kuhesabia
Tata	Kutembea kwa miguu (Mwendo wa mtoto mdogo)
Tawire	Huambiwa mtu aliyepandisha shetani wakati wa kumtuliza
Thakala	Mashaka/matatizo
Ufujifu	Uharibifu
Uhabithi	Ukorofi
Uheke	Unafiki/umbea
Ukanidumba	Ukanitaja
Ukiwa	Upweke
Uliotaalaki	Ulioungana
Umesawijika	Umebadilika sura kwa hasira au maradhi, n.k
Ushei	Kidogo
Vibwengo	Jamii za mashetani
Vikorombwezo	Vionjo/vipambo/ Nyongeza ya vivutio katika jambo
Vishada	Vitu vilivyotengezwa kwa plastiki na mijiti na kufungwa kamba refu. Hurushi hewani kwa ajili ya michezo ya watoto.

Wakidima	Wakichezeshwa mchezo wa nage, kurusha na kudaka mpira
Walalavi	Watu wenye kupenda kulala sana
Walifakamia	Walikula kwa pupa
Walimi	Watu wenye jeuri
Waliochokonowa	Walioyaibua mambo yaliyojificha
Wanyamavu	Wakimya
Washahengeka	Washazeeka
Watungwa	Watu wa watu (kipemba)
Wavyele	Wazee wa kale
Yalaitani	Laiti mimi/Hutumika kuonesha majuto
Yesoza	Ilimaliza/Yalimaliza
Zamzam	Maji yanayopatikana mji wa Makka
Zilizoihajiri	Zilizoihama
Zilzala	Mtetemeko/hatari/ vishindo
Zimwi	Shetani la kichawi